नाथ संप्रदायाचा इतिहास व परंपरा

डॉ. वा.ल. मंजूळ

सकाळ प्रकाशन

Nath Sampradayacha Itihas Va Parampara
© Dr. V. L. Manjul

नाथ संप्रदायाचा इतिहास व परंपरा

लेखक	: डॉ. वा.ल. मंजूळ
संपादन	: ऐश्वर्या कुमठेकर
प्रथम आवृत्ती	: फेब्रुवारी २०२१
अक्षरजुळणी	: उमा लोवलेकर
मांडणी	: यशोधन लोवलेकर
मुखपृष्ठ	: संदीप देशपांडे
मुखपृष्ठ छायाचित्र	: आंतरजालावरून
प्रकाशक	: सकाळ मीडिया प्रा. लि.
	५९५, बुधवार पेठ, पुणे - ४११ ००२
ISBN	: 978-93-89834-39-0
संपर्क	: ०२०-२४४० ५६७८/८८८८८ ४९०५०
	sakalprakashan@esakal.com

Disclaimer:
The views expressed in this book are those of the Authors and do not necessarily reflect the views of the Publishers.

माझे बंधुतुल्य मित्र आणि प्रसिद्ध संशोधक
कै. डॉ. रा.चिं. तथा अण्णासाहेब ढेरे
यांच्या स्मृतीस स्नेहपूर्वक समर्पण

प्रस्तावना

'नाथ संप्रदायाचा इतिहास व परंपरा' हा डॉ. वा.ल. मंजूळ लिखित ग्रंथ हाती आला, त्याचा मला विशेष आनंद झाला.

आजवर या विषयावर प्रकाशित झालेले लेखन वाचण्याचा योग आला होता आणि असा विचार बळावत गेला की, या संप्रदायावर सोपपत्तिक पण समजण्यास सुलभ असे लिखाण व्हायला हवे. त्याचे एक कारण असे की, नाथ संप्रदायासंबंधीच्या अनेक आयामांवर मतमतांतरे व्यक्त झालेली आहेत. त्यातून मार्ग काढत, त्यांचा गुंता सोडवून वाचकांना हा संप्रदाय, त्याचे तत्त्वज्ञान, त्याचे उगमस्थान, विस्तार, शाखोपशाखा, त्याचे वाङ्मय, नाथसिद्धांचे आचारविचार हे सुलभपणे कळेल असा ग्रंथ निर्माण व्हावा अशी इच्छा होती. ती डॉ. मंजूळ यांच्या या ग्रंथामुळे पूर्ण झाली. इतर वाचकांनाही असेच वाटेल असे वाटते.

श्री. हजारीप्रसाद द्विवेदी, अक्षयकुमार बॅनर्जी, श्री. कृ.झा. भिंगारकर, जी.डब्ल्यू. ब्रिग्ज, डॉ. म.रा.जोशी, डॉ. रा.चिं. ढेरे इत्यादी मान्यवर संशोधकांनी या संप्रदायाच्या उपरोल्लेखित पैलूंवर पुरेसा प्रकाश टाकलेला आहे. मात्र जवळपास प्रत्येकानेच स्वमतपुरस्कार करण्यास प्राधान्य दिल्याचे दिसते. उदा., नाथ संप्रदायाचे उगमस्थान उत्तरेकडे, बंगाल, पंजाब, ओडिशा की महाराष्ट्रातील वृद्धेश्वर वा दक्षिणेतील श्रीशैल्य यासंबंधी अनेक मते मांडली गेली. मला स्वतःला असे वाटते की नाथ संप्रदायाच्या शाखांची ती उगमस्थाने असावीत. जालंधरनाथ हे मत्स्येंद्रनाथांचे गुरुबंधू - तेव्हा जालंधरशाखेचा उगम पंजाबात, तर मत्स्येंद्रशाखेचा श्रीशैल्य असे ते असावे.

डॉ. मंजूळ यांनी सुमारे वीस प्रकरणांतून हा इतिहास आपल्यापुढे मांडला आहे. त्यात संशोधनाचा आव आणल्याचे कोठे प्रत्ययास येत नसले, तरी त्यांनी मतैक्य नसलेल्या विषयाची चिकित्सा योग्य प्रकारे केलेली आहे असे दिसते. संप्रदायाचे स्वरूप, त्याचे उपास्य दैवत, शाखाभेद, नवनाथांचे चरित्र, यौगिक तत्त्वज्ञान, त्याचे वाङ्मय या सर्व पैलूंवर त्यांनी व्यासंगी भाष्य केले आहे. विशेष म्हणजे त्या आधी त्या पैलूंची स्पष्ट ओळख करून दिली आहे. तसेच या संप्रदायाचे महाराष्ट्रातील स्वरूप व राजस्थानातील स्वरूप यांचाही परिचय करून दिला आहे. एवढेच नव्हे तर, नाथयोग्यांची वेशभूषा, आहारविहार यांसारख्यांचा तपशीलही दिला आहे.

नाथ संप्रदायासंबंधी प्रकाशित झालेले ग्रंथ, लेख या सर्वांचे अवलोकन करून या संप्रदायाचा इतिहास त्यांनी सिद्ध केल्याचे दिसते. वादग्रस्त विधाने न करण्याचा त्यांचा पिंड असल्यामुळे फार खोलात जाऊन चर्चा ते टाळतात; पण म्हणून एखाद्या मुद्द्यावर प्रतिवाद होणारच नाही असे म्हणता येणार नाही. एवढे खरे की माझी व सामान्य वाचकांची या संप्रदायासंबंधीची जिज्ञासा भागवणारे हे लिखाण झाले आहे, ते सोपपत्तिक आहे.

येथे आणखी एक विचार मला मांडावासा वाटतो.

महाराष्ट्रात अनेक मंदिरांवर, बीड येथील कंकालेश्वर, औंढा येथील नागनाथ मंदिरावर व अन्यत्र श्री मत्स्येंद्रनाथांचे शिल्पांकन आढळते. विशेष म्हणजे दापोलीजवळच्या पन्हाळे काजी येथे नाथ संप्रदायाच्या लेणी आहेत. (वज्रयान बौद्ध संप्रदायाच्याही आहेत.) या नाथ संप्रदायी लेण्यांतील भिंतींवर आदिनाथ, गिरिजा आणि मत्स्येंद्रनाथ यांच्या एका ओळीत कोरलेल्या प्रतिमा आहेत, तशाच गोरक्षनाथांच्याही आहेत. विशेष म्हणजे ८४ नाथसिद्धांच्याही आहेत. त्यांपैकी सकुल हंसनाथ, चौरंगीनाथ, वज्रघंटापाद, हलिपा, सियलपा, वीणपा, दंडपा इत्यादींची ओळख श्री. म.न. देशपांडे (भूतपूर्व महासंचालक, भारतीय पुरातत्त्व विभाग) यांनी करून दिली आहे. याचा आणि महाराष्ट्रातील त्र्यंबकेश्वर, पैठण (शिवदिन केसरी परंपरा), आळंदी, डोंगरण, चिंचोली, आंबेजोगाई, सातारा जिल्ह्यातील त्रिपुटी, मच्छिंद्रगड, रेणावी, बत्तीस शिराळा या नाथस्थानांचा एकत्र विचार करून या संप्रदायाचा महाराष्ट्राच्या धार्मिक विचारसरणीवर झालेला प्रभाव यावर चिकित्सक लेखक श्री. मंजूळ द्वितीय आवृत्तीत विचार करतील अशी अपेक्षा आहे. सकाळ प्रकाशनाला एक चांगला ग्रंथ वाचकांच्या हाती देत असल्याबद्दल उदंड शुभेच्छा.

गोरक्षनाथ बंडामहाराज देगलूरकर

(डॉ. गो.बं. देगलूरकर)

प्रसिद्ध मूर्तिशास्त्रज्ञ व माजी कुलपती, डेक्कन कॉलेज अभिमत विद्यापीठ,

पुणे

मनोगत

भारतातील विविध धर्मांत, विशेषत: उपासनाक्षेत्रांत अनेक दैवते, परंपरा, संप्रदाय, उपासनापद्धती पूर्वीपासून आजतागायत चालत आल्या आहेत. त्यातून विविध संप्रदाय निर्माण झाले. त्यामध्ये शाक्त, अवधूत, नाथ, तांत्रिक, शैव, वैष्णव, वारकरी, रामदासी इत्यादी संप्रदाय आजही सर्वपरिचित आहेत. नाथ संप्रदाय इसवी सनाच्या आठव्या शतकात उदयास आला. नाथ संप्रदायाचे मुख्य गुरू आदिनाथ. 'आदिनाथ गुरु सकल सिद्धांचा' असे म्हटले जाते. नवनाथांचे आदिदैवत 'शिवशंकर' मानले जाते. 'शैव' संप्रदायाची मुख्य खूण जशी नाथपंथ, तशी वैष्णव पंथाची मोठी खूण म्हणजे वारकरी संप्रदाय मानला जातो. वारकरी संप्रदाय हा विष्णूचा, म्हणजेच पंढरपूरच्या श्री विठ्ठलाचा उपासनाप्रधान पंथ. विशेष म्हणजे वैष्णवांत ही द्वैत-अद्वैत उपासना केली जाते. कर्नाटकातले विठ्ठलभक्त द्वैती-कर्मकांडी, तर मराठी मुलखातले महाराष्ट्री अद्वैती. दोघेही धर्माभिमान-पंथ-वर्ण विसरून भक्तिभावाने भारलेले! पंढरपुरात पुंडलिकेश्वर शिव उपासना (भक्त म्हणून) श्री विठ्ठलाची वैष्णव देवतेची, त्यामुळे शैव-वैष्णव महासमन्वय त्या क्षेत्रात झाला. हे तत्त्व डॉ. ढेरे यांनी आपल्या 'श्री विठ्ठल : एक महासमन्वय' या ग्रंथात मांडले. तसेच एक स्वरूप आज आळंदी क्षेत्रात आढळून येते. भोवताली अठराहून अधिक शिवमंदिरे. नाथ संप्रदायातील निवृत्तिनाथांकडून दीक्षा घेतलेले आणि सिद्धेश्वर मंदिरात संजीवन समाधी घेणारे ज्ञानदेव; जे भागवत (वारकरी) संप्रदायाचे पायाभूत ठरले. *ज्ञानदेवे रचिला पाया । उभारिले देवालया ॥ तुका झालासे कळस । भजन करा सावकाश ॥'* या त्यांच्या खुणा. अशा रीतीने पुन्हा एकदा शैव-वैष्णवांचा महासमन्वय आळंदीत दिसतो.

शैव संप्रदायाच्या नाथपंथात शिव-शक्तीची योगमार्गे उपासना केली जाते. त्यासाठी गुरुकृपा आणि गुरुमंत्र हवा अशी पद्धत आहे. त्यातूनच प्रारंभीच्या नवनाथांच्या कथा, त्यांची जीवनशैली लोकांसमोर आली आहे. महाराष्ट्रातच नव्हे, तर भारतभर हा संप्रदाय पसरला आहे.

तीनचार वर्षांपूर्वी पुण्यातल्या एका मासिकाने दिवाळी अंकासाठी 'नाथ संप्रदाय : इतिहास आणि तत्त्वज्ञान' असा लेख माझ्याकडून लिहून घेतला.

भांडारकर संस्थेतील हस्तलिखिते-पुस्तके वापरून सातआठ पानांचा लेख त्या काळी छापून आला. आणि जरी मी पंढरपूरचा असलो, तरी शैवांचा नाथपंथ अभ्यासावा असे मनात आले; पण विठ्ठल-पंढरपूर-मठ-दिंड्या-फड-वारकरी यांवरच लिहीत राहिलो.

दोन वर्षांपूर्वी पावसाळ्याच्या दिवसांत माझ्या घराजवळ उंबराच्या झाडाला टांगलेली एक प्लास्टिकची पिशवी सापडली. आसपासच्या लोकांनी तीवर हक्क सांगितला नसल्याने घरी आणली. तिच्यामध्ये 'नवनाथ कथासार' ग्रंथाची शिळाप्रेसवर छापलेली, सचित्र अशी संपूर्ण पोथी मिळाली. लोकांच्या अनास्थेने मन अस्वस्थ झाले. ही बातमी वृत्तपत्रात आल्याने माझे मित्र, प्रसिद्ध ज्योतिषी आदिनाथ साळवी यांनी तो ग्रंथ माझ्याकडून भेट मागून नेला.

आता सकाळ प्रकाशनातर्फे 'नाथपंथाचा इतिहास' या विषयावर पुस्तक लिहिण्याची विनंती संपादिका ऐश्वर्या कुमठेकर यांनी केली. लिखाणास सुरुवात केली आणि कोरोनामुळे लागणारे संदर्भ ग्रंथ मिळेनासे झाले. परंतु मोठ्या कष्टाने या कोरोनाच्या काळात पुण्याबाहेर राहायला जाऊन दोनशे पृष्ठांचा ग्रंथ पुरा केला. त्यासाठी संस्कृत-हिंदी-मराठी-पंजाबी असे बरेच संदर्भ पाहिले. नाथकथांवर पारायणे करणाऱ्या भाविकांचे ग्रंथ अभ्यासले आणि अनेक नकारात्मक परिस्थितींतून हा ग्रंथ शेवटास नेला. क्वचित ठिकाणी मजकुराची, कथांची द्विरुक्ती होणे शक्य आहे. त्याबद्दल वाचकांनी कृपया क्षमा करावी. ज्यांचे ग्रंथ या पुस्तकासाठी वापरले त्यांचा कृतज्ञतापूर्वक उल्लेख शेवटी केला आहे.

माझ्या हातून हे पवित्र कार्य करून घेतल्याबद्दल मी सकाळ प्रकाशनाचे आभार मानतो. माझ्या या लेखनासाठी प्रसिद्ध मूर्तिशास्त्रज्ञ, डेक्कन कॉलेजचे माजी कुलगुरू आणि नाथ संप्रदायाशी नात्याचा संबंध असलेले पुरातत्त्व विद्याप्रवीण डॉ. गो.बं. देगलूरकर यांची प्रस्तावना मला उचित वाटल्याने ती मी जोडली आहे. प्रस्तावना दिल्याबद्दल त्यांना मनःपूर्वक धन्यवाद. पुस्तकाचे देखणे व अर्थपूर्ण मुखपृष्ठ करणारे श्री. संदीप देशपांडे, अक्षरजुळणी व मांडणी करणारे उमा व यशोधन लोवलेकर यांचेही आभार.

नाथ संप्रदायावर सोप्या पद्धतीने लिहिणे अवघड असून हे 'शिवधनुष्य' मी यथामती पेलण्याचा प्रयत्न या पुस्तकाच्या रूपाने केला आहे.

सकाळ प्रकाशनातर्फे हा ग्रंथ लिहिताना मनात एक विचार साक्षेपाने डोकावला. आजवरचे माझे लेखन संशोधनात्मक, रचनेत थोडेसे किचकट आणि अनेक संस्कृत संदर्भांच्या उद्धरणांनी भरलेले असते. कारण आयुष्याची ४०

वर्षे भांडारकर संशोधन संस्थेच्या ग्रंथ आणि हस्तलिखित संग्रहात घालवली. परंतु, हा ग्रंथ संशोधनाच्या किचकट शैलीत, चिकित्सक दृष्टीतून न लिहिता; जरूर पडेल तेथे मराठी नाथ सांप्रदायिक ग्रंथांचा आधार घेतला आहे आणि महत्त्वाच्या संदर्भांसाठी संस्कृत ग्रंथ आणि विदेशी रचना उद्धृत केल्या आहेत. या लेखनात कोठेही 'तळटीपा' वापरल्या नसल्या तरी गरज पडेल तेथे कंसात संदर्भ दिला आहे. त्यामुळे हा ग्रंथ सर्वसामान्य वाचकांच्या पसंतीस उतरावा अशी अपेक्षा आहे. वीस वर्षांपूर्वी (ऑक्टोबर २००१) माझे मित्रवर्य अण्णासाहेब तथा रा.चिं. ढेरे यांनी नाथ संप्रदायावर लिहिलेला ग्रंथ प्रकाशित झाला. त्या ग्रंथातील अभ्यासपूर्ण संदर्भ मी डॉ. अरुणाताई ढेरे यांच्या अनुमतीने वापरले आहेत. त्याबद्दल मन:पूर्वक कृतज्ञता.

वा.ल. मंजूळ

अनुक्रमणिका

१. नाथ संप्रदायाचा श्रीगणेशा १३

२. संप्रदायाची नामनिश्चिती १८

३. नाथ संप्रदायाची जन्मभूमी २५

४. सांप्रदायिक वेष ३३

५. प्राचीन काळातील नाथ सिद्धांचा परिचय ३९

६. नाथ संप्रदायाचे स्वरूप (स्थाननिश्चिती) ४४

७. नाथ संप्रदायाची उपास्य देवता आणि पवित्र स्थाने ५५

८. नाथ संप्रदायाचे शाखाभेद ५८

९. महाराष्ट्रातील नाथ संप्रदायाची परंपरा ६२

१०. राजस्थानातील नाथ परंपरा ६८

११. नाथ संप्रदायाचे भारत देशव्यापी स्वरूप ७६

१२. इतर धर्मसंप्रदायांवर नाथपंथाचा प्रभाव ८४

१३. नवनाथांच्या चरित्रकथा ८९

१४. नाथ संप्रदायाचे यौगिक तत्त्वज्ञान ११७

१५. नाथ संप्रदाय आणि यौगिक विचारसरणी १२८

१६. नाथसिद्धांचे वाङ्मय १३५

१७. नाथ संप्रदायाची ग्रंथरचना १४४

१८. गहिनीनाथांची पारंपरिक वैशिष्ट्ये १६३

१९. नाथ संप्रदायाच्या रचना (संक्षेपाने) १८१

२०. नाथ संप्रदायाची मराठी मांदियाळी १९८

२१. समारोप २०९

संदर्भ ग्रंथ सूची २१२

नाथ संप्रदायाचा श्रीगणेशा

'नाथ संप्रदायाचा इतिहास व परंपरा' यांबद्दल लिहिणे म्हणजे शिवधनुष्य उचलण्याचा प्रयत्न करण्यासारखे आहे. 'श्रद्धा आणि जिज्ञासा', 'परंपरा आणि संशोधन' या मार्गांनी प्रवास करीत लेखन करणे एक प्रकारची कसरत आहे. आपल्या देशात अनेक पंथ-संप्रदायांना प्राचीन काळापासून परंपरा लाभली आहे. वास्तविक भारताचे प्राचीन नाव 'हिंदुस्थान' मानले गेले. सिंधु-हिंदु-स्थान असा त्याचा अर्थ घेतला जातो. काहींनी 'इंडस'वरून (सिंधू नदीवरून) 'इंडिया' झाले असेही मत मांडले आहे. अर्थात ब्रिटिशांनी 'इंडिया' असे नामकरण केले, असा प्रवाद आहे. विशेष म्हणजे या हिंदुस्थानात केवळ हिंदुधर्मीयच नव्हे, तर इस्लाम, बौद्ध, ख्रिश्चन असे महत्त्वाचे अन्यधर्मीयही सुखाने नांदत होते. त्यांची दैवते, उपासना, आचारविचार निष्ठेने जपत होते. आजही ती परंपरा चालू आहे.

हिंदू धर्मात महानुभाव पंथ, लिंगायत, शीख, जैन असे अनेक संप्रदाय काळानुसार उगम पावले. वास्तविक हे संप्रदाय तत्कालीन वैशिष्ट्यपूर्ण उपासना पद्धतींवरून जन्माला आले. अगदी प्रारंभी 'सगुण आणि निर्गुण' उपासना पद्धतींवरून पंथ मानला जात असे. श्री संत ज्ञानदेवांनीही 'तुज सगुण म्हणू की निर्गुण रे। सगुण निर्गुण एकु गोविंद रे॥' असे म्हटले आहे. त्यानंतर सगुण उपासनेतून 'शैव-वैष्णव' हे दोन मोठे संप्रदाय जन्माला आले आणि त्यातून आणखी काही लहान पंथ निर्माण झाले. मात्र, वारकरी संप्रदायात हे दोन्ही संप्रदाय, उपासनापद्धती आणि तत्त्वचिंतन एकत्र नांदल्याचे आढळून येते. आणि म्हणूनच 'श्री विठ्ठल : एक महासमन्वय' ग्रंथात डॉ. रा.चिं. ढेरे यांनी विठ्ठल दैवत हे त्याचे प्रतीक मानले आहे. त्यांच्या मते शैव-वैष्णव संप्रदाय विठ्ठलरूपी दैवताच्या उपासनेच्या निमित्ताने एकत्र आले आहेत.

नाथ संप्रदायाची उदयभूमी

'आदिनाथ गुरु सकल सिद्धांचा' असे जरी सर्वमान्य असले, तरी नाथ संप्रदायाचा प्रत्यक्ष कार्यारंभ मत्स्येंद्रनाथ उर्फ मच्छिंद्रनाथांपासून सुरू झाला हे

सर्व विद्वानांचे मत आहे. आदिसिद्ध मत्स्येंद्रनाथ आणि गोरखनाथ हे उत्तरेतले. त्यामुळे या संप्रदायाची जन्मभूमी उत्तर भारत असावी असा ग्रह सर्वत्र रूढ आहे आणि त्याला कारणही आहे. दारोदार फिरणारे जोगी आणि मठातून आढळणारे नाथ योगी हिंदी भाषेचा वापर करताना दिसतात. 'अलख निरंजन' ही घोषणा आणि त्याचे उत्तर 'आदेश' हे त्याचे उत्तम उदाहरण सांगता येईल. आजवर नाथ संप्रदायावर लेखन करणाऱ्या संशोधकांनी उत्तरेचा आश्रय घेतला. ते दक्षिण भारतीय संप्रदाय अभ्यास साधनांतून वंचित होते. त्यामुळे प्रचलित समजुती ग्राह्य धरून त्यांनी अभ्यास संशोधन केले. परिणामी, नाथपंथाचे दक्षिण भारतातील मूळ मागे पडले.

आदिनाथ शिवशंकर हे या संप्रदायाचे मूळपुरुष मानले गेले आहेत. 'आदिनाथ गुरु सकळ सिद्धांचा' असा दाखलाही संतसाहित्यात मिळतो. असे असले तरी 'मत्स्येंद्रनाथ' (यापुढे सर्वत्र 'मच्छिंद्रनाथ' या नावाने उल्लेख) हे आदिनाथ शंकराचे शिष्य, ज्यांचे नाव या संप्रदायाशी अधिक जोडले गेले आहे, तेच या संप्रदायाचे प्रथम मानवी गुरू आहेत. पुढे जाऊन संप्रदायाला नावारूपाला आणण्याचे मोठे काम मच्छिंद्रनाथांचे शिष्य गोरक्षनाथ उर्फ गोरक्षनाथांनी केले. नाथ संप्रदायाच्या तत्त्वज्ञानाचे स्वरूप शब्दबद्ध करून या संप्रदायाला तात्त्विक पीठिका गोरखनाथांनी दिली. तसेच मत्स्येंद्रनाथांचे गुरुबंधु जालंधरनाथ आणि त्यांचे शिष्य कानिफनाथ यांनीही संप्रदायाच्या मान्यतेत मोठी भर घातली.

सांप्रदायिक ग्रंथामध्ये विशेषतः 'हठयोग प्रदीपिका' (१-५) ब्रह्मानंदांनी टीका करताना सर्व नाथपंथीयांत 'शिव' म्हणजेच आदिनाथ स्वीकारले गेले आहेत, असे म्हटले आहे. ते म्हणतात -

'आदिनाथः सर्वेषां नाथांना प्रथमः ततो नाथसंप्रदायः प्रवृत्त इति नाथ सांप्रदायिनां वदन्ति।'

नाथ संप्रदाय एक योगप्रधान शैव संप्रदाय मानला गेला आहे. या संप्रदायाचा आदिगुरू शिव मानला गेल्याने नाथपदाची प्राप्ती म्हणजे शिवत्वाची प्राप्ती. हे या संप्रदायाचे अंतिम उद्दिष्ट आहे. त्यामुळे ते आपल्या नावापुढे 'नाथ' हे पद जोडतात. हा संप्रदाय योगप्रधान असल्याने, तसेच योगमार्गनि सिद्धावस्था अथवा अवधूतावस्था प्राप्त करणे हे यांचे ध्येय असल्याने या संप्रदायाला 'योग संप्रदाय',

'सिद्ध संप्रदाय' व 'अवधूत संप्रदाय' अशीही नावे लाभली. त्यातील 'अवधूत' विशेषण दत्तसंप्रदायाकडे वळले आणि श्री गुरुदत्तांचा जयजयकार करताना 'अवधूत चिंतन श्रीगुरुदेव दत्त' असा मंत्र पुढच्या काळात साधनेत वापरला गेला.

नाथ संप्रदायाच्या इतिहासाचा अभ्यास करताना उत्तर दिशेचा उल्लेख संप्रदाय उत्पत्तीचे स्थान म्हणून केला, कारण दक्षिण प्रदेशाचा, उपलब्ध साधनांचा उपयोग न केल्याने केवळ मच्छिंद्र आणि गोरख यांच्या नावांच्या आधारे संप्रदायाची उत्पत्ती उत्तर भारत मानली गेली. आता दक्षिण भारतातील साधनांचा आधार घेताना, दक्षिण भारताचा प्रभाव नाथ संप्रदायावर, त्यांच्या उत्पत्तीवर अधिक आहे म्हणावे लागेल.

नाथ संप्रदायाशी दृढ संबंधित अशा चक्रधरांची (महानुभाव पंथाच्या संस्थापकांची) त्यांच्या एकाकी काळातील भ्रमणात भर्तृहरिशिष्या मुक्ताबाई या नाथयोगिनीची भेट झाली. ही नाथयोगिनी कदलीवनातीलच होत्या.

कर्दळीचा वनी । मुक्ताई योगिनी ।

देओ धायधणी । पुजिएले ।

असा तिचा उल्लेख महानुभाव वाङ्मयात आला आहे.

'कन्नडदेसा तेलंगदेसा न वचावे' या चक्रधराच्या निषेधात्मक आज्ञेचे कारण 'तेथ अवधूत मान्य' असे आहे. चक्रधरांना त्यांच्या एकाकी भ्रमणात या प्रदेशातील अवधूत प्राबल्याची चांगलीच जाणीव झालेली आहे.

नाथपंथाच्या आदिसिद्धांतील एक प्रसिद्ध सिद्ध आणि वीरशैव मतप्रवर्तक अल्लम प्रभु, रेवणसिद्ध आणि महादेवी अक्का या तिन्ही सत्पुरुषांनी श्रीशैलाजवळील कदळीवनात समाधी घेतल्याचे वर्णन अनेक लिंगायतपंथीय ग्रंथात आढळून येते. श्रीशैल आणि कदळीवन हे लिंगायतांचे परमपवित्र स्थान आहे.

दत्त संप्रदायाचे प्रणेते श्री नरसिंह-सरस्वती अखेर श्रीशैलजवळील कदळीवनात प्रवेश करून समाधिस्थ झाले असे वर्णन गुरुचरित्रात आहे. गुरुचरित्रात श्रीशैलविषयीचा एक समग्र अध्याय (अ. ४३) वर्णिला आहे. त्यात *'ऐसे बोधुनि शिष्यांसि । गुरु गेले कदळीवनासि ।'* असा स्पष्ट उल्लेखही आढळतो.

प्रसिद्ध नाथ संप्रदायाचे सिद्ध पुरुष चांगावटेश्वर यांच्या 'तत्त्वसार' या ग्रंथामध्ये कदळीवनाचा (कदलीवनाचा) सूचक उल्लेख आढळतो. हा तत्त्वसार ग्रंथ गुरु-शिष्य संवादरूपात मांडला गेला आहे. एका ठिकाणी गुरू शिष्याला त्याज्य विषय आणि स्थळे सांगताना स्वतः चांगदेव महान योगी असूनही, त्यांना त्या संप्रदायाच्या मार्गात आणि स्थानात विपरीत दृश्ये पाहावयास मिळाल्याने त्या स्थानावर यौगिक आणि अन्य रासायनिक साधनांचा व तत्संबंधीचा त्याग सुचवला आहे. ते म्हणतात -

त्यजी तीर्थदेशभ्रमण । गिरि गह्वर कर्दळीवन ।
निरोपद्रव स्थानीं रहण । प्रारंभी तूं ।।

ही कदळीवनाची भूमी साधनेसाठी उपद्रवकारक आहे असे चांगदेवांनी स्पष्ट म्हटले आहे.

चौदाव्या शतकात होऊन गेलेल्या गौरन्न मंत्री या तेलुगु कवीने 'नवनाथचरित्रमु' ग्रंथामध्ये नवनाथांचा इतिहास दिला आहे. त्यामध्ये काही स्थानिक नाथांचा समावेश केला आहे. सिद्धांचा समावेश केला आहे. नाथ संप्रदायावरचा हा अति प्राचीन ग्रंथ मानला जातो आणि विशेष म्हणजे कवीने हा ग्रंथ श्रीशैल मल्लिकार्जुनाला अर्पण केला आहे.

या ग्रंथात राजा गोपीचंद जो पुढे नाथ संप्रदायात समाविष्ट झाला, त्याच्या पूर्वायुष्यात एका दक्षिणी योगिनीने आपल्या मोहजालात अडकवून ठेवल्याची कथा पाहावयास मिळते. लीळाचरित्राच्या उत्तरार्धात चक्रधरांनी आपल्या शिष्यांना जालंधर शिष्य कान्हाच्या (कानिफच्या) अंताची चमत्कारिक कथा सांगितली आहे. त्या कथेनुसार कान्हाचा (कान्हपादाचा) अंत दक्षिणेतील बहुडी नावाच्या योगिनीशी समागम करून आपला उध्वरितावस्था सिद्ध केल्याची नोंद सापडते. याच बहुडीची स्वामिनी कामाख्यानामक योगिनी चांगदेव राऊळांची योगख्याती ऐकून समागमाच्या इच्छेने द्वारकेस गेली होती. तिला नकार देऊन तिच्या हट्टापायी चांगदेव राऊळांनी अखेर देहत्याग केल्याची कथा लीळाचरित्रात आली आहे.

श्रीशैलावरील तंत्रसाधकांत योगिनींचा भरणा मोठा असे हे आपण वरील काही उदाहरणांवरून पाहिले आहे. त्यावरून दक्षिणेतील योगसाधिकांच्या साधनपद्धतीवर प्रकाश पडतो. यावरून कदलीवन आणि त्यातील स्त्रीराज्य म्हणजे काय यावर प्रकाश पडतो, योग्यांशी संबंध ठेवणारे स्त्रीराज्य शोधण्यास कामरूप वा सिंहलद्वीपात (उत्तरेकडील अभ्यासकांच्या मतानुसार) जाण्याची गरज नाही. त्यातही मच्छिंद्रनाथांचे स्त्रीराज्यात वास्तव्य आणि नंतर शिष्यवर गोरक्षनाथांनी त्यातून त्यांना बाहेर काढण्याची कथा आपल्याला पाहावयास मिळते.

नाथ संप्रदायाचे महान प्रवर्तक गोरक्षनाथ हेदेखील दक्षिणेकडील गोदातीरावरचे मानले गेले आहेत.

एकनाथांनी भावार्थ रामायणात सीताशुद्धीच्या निमित्ताने दक्षिणेतील अनेक स्थळांची नोंद केली आहे. त्यामध्ये कदळीवनाचा समावेश आहे. नाथांच्या भावार्थ रामायणाची पूर्तता करणारे मुक्तेश्वराचे 'उत्तरकांड' अगदी अलीकडे उपलब्ध झाले आहे. त्यातही 'श्री पर्वति कर्दळीवनी' असा सयुक्तिक उल्लेख आला आहे.

संवत २०१३मध्ये नाशिकच्या सिंहस्थ यात्रेच्या निमित्ताने काशीच्या योगप्रचारिणी सभेने 'कदली मंजुनाथ माहात्म्य' नावाचा ग्रंथ प्रकाशित केला आहे. संस्कृत भाषेतील, ताडपत्रावरचा, तुलु लिपीत लिहिलेला हा ग्रंथ कदली मंजुनाथाच्या घरीच उपलब्ध झाला आहे. साठ अध्यायांच्या या ग्रंथात श्रीशैल व कदलीवन यांचे भौगोलिक ऐक्य मानले आहे. श्रीशैलस्थ मंजुनाथाला (आदिनाथाला) सर्वत्र 'कदलीश्वर' संबोधले आहे. कदली मंजुनाथ पीठ हे नाथ संप्रदायात सर्वांत प्राचीन मानले गेले आहे. प्रत्येक बारा वर्षांनंतर येणाऱ्या सिंहस्थ पर्वात त्र्यंबकेश्वर क्षेत्री एकत्र जमतात आणि तेथे योगिराजाची निवड करतात, नंतर गोदावरीच्या पाण्याने त्यांना अभिषेक करतात. तोही 'कदली मंजुनाथ पीठा'वर आणि त्याला 'पात्रदेव कदली यात्रा' संबोधतात.

या सर्व विवेचनावरून नाथ संप्रदायाची उदयभूमी दक्षिणेतील 'श्रीशैल कदलीवन' मानावी लागेल. तसेच आंध्र प्रदेश व कर्नाटक प्रांत हे नाथ संप्रदायाची प्रथम लीळास्थळे आहेत, हेसुद्धा दिसून येईल.

•••

२

संप्रदायाची नामनिश्चिती

नाथ संप्रदाय या नावाने प्रसिद्ध असलेल्या धर्म संप्रदायाचे सुरुवातीपासून हेच नाव प्रचलित होते की त्यामध्ये काळानुरूप बदल होत गेले? नावात बदल झाले असल्यास ते कशा स्वरूपाचे होते? बदलांमागील कारणे कोणती? या प्रश्नांचा विचार आपण या प्रकरणात करणार आहोत. प्रत्येक संप्रदायाच्या नावातून संप्रदायाची विशेष लक्षणे, काही स्वरूपविशेष व्यक्त होत असतात काय, हेही आपल्याला पाहावे लागेल.

नाथ संप्रदाय, नाथपंथ, सिद्धपंथ, सिद्धमत, सिद्धमार्ग, योगमार्ग, योग संप्रदाय, अवधूत मत, गोरखपंथ, कानफाटा संप्रदाय, गुरुमार्ग इत्यादी विविध नावांनी हा पंथ ओळखला गेला. त्या त्या नावामागे काही वैशिष्ट्य आढळून येते.

'नाथसंप्रदाय' ही संज्ञा नवीन असून तिचा वापर प्रथमतः 'हरशास्त्री' यांनी आपल्या लेखनात केला, असे मत डॉ. मलिक यांनी प्रकट केले आहे. परंतु, हे विधान धाडसाचे म्हणावे लागेल; कारण भारतीय विद्वानांना 'नाथ संप्रदाय', 'नाथपंथ' या संज्ञा जुन्याच असल्याचे माहीत आहे. ब्रह्मानंदांनी 'हठयोग प्रदीपिका' टीकेत नाथसंप्रदाय हीच संज्ञा वापरली आहे.

'आदिनाथ सर्वेषाम् नाथानाम् प्रथमः ततो नाथ संप्रदायः प्रवृत्तः इति नाथ संप्रदायिनो वदन्ति ।'

गोरख सिद्धान्त संग्रहात 'नाथमार्ग' अशी संज्ञा वापरली आहे. गोरखनाथ नाथ संप्रदायात अनेक वेळा 'नाथ' नावानेच ओळखले जातात. 'राजगुह्य' ग्रंथात नाथ या शब्दाचे विवरण असे आहे -

नाकारोऽनादिरूपं यकारः स्थाप्यते सदा ।

भुवनत्रयमेवैकः श्री गोरक्ष नमोस्तुते ।।

'शक्ती संगम तंत्र' ग्रंथातही नाथपदाचे आध्यात्मिक व्युत्पादन केले आहे ते असे -

श्रीमोक्षदान दक्षत्वात् नाथ ब्रह्मातु बोधत्वात् ।

स्थगिता ज्ञान विभवात् श्री नाथ इति गीयते ।।

महाराष्ट्रात तेराव्या शतकापासून आजपर्यंत 'नाथपंथ' ही संज्ञा बऱ्याच ठिकाणी वापरली गेली.

'नाथपंथ का बाणा न्यारा' असे सोहिरोबांनी म्हटले आहे. 'नवनाथ भक्तिसार' या ग्रंथात याच संज्ञेचा उपयोग केला गेला आहे. गिरीधर स्वामींनी (समर्थ संप्रदायाचे) 'समर्थ प्रताप' ग्रंथात 'नाथपंथी बालक' असा शब्दप्रयोग केला आहे. स्वतः रामदासांनी दासबोधाच्या सभास्तवनात 'नाथपंथी' शब्दाचा वापर केला आहे. राजाराम प्रासादीच्या 'भक्ती मंजरी' मालेत 'नाथ संप्रदाई तयासी नमन' म्हटले आहे, तर त्र्यंबकरायाच्या 'बाळबोधा'मध्ये *'येथुनि दृष्टीप्रकारु नाथपंथ विचारु'* आणि *'नाथपंथी सिद्धान्ती । तेथ ही दाविली वित्पत्ती ।।'* असा दोन वेळा उल्लेख केला आहे. संत निळोबारायांनी *'नाथपंथाची थोरी । प्रकट केली ज्ञानेश्वरी ।।'* म्हणून ज्ञानदेवांना नाथपंथीयांत नेऊन बसविले आहे.

महानुभावीय ग्रंथात 'नाथपंथ' आणि 'नाथपंथी' असे शब्द वारंवार वापरले गेले आहेत. स्वतः ज्ञानदेवांनी ज्ञानेश्वरीच्या सहाव्या अध्यायात योगरहस्याला 'नाथ संकेतिचा दंशु' म्हटले आहे. यावरून नाथपंथ आणि नाथ संप्रदाय या संज्ञेची प्राचीनता लक्षात येते.

सिद्धमत आणि सिद्धपंथ

सिद्धमत याचा अर्थ 'सिद्ध असे मत' अथवा 'सिद्धांचे मत' असा दोन प्रकारे घेता येतो. सिद्ध ही पदवी केवळ नाथ संप्रदायापुरतीच वापरली नसून या संप्रदायाच्या उगमाआधीही ही वापरली गेली होती, याचे पुरावे मिळतात. या संज्ञेशी संबंधित असलेले वज्रयानी सिद्ध, जैन सिद्ध, कौल सिद्ध, निरंजन सिद्ध अशा अनेक साधनप्रणालींसाठी तो वापरला गेला. या संज्ञेची व्याप्ती मोठी असल्याने नाथ संप्रदायी त्यामध्ये 'सिद्धमती' नावे ओळखले जात असे. 'सिद्धसिद्धान्तपद्धती' या संस्कृत ग्रंथात (गोरक्षनाथ कृत) सिद्ध संज्ञा अनेक वेळा वापरली आहे.

वर्जयेत तान गुरून् दुरे धीरः सिद्धमताश्रयः ।

तस्मात् सिद्धमतं स्वभावं समयं धीरः सदा संश्रयेत ।।

तसेच निवृत्तिनाथ आणि ज्ञानदेव यांनीही सिद्धमताची कल्पना मांडली आहे.

'गहिनीनाथ सांगे निवृत्तीचे कानी । पावले ते ज्ञानी सिद्धपंथे ।।

निवृत्तीचे गूज स्वतंत्र वोतिले । अपार पावले सिद्धपंथे ।।

निवृत्ती निष्टंक ज्ञान तै सम्यक् । गयनी विवेक सिद्धपंथु ।।

चांगावटेश्वराच्या तत्त्वसारातही 'सिद्धपंथ' शब्द आला आहे. संत तुकारामांनीही आपल्या दोन अभंगांत सिद्धपंथाचा गौरव केला आहे.

जन्म-मरणाच्या खुंटतील खेपा । होईल हा सोपा सिद्धपंथ ।।

किंवा

जाईन सिद्धपंथे अवघ्या चुकतील खेपा ।।

दामा कोंडदेवकृत सिद्धान्तसार ग्रंथात नाथपंथाचा निर्देश 'सिद्धपंथ' असा केला आहे. महानुभावाच्या मतिरत्नाकर ग्रंथात 'सिद्धीप्रकाश' ग्रंथावर व्याख्या करताना म्हटले आहे :

दुराश्रवणी म्हणजे दुरुनी ऐकीजे । प्रकाश रूपता प्रकाशे आगळी बोलिजे ।

या अष्टमहासिद्धी जाणिजे । सिद्धपंथ ।।

अवधूत संप्रदाय

नाथपंथीयांना 'नाथ' जोगी, याचप्रमाणे 'अवधूत' ही संज्ञा वापरली जाते. लीळाचरित्रात या नाथ सांप्रदायिक अवधूतांसाठी मत, मार्ग, पंथ असा नामनिर्देश आढळतो. वास्तविक श्री दत्तात्रेयांचा जयघोष करताना 'अवधूत चिंतन श्री गुरुदेव दत्त' असा उल्लेख केला जातो. कदाचित नंतरच्या काळात अवधूत श्री दत्तांचे विषयी वापरले गेले असावे. कबीराने नाथपंथीय अवधूतांना उद्देशून अनेक उद्गार काढले आहेत. मीराबाईने आपल्या पदात या अवधूताला संबोधले आहे. 'गोरक्ष सिद्धान्त संग्रह' या ग्रंथात 'अस्माकं मतंतू अवधूतमेव.' म्हटले आहे. अवधूताची व्याख्या करताना गोरक्षनाथांनी 'सर्वान् प्रकृति विकारान् अवधूनोति इति अवधूत:' असे म्हटले आहे.

दत्त सांप्रदायिकांत दत्तात्रेयाला अवधूत संबोधले आहे. *'वटेश्वराचा सुतु। चांगा म्हणे अवधुतु'* असा उल्लेख चांगावटेश्वराच्या रचनेतही आढळतो. एकंदरीत नाथ आणि अवधूत हे आदिनाथ म्हणजे शिवस्वरूपामुळे किंवा योगसाधनेमुळे एकत्रितपणे संबोधले गेले असावेत.

योगमार्गी संप्रदाय

योग संप्रदाय म्हणजे योगप्रधानांचा समुदाय म्हणावा लागेल. हा केवळ नाथ

संप्रदायासाठी वापरला गेला नसावा. कारण, नाथ संप्रदायाच्या आधीदेखील अनेक योगसाधनाप्रधान संप्रदाय होते. गोरक्ष सिद्धान्तात म्हटले आहे -

योग संप्रदायाविना सर्व मते विपरिता वार्ता वर्तते।

म्हणजे योगाची सर्व संप्रदायांवर मोठ्या प्रमाणात छाप होती.

गोरख पंथ

गोरखनाथ प्रवर्तित पंथ म्हणून नाथ संप्रदायाचेच हे एक नाव वापरले गेले आहे; कारण गोरक्षनाथांच्या लिखित तत्त्वज्ञानाची अधिक छाप नाथपंथीयात बहुरूपात दिसून येते. त्यामुळे नाथ संप्रदायीच्या ऐवजी 'गोरखपंथी' म्हणूनही मानले.

कानफाटा

कान फाडून कर्णमुद्रा घालण्याची जी पद्धत नाथ संप्रदायात नंतर प्रचलित झाली त्यावरून हे नाव पडले. मराठीत हे नामाभिधान निंदाव्यंजक मानले गेले आहे. एकनाथ - तुकाराम - रामदास व इतर काही संतांनी आपल्या रचनेतून या पद्धतीवर कठोर टीका केला आहे. पण पाश्चात्य संशोधकांत लिओनार्ड, ब्रिग्ज यांनी नाथपंथीयांना 'कानफाटा योगी' असेच संबोधले आहे.

गुरुमार्ग

ही संज्ञा 'मऱ्हाटी संस्कृती' ग्रंथाचे लेखक श्री. शं.बा. जोशी यांनी वापरली आहे. नाथ संप्रदायात गुरुमहिमा, गुरुमाहात्म्य या संज्ञेचे अधिष्ठान अधिक आहे. गोरक्षकृत ग्रंथात; तसेच अन्य सांप्रदायिक ग्रंथांत आणि ज्ञानेश्वरीत प्रकट केलेला गुरुमहिमा जाणून 'गुरुमार्ग' ही संज्ञा सार्थ वाटते.

सिद्धान्त संप्रदाय

मच्छिंद्रनाथाचा अभिनवगुप्ताने 'तंत्रालोकात' सादर केलेला उल्लेख आणि गोरक्षनाथांच्या नावावर काश्मिरी शैव परंपरेत आढळणारे 'महार्थ मंजिरी' इत्यादी ग्रंथांमुळे नाथ संप्रदायाच्या वैचारिक विश्वावर काश्मिरी शैववादाचा परिणाम असणे सुसंगत आहे. शिव-शक्तीच्या प्राणभूत कल्पनेचा समावेश नाथ संप्रदायाच्या तत्त्वज्ञानात काश्मिरी परंपरेतूनच झाला. ज्ञानदेवांच्या अमृतानुभवात या संकल्पनेचे परिणाम आणि परिष्कृत स्वरूप प्रकट झाल्याचे लक्षात येते. विशेषतः अमृतानुभवावर काश्मिरी शैव संप्रदायाचा प्रभाव असल्याचे जाणकारांनी मान्य केले आहे. अर्थात हा प्रभाव बाहेरचा नाही. तो परंपरेच्या प्रवाहामधून ज्ञानेश्वरांपर्यंत पोहोचला आहे. किंवा असेही म्हणता येईल की, गोरक्षनाथांच्या दार्शनिक समन्वयाच्या बीजातून ज्ञानदेवांनी

आपल्या दिव्य प्रतिभेने आणि प्रगाढ अनुभूतीने अमृतानुभवासारखा वैचारिक मधुरता असलेला ग्रंथ निर्माण केला.

नाथ संप्रदायात अनेकांनी ग्रंथरचना केल्या असल्या, तरी संप्रदायाच्या मूळ सिद्धान्ताचा मागोवा घेण्याच्या दृष्टीने त्यांचा उपयोग होत नाही. तर उत्तरकालीन ग्रंथकारांनी आपापल्या काळातील अनेक भल्या-बुऱ्या गोष्टी उचलल्या असल्याने नाथ संप्रदायाचे मूळ विचार त्यामुळे झाकोळले आहेत. प्रत्यक्ष मच्छिंद्रनाथाचे ग्रंथही कौलमताचे असल्याने नाथ संप्रदायासाठी त्यांचा उपयोग करून घेता येणार नाही. जालंधर आणि कृष्णपाद या आदिसिद्धांच्या रचनेचासुद्धा ते कापालिक मताचे असल्याने उपयोग होणार नाही. तरीपण संप्रदायाचा प्रवर्तक गोरखनाथ यांच्याच ग्रंथांचा विचार करून त्यावरून संप्रदायाचे मूलभूत सिद्धान्त ठरवावे लागतील. गोरक्षनाथांच्या प्रचंड ग्रंथरचनेमध्ये केवळ साधनापर (योगप्रक्रिया) ग्रंथच अधिक आहेत. तर गोरक्षनाथाच्या स्फुटरचना त्यांच्याच आहेत का, यावर वाद आहे. त्यामुळे प्राचीनतम भाषा असलेल्या संस्कृतमधील त्यांचा एकमेव ग्रंथ 'सिद्धसिद्धान्तपद्धती'च्या आधारेच नाथ संप्रदायाचे मूलभूत सिद्धान्त ठरवावे लागतील आणि स्वीकारावे लागतील.

शक्तियुक्त शिव

या सिद्धसिद्धान्तपद्धतीचे म्हणणे काय आहे ते समजून घ्यावे लागेल. प्रारंभीच गोरखनाथांनी म्हटले आहे.

आदिनाथं नमस्कृत्यं शक्तियुक्तं जगद्गुरुं ।

वक्षे गोरक्षनाथोऽहं सिद्धसिद्धान्त पद्धतिम् ।।

गोरक्षनाथांच्या नावावर बरेच ग्रंथ आहेत आणि ते नाथ संप्रदायाचा परिचय करून देणारे आहेत. त्यामध्ये 'सिद्धसिद्धान्तपद्धती' प्रथम दर्जाचा म्हणून गणला जातो. त्यानंतर 'अमनस्कयोग', 'विवेकमार्तंड', 'गोरक्ष शतक', 'गोरक्षबोध' अशी त्यांची नावे आहेत. एकंदरीत गोरक्षांनी आदिनाथ, जो नाथ संप्रदायाचा मूळ पुरुष (शिव) आहे, हा 'शक्तियुक्त शिव' हेच अंतिम सत्य आहे, असे म्हटले आहे. ते स्वयंप्रकाशी, स्वयंवेध, अनंत, अविनाशी, व्यक्ताव्यक्त विवर्जित आणि द्वैताद्वैत विलक्षण असे आहे. हे शिवतत्त्व शक्तियुक्त आहे. पण शक्ती शिवाहून भिन्न नसून अंगभूतच आहे. म्हणजेच ती विश्वाच्या उत्पत्ती-स्थिती-लयाला कारणीभूत आहे. या शक्तीचे रूप अखंड क्रियमाण आहे. हे क्रियमाण स्वरूप कधी स्थूल तर कधी सूक्ष्म, कधी व्यक्त तर कधी अव्यक्त असते. या शक्तीच्या विकासातून

वा संकोचातून हे विश्वचक्र चालू राहते. शक्तियुक्त शिवपिण्ड-ब्रह्माण्डाचा आधार आहे. असेही म्हटले जाते की, शिवातील 'इ'कार हा शक्तिवाचक, तर उरलेला भाग शक्तीविना केवळ 'शव' आहे !

'शिवोऽपि शक्तिरहितः कर्तुं शक्नोतिन किंचन ।।'

हे सर्व तत्त्वज्ञान जे समजावयाला अवघड आहे. आचरणाला त्याहून कठीण आहे. तेच नाथ संप्रदायाचे मूळ स्वरूप आहे.

नाथ संप्रदायाचे प्रवर्तक

मध्यकाळात आदिनाथांपासून उदय पावलेल्या नाथ संप्रदायाचे आद्य उपास्य शिव असले, तरी नवनाथांचे चरित्र जाणून घेताना लक्षात येते की, दत्तात्रेयांनी नवनाथांना ब्रह्मज्ञान व सिद्धी प्राप्त करून दिल्या. गोरक्षनाथांनी त्यांच्या योगाधिकारांनी जनसामान्यांना आकर्षित करून त्यांच्या परमार्थाची वाट दाखवली. गुरू मच्छिंद्रनाथांनी गोरक्षनाथांसह भारतभ्रमण करून नाथ पंथाच्या सांप्रदायिक परंपरा विस्तारल्या, नवे मठ तयार केले आणि शिष्यसंभार वाढवला. चौऱ्याऐंशी 'सिद्ध' या संकल्पनेवरून त्यांचे पारमार्थिक ज्ञान व साधना याची कल्पना येते.

'नवनाथ भक्तिसार' या सांप्रदायिक ग्रंथात नवनाथ हे नवनारायण मानले आहेत; कलियुगारंभी विष्णूंनी या नवनारायणांना बोलावून कलियुगात अवतार घेण्याची आज्ञा केली. त्यानुसार नवनारायण नवनाथ रूपात प्रकटले. त्यांची नावे आणि अवतार रूप असे -

- कविनारायण - मच्छिंद्रनाथ
- हरिनारायण - गोरक्षनाथ
- अंतरिक्षनारायण - जालंधरनाथ
- प्रबुद्ध नारायण - कानिफनाथ
- पिप्पलायन - चर्पटीनाथ
- अविर्होत्र - नागनाथ
- द्रुमिलनारायण - भर्तृहरिनाथ
- चमसनारायण - रेवणनाथ
- करभाजन - गहिनीनाथ

हठयोग प्रदीपिकेत ही नवनाथांची परंपरा अधिक विस्तृत दिली आहे. (हठयोग प्रदीपिका १/५ ते १/८) त्यामध्ये एकूण २९ नाथांची नावे क्रमशः दिली आहेत. या परंपरेला सिद्धनामावली म्हटले आहे.

नाथ सांप्रदायिक परंपरेचा प्रचलित जो श्लोक आहे, त्यामध्ये नवनाथ असे दिले आहे.

गोरक्ष जालंधर चर्पटाश्च । अडबंग कानिफ मच्छिंद्राद्या ।।

चौरंगी रेवाणक भर्त्रि संज्ञा । भूम्यां बभूव नाथसिद्धा: ।।

नाथ संप्रदायाचा मूळ पुरुष मच्छिंद्रनाथ (मत्स्येंद्रनाथ) मानले जातात. तसे 'आदिनाथ (शिवशंकर) गुरु सकल सिद्धांचा' असे म्हटले, तरी प्रत्यक्ष मच्छिंद्रनाथांचा उदय म्हणजे काळ हाच या संप्रदायाचा उदयकाळ मानला जातो.

●●●

३

नाथ संप्रदायाची जन्मभूमी

नाथ संप्रदायाच्या जन्मभूमीबद्दल विद्वानांत बरेच मतभेद आहेत. दक्षिणेतील अभ्यासक-संशोधक नाथ संप्रदायाचा जन्म दक्षिणेत झाला असे मानतात, तर उत्तरेतील विद्वान उत्तरेत झाल्याचे समजतात. असे असले तरी महाराष्ट्राच्या सांस्कृतिक इतिहासात नाथ संप्रदायाचे स्थान अनन्यसाधारण मानले गेले आहे. महाराष्ट्राची 'माउली' म्हणून परिचित असलेले ज्ञानेश्वर हे नाथ संप्रदायाचे दीक्षित होते. तेसुद्धा गहिनीनाथ - निवृत्तिनाथ - ज्ञाननाथ अशा क्रमाने मान्य आहेत. त्यांच्या प्रेमाने-प्रज्ञेने आणि प्रतिभेने सांस्कृतिक जीवनाचे मंगल मंदिर सुस्थित पायावर उभे राहिले. एक प्रकारच्या अमर्याद अध्यात्म वैभवाचा वारसा त्यांनी आपल्याला दिला. त्यांच्या समग्र आंतरजीवनाचा भावमय आविष्कार ज्या ग्रंथात झाला आहे, ते ग्रंथ म्हणजे नाथ संप्रदायाने दिलेल्या आणि त्यांनी स्वीकारलेल्या अद्वयानंद वैभवाचा वारसा आहे असे मत त्यांनीच लिहून ठेवले आहे.

महाराष्ट्रातील महानुभाव, दत्त, वारकरी (भागवत), आनंद, समर्थ या साधना संप्रदायांपूर्वी नाथ संप्रदायाचा विकास घडून आला आणि या सर्व संप्रदायांवर त्याचा ठसा कमी-अधिक प्रमाणावर उमटला. आद्यत्व आणि महनीयत्व या दृष्टिकोनांतून नाथ संप्रदायाचा अभ्यास मराठी भक्तिपरंपरेच्या इतिहासात महत्त्वाचा आहे. नाथ संप्रदायाच्या उदात्त प्रेरणेचा वारसा महाराष्ट्राने अत्यंत आदराने आणि निष्ठेने सांभाळला आणि वाढवला, आणि जो आज वारकरी संप्रदायाच्या रूपाने वर्षानुवर्षे संपूर्ण महाराष्ट्राला व्यापून टाकत असल्याने नाथ संप्रदायाच्या इतिहासाचा वेध घेणे हे आपले परमकर्तव्य आहे.

संत ज्ञानेश्वरांनी गोरक्षनाथांना 'योगाब्जिनी सरोवर' आणि 'विषयविध्वंसैकवीर' या दोन विशेषणांनी गौरविले आहे. ज्ञानेश्वरीच्या (१८.१७५५) या श्लोकामध्ये त्यांनी केवळ गोरक्षनाथांचाच गौरव केला नसून नाथ संप्रदायाचे यथार्थ महिमान गायिले आहे असे वाटते. समकालीन साधनप्रणालीचे योग हे साधारण तत्त्व असल्याने आणि इंद्रिय संयमन आणि चित्तशुद्धीसाठी योगाची नितांत आवश्यकता

वाटल्याने गोरक्षनाथांनी 'विषयध्वंसना'च्या उद्देशाने योगप्रधान नाथ संप्रदायाचे वामाचारविरोधी आंदोलन उभे केले. या दोन्ही संकल्पनांचे रहस्य काय आहे हे अभ्यासून पाहावयास हवे.

दहाव्या-अकराव्या शतकाच्या सुमारास साधनेचे एक वेगळेच स्वरूप धारण केले होते. या स्वरूपाची जडणघडण जरी इसवी सनाच्या पहिल्या शतकापासून होत होती, तरी त्याची पूर्णावस्था दहाव्या शतकाचे अखेरीस घडून आली. हा काळ म्हणजे बौद्ध धर्माच्या ऱ्हासाचा अखेरचा टप्पा. या काळात बौद्ध धर्मनि तंत्रसाधना स्वीकारली आणि अनेक आचार्यांनी व साधकांनी या तंत्राचे सुव्यवस्थित शास्त्र बनवले. याच सुमारास या तंत्रसाधनेचा प्रकर्ष हिंदू साधनप्रणालीतही झाला; आणि लवकरच भारतात बौद्ध, शाक्त, कापालिक इत्यादी तंत्रसाधनांचे प्राबल्य माजले. या तंत्रसाधनेत सर्वत्र अनेक यौगिक प्रक्रिया रूढ होत्या; तांत्रिकाच्या प्रभावापासून दूर असलेल्या साधनप्रणालीतही योगावर भर होता. योग हे तत्कालीन भारतीय साधनप्रणालीचे वैशिष्ट्य बनले. जैन सांप्रदायिकांनीही त्या काळी योग प्रक्रियेचा प्रकर्ष गाठला. अनेक योग प्रक्रियांमुळे योग प्रयोजनात उत्तरोत्तर भर पडत गेली आणि त्यामुळे कित्येकदा योगाचे परमध्येय विस्मृत होऊ लागले. त्यातून भयंकर परिणाम घडत गेले आणि जरी या काळात शैव संप्रदायाचा झपाट्याने प्रसार होत होता, तरीही साधनामार्गांत मात्र शिवाऐवजी 'अशिवा'लाच प्राधान्य मिळाले होते. तंत्रमार्गातील सर्व घृणास्पद भयंकरता शिव आराधनेच्या नावाखाली चालू राहिली. या वेळी जैन, बौद्ध व हिंदू या तिन्ही परंपरा शिवाला सारख्याच उत्कटतेने मानू लागल्या होत्या. 'शिव' हे त्या काळातले सर्वसाधारण उपास्य दैवत बनले होते. तसेच, या काळात वेदविरोधी प्रवृत्तीचा उत्कर्ष होत गेला. इसवी सनाच्या सहाव्या शतकापासून दहाव्या शतकापर्यंत बहरत राहिलेल्या तंत्रसाधनांनी वेदांच्या विरोधात जोरदार आवाज उठवला. वैदिक परंपरेतील सामान्य-अतिसामान्य गोष्टींनाही त्यांनी प्रखर विरोध केला. परिणामी, आध्यात्मिक साधनेतून प्रतिकूल अशा गोष्टींचेही महिमान वाढले, नव्हे वाढवले गेले. बाह्याचाराला विरोध, चित्तशुद्धीला महत्त्व, शरीरालाच सकल साधनांचा आधार मानणे आणि समरसी भावाने स्व-संवेदनानंद उपभोगणे ही साधनेची साधारण वैशिष्ट्ये पाहावयास मिळाली.

या सर्व वैशिष्ट्यांनी युक्त आणि आपापल्या प्रणालीचे व्यवच्छेदक लक्षण असलेला सिद्धांचा मेळावा या काळात तयार झाला होता; वज्रयानी सिद्ध - सहजयानी सिद्ध, जैन सिद्ध, शाक्त सिद्ध, कापालिक सिद्ध इत्यादि विविध सिद्धांचे समूह तयार होत होते. त्यामध्ये 'कौल' सिद्धांसारखा आणखीही अनन्य साधनातील सिद्धांची भर

पडली. या काळातील संस्कृतीला आध्यात्मिक दृष्ट्या 'सिद्धसंस्कृती' म्हणावयास हरकत नाही. पं. राहुल सांकृत्यायन यांनी या युगाला राजकीयदृष्ट्या 'सामंत युग' आणि धार्मिकदृष्ट्या 'सिद्धयुग' असेच म्हटले आहे. (हिंदी काव्यधारा प्रस्तावना)

या सर्व साधनांचे केंद्र एका विशिष्ट भूभागात होते. बौद्धांच्या वज्रयानी शाखेचा उदय आणि विकास दक्षिणेत झाला होता. नागार्जुनकोंडा हे बौद्ध नागार्जुनाचे ठिकाण प्रसिद्धच आहे. द्रविड प्रदेशात अलवार आणि नयनार या तामिळी वैष्णव व शैव संतांची परंपरा याच सुमारास उत्कर्षास पोहोचली. नम्मलवारांसारखा शैव संत या वेळी समर्थपणे शैवमताचा पुरस्कार करीत होता. अलवाराच्या भक्तिगीतांचे संकलन होऊन 'नालायिर प्रबंधम्'सारखा तमिळवेद तयार झाला. या वैष्णव परंपरेतून, भक्ती संप्रदायामधून नव्या प्रेरणांचा उदय झाला आणि आचार्य परंपरेची पार्श्वभूमी तयार झाली होती. जैन साधनाही याच काळात कर्नाटकादि भूभागात प्रसारकार्य करीत होती. त्यामुळे तेथे जैन आणि तमिळ शैव यांच्यात संघर्ष चालू होता. या प्रदेशापासून जवळच मालव-राजस्थानात व गुर्जर प्रदेशातील सिद्धमुनी रामसिंह, मुनी देवसेन जोइंदू इत्यादी जैन सिद्ध मुनी आपल्या विद्रोहिणी आत्मशक्तीचा परिचय घडवीत होते. शाक्त कापालिकांचे प्रस्थही याच दक्षिण भूभागात विशेषत्वाने जाणवत होते.

दक्षिणेतील 'श्रीशैल' हेच बहुतेक तंत्रसाधनांचे केंद्र होते. त्या वेळी श्रीशैलावर वज्रयानाचा प्रकर्ष झाला होता. अनेक बौद्ध तांत्रिक ग्रंथांतून श्रीशैलाचे 'केंद्रस्थान' म्हणून वर्णन आहे. याच काळात शाक्त-कापालिकादि हिंदू तांत्रिक साधनाही श्रीशैलावर बहरल्या होत्या. 'श्रीशैल आणि तांत्रिक साधना' असे जणू समीकरणच बनले होते. 'मालतीमाधव, 'हर्षचरित', 'रत्नावली', 'प्रबोधचंद्रोदय', 'कर्पूरमंजिरी', 'जसहरचरियु' इत्यादी तत्कालीन अनेक वाङ्मयकृतींमध्ये श्रीशैलचे तंत्रपीठ म्हणून उल्लेख आले आहेत आणि तेथील तंत्रसाधनांचे स्वरूप दिग्दर्शनही झाले आहे. या तंत्रसाधना प्राधान्याने वामाचारी बनल्या होत्या. त्यांच्या यौगिक प्रक्रियांसाठी 'स्त्री' हे आवश्यक साधन बनले होते, त्याचप्रमाणे मद्य-मांसादि पाच 'म'कारांचा मोठ्या प्रमाणात वापर त्या वेळी चालू होता. (हे पाच मकार असे - मद्य, मांस, मत्स्य, मैथुन आणि मुद्रा)

'आदिनाथ गुरू सकल सिद्धांचा' असे असले तरी शिव ही संकल्पना अनन्य, अखंड, अद्वय, अविनाशी, धर्महीन आणि निरंग असल्यामुळे 'अकुल' मानला जातो. विश्वाची निर्मिती करण्याची शिवाची इच्छा हीच पुढे शक्ती मानली गेली. आणि ते निर्मितीचे कारण असल्याने 'कुल' मानली जाते. नाथयोगी आणि तांत्रिक कौलमार्गी या दोन्ही पंथांचे, अंतिम ध्येय एकच आहे. आणि ते म्हणजे शिव-शक्तीमध्ये

'सामरस्य' प्राप्त करणे. त्यांच्या साधनापद्धतींत मात्र भेद असतो. योगी प्रथमपासून कुंडलिनी जागृत करण्याची अंतरंग साधना करतात, तर तांत्रिक प्रथम बहिरंग उपासना करून नंतर अंतरंग साधनेकडे वळतात. योगी भोग वर्ज्य करून अष्टांग योग सामर्थ्याद्वारे समाधीतील आनंद उपभोगतात, तर कौल साधक पंचसाधनाचा वापर (पाच मकार) म्हणजे कुलद्रव्याचे सेवन करून सिद्धी मिळवतात व सातव्या उल्हासाच्या अवस्थेत पोहोचतात. योग आणि भोग यांचा एकाच वेळी अनुभव घेण्याची ही कौल साधना नाथमार्गांत काहींनी मान्य केली आहे. नाथ संप्रदायावर बौद्धांच्या वाममार्गाचा म्हणजे वज्रयान आणि सहजयान या पंथांचा प्रभाव पडला असेही एक मत आहे. म्हणूनच यशवर्तिनी स्त्रीची अपेक्षा करणाऱ्या बडोली मुद्रेचा नाथ या संप्रदायात आढळतो. ही साधना गुप्त ठेवण्याचा प्रयत्न वाममार्गांत असतो.

सकल सिद्धांचा गुरू म्हणजे आदिनाथ हा शक्तियुक्त परशिव मानला जातो. हा शिव म्हणजे अंतिम सत्य आणि तोच पिंड-ब्रह्मांडाचा आधार होय. तो स्वयंप्रकाशी, स्वसंवेद्य, अनंत, निर्गुण आणि द्वैताद्वैत विलक्षण असतो. विश्वनिर्मितीच्या वेळी त्याच्या पासून क्रमशः शिव, शक्ती, सदाशिव, ईश्वर, शुद्ध विद्या, मायाविद्या (किंवा अविद्या), कला, राग, काल, नियती ही दहा तत्त्वे आणि त्याहून सांख्यांनी मानलेली पंचवीस तत्त्वे क्रमाने येतात. सांख्यांच्या पुरुषाला येथे 'जीव' म्हटले आहे. प्रलयाच्या वेळी शक्ती या सर्व तत्त्वांना आत्मसात करून परशिवात राहते. या अवस्थेत शिवाजवळ कर्तृत्व राहत नाही. तो कुल-अकुल यांच्या पलीकडे, अव्यक्त अवस्थेत राहतो. म्हणजेच तो पर किंवा स्वयंशिव होय. निर्मितीच्या वेळी शिव व शक्ती (निर्मितीची इच्छा) ही पहिली दोन तत्त्वे बनतात. शक्ती निजा, परा, अपरा, सूक्ष्म व कुंडलिनी या पाच अवस्थांतून जाते आणि शिव परम, अपर, शून्य, निरंजन आणि परमात्मा या पाच अवस्थांतून जातो. येथे परमात्मा व कुंडलिनी म्हणजेच क्रमाने शिव व शक्ती ही दोन महत् तत्त्वे होत. शिव आणि शक्ती चंद्र आणि चांदण्या अभिन्न असतात आणि त्यातूनच विश्वचक्र चालू राहते.

वेदान्ती लोकशक्तीला 'जड माया' मानतात. नाथ सांप्रदायिक तिला 'चेतन' मानतात. ही शक्ती क्रमाने स्थूल होऊ लागते आणि सदाशिव-ईश्वर इत्यादी क्रमाने तत्त्वनिर्मिती होते. ही निर्मिती होत असताना शिव आणि शक्ती यांच्या संयोगाने 'परपिंड' तयार होते. सदाशिव, ईश्वर आणि शुद्ध विद्या या तत्त्वांपासून 'आद्य पिंड' तयार होतो. मायेपासून प्रकृतीपर्यंतच्या तत्त्वांनी साकार वा महासाकार पिंड बनतो. अकरा इंद्रियांनी 'अवलोकन पिंड' बनतो आणि पंचमहाभूतांनी स्थूल 'गर्भपिंड' बनतो. सत्त्व, रज, तम, काल व जीव यांच्यामुळे विविध पिंडांतील

वेगळेपणा निर्माण होतो. विकासाच्या या सर्व अवस्था सत्यच असतात. म्हणूनच 'पिंडी ते ब्रह्मांडी' मानले जाते. शिव हा केवळ ज्ञेय असून निर्मितीचे खरे कर्तृत्व 'शक्ती'चेच असते. शक्तीच्या उपासनेसाठी दूर जाण्याची गरज नसते. कारण ती प्रत्येक पिंडात असते. या पिंडातील षट्चक्रे, सोळा आधार, दोन लक्ष्ये, पाच व्योम, एक स्तंभ, नऊ द्वारे, पाच स्वामी इत्यादींचे ज्ञान झाल्याशिवाय मानवाला मोक्ष मिळत नाही.

पिंड (देह) म्हणजे ब्रह्मांडाची छोटी आवृत्तीच होय. मस्तकातील सहस्र पाकळ्यांच्या सहस्रार चक्रात परमशिव राहतो. हृदयात जीवात्मा राहतो आणि महाकुंडलिनी शक्ती माकडहाडाजवळ अग्नीच्या रूपाने कुंडलिनी राहते. जीवात्मा परमशिवाकडून चैतन्य आणि कुंडलिनीकडून शक्ती घेतो. म्हणूनच कुंडलिनी ही जीवनशक्ती होय. ही कुंडलिनी घेऊनच जीवाने गर्भात प्रवेश केलेला असतो. जीवन जागृत, सुषुप्ती आणि स्वप्न या अवस्थांत ती सुप्त राहून शरीर धारण करते. अग्निचक्रातील स्वयंभू लिंगाला सर्पिणीप्रमाणे साडेतीन वेटोळे घालून ती राहत असते. या स्थानाला लागूनच मूलाधार चक्र असते.

कुंडलिनी या मूलाधार चक्रात राहते अशीही वर्णने आढळतात. त्याच्यावर नाभीजवळ स्वाधिष्ठान चक्र, त्याचेवर मणिपूर चक्र, हृदयाजवळ अनाहत चक्र, कंठाजवळ विशुद्धाख्यचक्र आणि भुवयांमध्ये आज्ञचक्र अशी सहा चक्रे असतात. अनेक जन्मांचे मलभाराने दडलेली कुंडलिनी जागृत केली की ती पाठीच्या कण्यातील सुषुम्ना नाडीमार्गे ही षट्चक्रे ओलांडून सहस्रार चक्रात जाते आणि तेथे तिचे परमशिवाशी मीलन होते. शिवशक्तीचे हे मीलन म्हणजे सहज समाधी किंवा पिंड-ब्रह्मांड-ऐक्य किंवा शिव- शक्तीचे सामरस्य होय. या अवस्थेलाच 'नाथपद सिद्धावस्था' आणि 'अवधूतावस्था' असे म्हटले जाते. नाथ संप्रदायाच्या दृष्टीने हाच मोक्ष व हेच साधकाचे ध्येय असते.

पातंजल योगापेक्षा गोरक्षप्रणित योग फारसा वेगळा नाही. परंतु कुंडलिनी जागृत करण्याचा हा विचार म्हणजे नाथ संप्रदायाने योग विचारात घातलेली भर असे मानले जाते, त्यामुळे हा कायायोग नाथ संप्रदायाचे एक वैशिष्ट्य ठरले आहे. हठयोगाने बिंदू (वीर्य), काया, मन आणि वाणी यांना वश केले की सामरस्य प्राप्त होते असे मानले आहे.

ही सर्व साधना गुरूच्या मार्गदर्शनानेच करावयाची असते. त्यामुळेच नाथ संप्रदायात गुरूंचे स्थान महत्त्वाचे आहे. गुरुहीन (वीण) राहू नये असे गोरक्षनाथांनी स्पष्टपणे म्हटले आहे. गुरूविषयी आदर, मनाची शुद्धता व दृढता, विकारांचा अभाव, गर्वहीनता, धैर्यशील सदाचरण, खाण्यापिण्यात मध्यम मार्ग, ब्रह्मचर्य इत्यादी गुण साधकाच्या अंगी हवेत. नाद (वाणी) व बिंदू (वीर्य) यांचे संयमन करणारा शिवरूपच होय. याउलट, मादक वस्तूंचे सेवन करणारा साक्षात नरकात जातो असे सांगितले आहे.

गोरक्ष सिद्धान्त संग्रह या ग्रंथातील महत्त्वाचे विचार पुढीलप्रमाणे आहेत :

ओंकार हा सूक्ष्मवेद आहे. मुक्ती म्हणजे नाथ स्वरूपात लीन होण्याची अवस्था. शक्ती सृष्टी तयार करते. शिव हा पालन करतो. काल संहार करतो आणि नाथ मुक्ती देतात. नाथ हा एकमेव शुद्ध भाव असून बाकी सर्व जीव असतात. नाथ हे सगुण-निर्गुणाच्या पलीकडचे आहेत. अद्वैताच्या वरची सदानंद देवता असून सदानंदावस्था हेच साध्य आहे.

नाथ संप्रदायाचे हे अवघड स्वरूप सामान्यांच्या बुद्धीपलीकडचे आहे. संप्रदायाच्या उपासनेतील ही वेगळीच विचारसरणी आहे. आपण नाथयोगींच्या बाह्यांगावरून त्यांना सामान्य समजतो. पण त्यांच्या तत्त्वज्ञानाचा, तात्त्विक विचारसरणीचा साक्षात्कार झाल्यावर संप्रदायाचे मोठेपण लक्षात येते. त्यामानाने इतर महाराष्ट्रीय उपासना संप्रदाय सोपे वाटतात.

सिद्धसिद्धान्तपद्धती हा गोरक्षनाथांचा ग्रंथ नाथ संप्रदायाचा मूलाधार मानला जातो. या ग्रंथात संप्रदायाचा अष्टांग योग वर्णिला आहे. त्याचा विवेचनातून परिचय :

- **यम :** सर्वेंद्रियजय, आहार-निद्रा-शीत-वातातपजय
- **नियम :** मनोवृत्तीचे नियमन, एकान्तवास, नि:संगता, औदासिन्य, यथाप्राप्ती संतुष्टी, गुरुचरणारूढत्व.
- **आसन :** स्वस्वरूपात समासन्नता (स्वस्तिकासन, पद्मासन, सिद्धासन इत्यादी.)
- **प्राणायाम :** प्राणाची (वायूची) स्थिरता (रेचक-कुंभक-पूरक-संघट्टकरण ही प्राणायामाची चार लक्षणे होय.)
- **प्रत्याहार :** चैतन्य तरङ्गाणाम् प्रत्याहार:।
- **धारणा :** सबाह्य-अभ्यंतर एकमेव निजतत्त्व आहे अशी अंत:करणाची धारणा. (स्वात्मानं निर्वात दीपमिव धारयेदिति धारणालक्षणम्)
- **ध्यान :** सर्व भूतांचे ठायी समदृष्टी (यद्यत्स्फुरति तत् तत् स्वरूपमेवेति भावयेत्)
- **समाधी :** समावस्था, निरुद्यमत्व, अनायासस्थितिमत्व. यांशिवाय नाना आसने, मूलबंध, जालंधर बंध, उड्डीयान बंध, खेचरी, सहजोली, अमरी इत्यादी

मुद्रा, अशा नानाविध यौगिक क्रियांचे सूक्ष्म वर्णन 'हठयोग' प्रदीपिकेसारख्या साधना ग्रंथातून पाहावयास मिळते. येथे केवळ आठ प्रकारच्या क्रिया स्थूल स्वरूपात दिल्या आहेत.

साधकाचा आचार

आरंभी दिलेल्या शारीरिक (यौगिक) क्रियांच्या उल्लेखावरून असा समज होतो की, योग साधन हे केवळ शरीरनिष्ठ आहे. परंतु मानसिक अभ्यासाशिवाय हे सर्व अशक्य आहे. शुद्ध मनाचे अधिष्ठान लाभल्याशिवाय, चित्तवृत्तीचा विरोध साधल्याशिवाय योगसाधनेचा प्रारंभच होऊ शकत नाही. अष्टांग योगाची गोरखनाथांच्या शब्दांत जी रूपरेखा वर दिली आहे. तिच्यामध्ये साधनेचा प्रारंभ मानसिक अभ्यासातून असल्याचे स्पष्ट लक्षात येते. अहिंसा, सत्य, अस्तेय, ब्रह्मचर्य, क्षमा, धृति, दया, आर्जव, मिताहार, शौच हे दहा यम आणि तप, संतोष, आस्तिक्य, दान, ईश्वरपूजा, सिद्धान्तवाक्यश्रवण, लज्जा, होम हे आठ नियम आचरूनच आसनाकडे वळायचे असते. ध्यान आणि धारणा या मानसिक क्रियाच आहेत; आणि मन व शरीर यांच्या सहयोगी अभ्यासातून साधलेली समाधी हीसुद्धा एक मनाची अवस्था आहे. त्या अवस्थेत मन आनंदसागरात विलय पावले असते. गोरक्षनाथांनी आपल्या हिंदी रचनांतून 'रहनी'चा (आचारधर्माचा) विस्तृत विचार केला आहे. ते म्हणतात -

- कठोर ब्रह्मचर्य, वाक्संयम, शारीरिक शौच (शुद्धता), मानसिक शुद्धी, ज्ञाननिष्ठा, बाह्य अवडंबराविषयी अनादर, मद्य-मांस-मादक द्रव्य सेवनाविषयी तिरस्कार इत्यादी गोष्टींवर गोरखनाथांनी आपल्या उपदेशात भर दिला आहे. ते आणखी सुचवतात -

मुण्डनंचोपवासंच तीर्थयात्रा तथैव च ।

अग्निहोत्रं च संन्यासं नाथपंथे विवर्जयेत् ।।

हा श्लोक पाहिल्यानंतर याच्या उलट अनेक योगी आचरण करताना दिसतात. कदाचित काळाचा तो परिणाम असावा.

गुरूची आवश्यकता

नाथ संप्रदाय हा गुरुमार्ग आहे. या संप्रदायापूर्वींच्या सिद्ध संस्कृतीत गुरुमहिमा प्रकर्षाला पोहोचला होता. अर्थातच हा गुरुमहिमा नाथ संप्रदायात वाढतच राहिला होता, अगदी मध्ययुगीन काळापर्यंत. *'गुरुरत्र सन्मार्ग दर्शनशीलः।'* असे गोरक्ष सिद्धान्तात म्हटले आहे. गोरक्षनाथांचे चरित्र पूर्णतः गुरुभक्तीने रंगलेले आहे. गोरक्षनाथांनी 'निगुरा न रहिबा' म्हणजे 'गुरुविना राहू नकोस' असा इशाराही गोरक्षबानीत दिला

आहे. याच तत्त्वाचे आणि गुरुगौरवाचे उत्तम उदाहरण याच परंपरेतील संत ज्ञानेश्वर महाराजांच्या रचनेत दिसून येते.

सिद्ध पुरुष

समाधी लाभलेला योगी सिद्धावस्थेला पोहोचतो. ही अवस्था गीतेत वर्णिलेल्या सिद्ध पुरुषासारखीच असून तशीच नाथपंथीय ग्रंथातूनही वर्णिली आहे. 'हठयोग प्रदीपिकेच्या' शेवटी सिद्धपुरुषाचे वर्णन पुढीलप्रमाणे दिले आहे -

सर्वावस्थाविनिर्मुक्तः सर्वचिन्ताविवर्जितः ।

मृतवत्तिष्ठते योगी स मुक्तो नात्र संशयः ।।

खाद्यते न च कालेन बाध्यते न च कर्मणा ।

साध्यते न स केनापि योगी युक्तः समाधिना ।।

न विजानाति शीतोष्णं न दुःखं न सुखं तथा ।

न मानं नापमानं च योगी युक्तः समाधिना ।।   (४.१०७, १०८, १११)

●●●

सांप्रदायिक वेष

नाथ संप्रदायात कानफाटा योग्यांना फार महत्त्व दिले गेले. 'शैली', 'शृंगी', 'कथा', 'झोळी' ही संप्रदायविशेष वेषभूषा धारण करण्याचा त्यांचा प्रघात होता. पुंगीलाही (वाघाला) फार महत्त्व असे. ती वाजवल्याशिवाय अन्नग्रहण करता येत नसे. तसेच 'कुका' नावाचे एकतारी वाद्य वाजवून, गाणे म्हणून कानफाटा योगी भिक्षा मागत. 'अलख निरंजन' आणि 'आदेश' हा त्यांच्या नमनाचा प्रघात होता. ते भिक्षेच्या वेळीही गर्जना करीत असत. 'मेखला', 'कौपिन', 'व्याघ्रांबर', 'खडावा' यांचाही ते उपयोग करीत असत. विभूती अंगाला चोळणे हा नित्य प्रघात असल्याची नोंद १९३४मध्ये सरदार मिरीकरांनी लिहून ठेवली आहे. पण त्यांनी 'कानफाटाचा वेष आणि नाथपंथीचा वेष एकच आहे असे मानू नये' असेही म्हटले आहे. कानफाटाच्या वेषाचा नाथपंथी वेषाशी काही संबंध नाही असेही धाडसी विधान त्यांनी केले आहे. ज्ञानेश्वर काळात नाथपंथाला 'कर्णमुद्रा द्योतक' (म्हणजे कानफाटा) असे नावही नव्हते. शिवाय 'नवनाथ भक्तिसार' हा ग्रंथही कानफाटा प्रभावित आहे असे त्यांचे मत होते.

आणखी एक उदाहरण द्यायचे झाल्यास राजाराम प्रासादीच्या 'भक्ती मंजरीमाला' या ग्रंथात गैबीनाथाचे वर्णन करताना त्यांचा हाच वेष वर्णन केला आहे.

'सईली शिंगी, गळा गोदडी । शोभे हस्तकी सुंदर फावडि ।

अद्वय निशाण झळके गुडि । मुखी आवडी गुरु स्मरण ।।

कानफाटा योगीच्या वेषाबद्दल आणखी एक पुरावा. चैतन्य परंपरेतील भैरव अवधूत ज्ञानसागर यांनी त्यांचे पैठणचे मित्र लक्ष्मीनाथ यांच्याविषयी लिहिताना म्हटले आहे.

शैली पुंगी कंथा घालुनिया टोपी । कीर्तन रंगी बोधी गुरूकिल्ली सोपी ।

लीळाचरित्रात असे वर्णन आढळते. चक्रधर स्वामी एकदा हिवरळी येथे असताना त्यांना महालक्ष्मी मंदिरापलीकडे कोण्या जोग्याचा वेष ठेवलेला आढळला. चक्रधरांनी

गंमत म्हणून आपली वस्त्रे काढून ठेवली आणि अंगाला विभूती फासून, गळ्यात कंथा, हातात खापरी, दुसऱ्या हातात काठी घेऊन भिक्षा मागायला सुरुवात केली. (लीळाचरित्र भाग ३, पृ. १०४)

ज्ञानेश्वरांचा नाथपंथाशी संबंध गहिनीनाथ-निवृत्तिनाथ यांच्या मार्गे आणि आध्यात्मिक प्रबोधनासाठी आला. सांप्रदायिक वेष, मठस्थ वातावरण त्यांच्या चरित्रात आढळत नाही. बाह्यावडंबराच्या विरोधात असलेले चर्पटीनाथही यांच संप्रदायातले. संत चोखामेळा यांचा संबंधही नाथ संप्रदायाशी खालील गुरुपरंपरेतून जोडला जातो. (प्रा. पुजारी : संत चोखामेळा)

गहिनीनाथ > निवृत्तिनाथ > सोपानदेव > विसोबा खेचर > संत नामदेव > चोखामेळा

अर्थात, ही केवळ गुरुपरंपरा म्हणून सांगितली जाते. नाथ संप्रदायाचे आचार-विचार-व्यवहार त्यांच्यामध्ये काहीही आढळत नाहीत.

जायसीने 'पद्मावता'त योगीवर्णन (पद्मावत : जोगीखंड) सुस्पष्ट रीतीने मांडले आहे. 'राजाने हातात किंकरी, शिरावर जरा, शरीरावर भस्म, मेखला, शृंगी, योग्याला शुद्ध करणारे धंधारी चक्र, रुद्राक्ष आधार (आसनपीठ) धारण केले होते. कंथा धारण करून हातात सोटा घेतला होता. त्याने कानात मुद्रा, कंठात रुद्राक्षमाला, हातात कमंडलु, खांद्यावर व्याघ्रांबर, पायात पावरी, डोक्यावर छत्री आणि काखेत खप्पर धारण केले होते. सर्वांगाला भगव्या रंगाने रंगविले होते.'

कबीर कृत योगी वर्णन : कबीरांच्या अनेक पदांत योगीवेषाचे वर्णन आढळून येते. योगी लोक मुद्रा, नाद, कंथा, आसन, खप्पर, झोळी, विभूती, बटवा आदी धारण करीत असत. सारंगीयंत्र (गोपीचंद प्रचलित म्हणून गोपीयंत्र) वाजवीत; मेखला वापरीत तसेच अजपाजप करीत. (कबीर ग्रंथावली, पदे २०५-२०९)

मीराकृत योगीवर्णन : मीराबाईने आपल्या अनेक गीतांनी स्वतःच्या उपास्याला जोगीवेषात चित्रित केले आहे. तिचा जोगी खेळी, नाद, बभूती, इत्यादी चिन्हे धारण करणारा आहे. ह्याचा शोध घेण्यासाठी तिने जो गणवेश धारण करण्याचे ठरवले तो असा -

आऊँगी मै महि रहूँ रे कर जटाधारी भेस ।
चीर को फाडूँ कंथा पहिरुँ लेऊँगी उपदेश ।

मुद्रा-माला भेष लूँ रे खप्पड लेऊ हाथ ।
माला मुदरा मेखला रे बाला खप्पर लूँगी हाथ ।।

(मीरा पदावली - पदे ४९, ५८, ७०, ११८)

या सर्व संदर्भातून आता प्रत्यक्ष वेष कसा ते पाहू -

कुंडल : कुंडल धारण करण्याची प्रथा केव्हा सुरू झाली या संबंधीचा काळ लक्षात येत नाही. मात्र याविषयी अनेक दंतकथा प्रचलित आहेत. काहींच्या मते मच्छिंद्रनाथांनी ही प्रथा सुरू केली; कारण त्यांनी आदिनाथ शिवांच्या कानांत कुंडले पाहिली आणि ती प्रसादस्वरूपात मिळावी म्हणून घोर तपस्या केली. दुसरी कथा अशी की, गोपीचंदनाथांनी गुरू जालंधरनाथांना विनंती करून कर्णकुंडलाची प्रथा सुरू करावी असे म्हटले. अन्य संप्रदायांपेक्षा नाथपंथी वेगळे दिसावे म्हणून कुंडलधारणाची प्रथा सुरू केली. तिसरी कथा अशी की, भर्तृहरीच्या कानांत त्यांच्या गुरूने कुंडले घातली, तेव्हापासून प्रथा सुरू झाली. ती कुंडले मातीची होती. तीच प्रथा अद्याप चालू आहे. मच्छिंद्रनाथांनी गोरक्षाचे कान फाडून कुंडले घातली. मातीची कुंडले टिकत नाहीत म्हणून हरणाच्या शिंगाची कुंडले धारण करतात. यालाच 'मुद्राधारण विधी' असे नावही त्या काळी होते. विधवा स्त्रिया आणि गृहस्थाश्रमी योग्यांच्या पतिव्रता ही कुंडले वापरत. कुंडले धारण केल्यावर एखाद्या स्त्रीविषयी मनात वासना आल्यास कर्णकुंडलांची जखम ओली होते असा समज होता. म्हणून कान फाटल्यास अनेक योगी एकांताचा आश्रय घेऊन कर्णकुंडले व्यवस्थित करीत. या काळात ते भिक्षा मागत नसत. फलाहार करीत. 'कान फाटणे' अयोग्य मानले जात असे. कुंडल हे योग्याचे पुरातन चिन्ह मानले जाई; पण असेही काही योगी होते जे कुंडले धारण करीत नसत. त्यांना 'औघड' योगी म्हणत. 'औघडा'चा कर्णसंस्कार झाला की तो योगी 'कानफाटा' होई. अद्यापही काही योगी श्रवणेंद्रिय खराब होईल या भीतीने कुंडले धारण करीत नाहीत. कदाचित नाथयोग्यांनी अन्य संप्रदाय स्वीकारू नये म्हणून त्यांना 'कानफाटा' बनवत असावेत.

धंधारी : हे एक प्रकारचे चक्र असूने ते लोखंडी वा लाकडी पट्ट्यापासून बनवले जाते. त्याच्या छेदातून माळाकार दोरा ओवतात, जो परत सोडवणे अतिशय कठीण असते. ज्याला हा दोरा सोडवण्याची आणि ओवण्याची कला अवगत आहे, त्याला संप्रदायात 'गोरखधंधा' म्हणतात. गोरखपंथीयांची अशी श्रद्धा असते की, विशिष्ट मंत्राचा जप करून दोरा सोडवल्यास गोरक्षकृपेने ईश्वर

प्रसन्न होतो. संसारात अडकलेल्या प्राणिमात्रांना या धाग्याप्रमाणे भवजालातून ईश्वर मुक्त करतो.

रुद्राक्षमाला : शिवभक्त रुद्राक्ष हमखास वापरतात; जे जगभर प्रसिद्ध आहेत. नाथयोगी ज्या माला वापरतात त्यामध्ये अंदाजे ३२-६४-८४-१०८ असे मणी असतात. त्यांना 'स्मरणी' (सुमरिनी) म्हणतात. अशा छोट्या माला २८ व १८ मण्यांच्या असतात. स्मरणी मनगटात बांधतात. रुद्राक्ष म्हणजे (रुद्र + अक्ष) शिवाचा नेत्र. तंत्रशास्त्रानुसार ही माला जपकार्यात विशेष फलदायिनी असते. रुद्राक्षमण्याला खरबुजाच्या फाकेप्रमाणे जे रेषात्मक भाग असतात, त्यांना मुख म्हणतात. जपामध्ये बहुधा पंचमुखी रुद्राक्ष वापरला जातो. एकमुखी रुद्राक्ष अतिशय शुभ मानला जातो. एकमुखी रुद्राक्ष घरात बाळगल्याने लक्ष्मीचे वास्तव्य त्याच्या घरी स्थिर राहते. ज्याच्या गळ्यात एकमुखी रुद्राक्ष आहे, त्याच्यावर कोणीही शस्त्र चालवू शकत नाही असा योगी लोकांचा विश्वास आहे. या एकमुखी रुद्राक्षाची परीक्षा तो मेंढीच्या गळ्यात बांधून करतात. रुद्राक्ष बांधल्यावर कधीही त्या मेंढीची मान कापली जात नाही, अशी श्रद्धा आहे. आणि जर तो बांधूनही मेंढीची मान कारणपरत्वे कापली गेली, तर तो एकमुखी रुद्राक्ष खरा नव्हे. एकादशमुखी रुद्राक्षही विशेष पवित्र मानतात. सांसारिक म्हणजे गृहस्थयोगी साधारणत: द्विमुखी रुद्राक्षच वापरतात.

किंगरी : ही एक प्रकारची सारंगी असते. या वाद्याच्या साथीवर भर्तृहरीची गीते गात योगी फिरतात.

मेखला : ही मोळाच्या दोरीची कटबंधिनी (करदोरा) असते. मेखला सर्वसाधारण योगी धारण करतीलच असे नाही. काही योगी काव्या मेंढीची लोकर वापरतात. विशेष म्हणजे लंगोटी नेसण्यासाठी हिचा उपयोग होतो. आणखी एक प्रकारची मेखला असते. तिला 'हाल मटंगा' म्हणतात. ती धारण केल्यावर लगेच भिक्षेसाठी बाहेर पडावे लागते.

जानवे : योगी आणि औघड दोघेही काव्या मेंढीच्या लोकरीचे जानवे वापरतात. या विद्येतील विशिष्ट जाणकार जानवे बनवतात. क्वचित रुईच्या सुताचेही जानवे बनवतात व वापरतात.

शृंगी : (शिंगी किंवा शिंगीनाद) ही वस्तू शिट्टीच्या स्वरूपाची आणि हरणाच्या शिंगापासून बनवलेली असते. ती जानव्यालाच बांधून ठेवली जाते. अशा जानव्याला 'शिंगीनाद जानवे' म्हणतात. काही योगी शिंगी आणि जानवे वापरत नाहीत. त्यांचे असे म्हणणे असते की, ही चिन्हे आम्ही अंत:स्थपणे मनातच स्वीकारली आहेत.

कंथा : हे एक भगव्या रंगाचे वस्त्र आहे. पाठीचा अंगभाग झाकला जाण्यासाठी कंथा त्रिकोणी करून त्याची गळ्यात गाठ मारतात. याला 'गुदरी' (गोधडी) असेही म्हणतात. हे जुन्या पुराण्या चिंध्यांच्या तुकड्याने शिवावे असा संकेत आहे. (गाडगेबाबा अंगावर कायम गोधडी वापरत असत.) भगवा रंग ब्रह्मचर्यसाधक म्हटला जातो. भगव्या रंगामुळे वीर्यस्तंभन शक्ती वाढते अशीही एक कल्पना आहे. एक दंतकथा अशी आहे की, देवी पार्वतीने एक कंथा आपल्या रक्तात रंगवून गोरखनाथांना दिली होती. तेव्हापासून लाल किंवा भगवा रंग योग्यांसाठी पवित्र बनला आहे. कंथाधारणा परम आवश्यक मानले जात नाही. काही योगी अंगावर केवळ लंगोटी धारण करतात, तर काही तीही धारण करीत नाहीत.

दंडा : ही एक दीड हात लांबीची काठी असते. जोगी याला 'गोरखनाथाचा दंडा' म्हणतात, तर कोणी 'भैरवनाथाचा दंडा' म्हणतात. ज्ञानलीलामृत (आळंदी माहात्म्य) नावाच्या ग्रंथात ज्ञानदेव समाधीसाठी निघाले असता त्यांनी सिद्धेश्वर मंदिराबाहेर आपला दंड रोवून ठेवला. तोच दंड पुढे 'अजान वृक्ष' झाल्याची कथा आहे. वास्तविक वारकरी संप्रदायाशी निगडित नाथ संप्रदाय निवृत्तिनाथापर्यंत येऊन थांबतो. पुढे भक्ती संप्रदाय ज्ञानदेव-सोपान-मुक्ताबाई यांच्यापासून प्रसृत होतो, असे वारकरी संप्रदाय दर्शवितो. याचाच अर्थ ज्ञानदेवांमध्ये नाथ संप्रदाय आणि वारकरी संप्रदाय यांचा संगम दिसून येतो. म्हणूनच सिद्धेश्वर मंदिराच्या प्राकारात समाधी घेणाऱ्या ज्ञानदेवांचे विठ्ठलाचे अनेक अभंग किंवा हरिपाठाचे अभंग 'बाप रखुमादेवीवरु' या नावाने रचित होते.

खापरी : फुटक्या मडक्याचा तुकडा भिक्षेसाठी वापरणे. मडक्याला खापर म्हणतात. अशी खापरी श्रीसंत गाडगेबाबा वापरीत, म्हणूनच त्यांना गाडगे (मडके) बाबा म्हणत. सध्या ही खापरी नारळाच्या करवंटीची बनवतात. अनेक योगी खापरी-करवंटी न वापरता काशाची खापरी वापरतात. तिला 'कॉसा' म्हणतात.

अधारी : लाकडाच्या दांडक्याला खाली-वर फळ्या (पाटासारख्या) बसवून बसण्यासाठी तयार केलेले एक स्टुलासारखे आसन. (पीठ) योगी लोक हे आसन घेऊन फिरत राहतात. बसण्याच्या वेळी ते वापरतात.

ही सगळी वर्णने जी नाथयोगी वापरत असत त्याची वर्णने 'इब्नबतूत' नावाच्या विदेशी अभ्यासकाने आपल्या प्रवासवर्णनात लिहून ठेवली आहेत. ते योग्याचे वर्णन म्हणून दिले आहे. वर सांगितल्याप्रमाणे योगी ती वापरत असत. संत सूरदासांच्या भ्रमरगीतात गोपींनी जे योग्याचे वर्णन केले आहे, त्यांचाही वेष

असाच पारंपरिक आहे. गोरक्षनाथांच्या 'सिद्धसिद्धान्तपद्धती', जो नाथ संप्रदायाचा प्रमाणभूत ग्रंथ मानला जातो, त्या ग्रंथात ज्या वेषाचे आध्यात्मिकीकरण वर्णिले आहे (६.३-१०) तो वेषही विभूती, कौपिन, खर्पर, शंख, पादुका, मृगत्व, मेखला, कुंडले, जपमाला, दंड, योगपट्टा यांनी युक्त आहे. यातून आध्यात्मिकीकरणाच्या वेषचिन्हांतून एक गोष्ट सिद्ध होते की -

न वेषधारणं सिद्धेः कारणं न च तत्कथा ।
क्रियैव कारणं सिद्धेः सत्यमेतत् न संशयः ।।

•••

५

प्राचीन काळातील नाथ सिद्धांचा परिचय

नाथपंथाचा विषय चर्चेला आला की नवनाथ आठवतात. हे नवनाथ म्हणजेच नवनारायणांचे अवतार असून त्यासंबंधी आपण या ग्रंथात माहिती दिली आहे. नाथ संप्रदायात नऊ नाथ आणि चौऱ्याऐंशी सिद्ध होते का, या गणनेचा हेतू काय, अशी गणना करण्याचा प्रारंभ केव्हापासून झाला; तसेच आणखी एक शंका 'नव' आणि 'चौऱ्याऐंशी' हे शब्द संख्यावाचक मानायचे का, या नवनाथांचे मूळ स्वरूप म्हणजेच नव-नारायण, ही संकल्पना ग्राह्य धरायची का, काही परंपरा स्थळपरत्वे भिन्न दिल्या आहेत, 'मच्छिंद्र-गोरख' परंपरेतील नाथजन्माचा चमत्कारिक प्रकार ग्राह्य धरायचा का असे असंख्य प्रश्न नवनाथांचा अभ्यास करताना समोर उभे राहतात. नवनारायण हेच नवनाथ ही संकल्पना 'योगी संप्रदायाविष्कृति' या ग्रंथानेही स्वीकारली आहे. पण त्यात गोरक्षनाथांचा उल्लेखच नाही आणि हरिनारायण म्हणजे भरथरीनाथ व द्रुमिल नारायण-गोपीचंद्रनाथ असे मानले आहे.

'नवनाथ चरित्रमु' या तेलुगु ग्रंथात (काल इ.स. १४००) नवनाथांची गणना शिवनाथ, मीननाथ, सारंगधर, गोरक्षनाथ, मेघनाथ, नागार्जुन, सिद्ध बुद्ध, विरूपाक्ष आणि कणिक अशी आहे. तर 'गोरक्षसिद्धान्त संग्रह' या ग्रंथात नाथांच्या दोन प्रकारच्या गणना दिल्या आहेत. त्या अशा आहेत -

१. आदिनाथ, मत्स्येंद्रनाथ, उदयनाथ, दंडनाथ, सत्यनाथ, संतोषनाथ, कूर्मनाथ, भवनार्जी, गोरखनाथ असे क्रमशः आहे.

२. गोरखनाथ, जगन्नाथ, जालंधर, नागार्जुन, सहस्रार्जुन, दत्तात्रेय, देवदत्त, जडभरत, मत्स्येंद्र

'सुधाकर चंद्रिके'मधील नवनाथ गणनेचे गोरक्षसिद्धान्त संग्रहातील पहिल्या (क्र.३) गणनेशी साम्य आहे. फक्त भवनार्जी हे नाव त्यात नसून 'एकनाथ' हे निराळेच नाव गणनेच्या प्रारंभी दिले आहे.

'महार्णवतंत्रा'तील नवनाथांची गणना गोरक्ष आणि सिद्धान्त संग्रहातील दुसरी (क्र. ४) गणना सर्वथा एक आहे. नेपाळ परंपरेतील नावे तर अगदीच भिन्न

म्हणजे प्रकाश, विमर्श, आनंद, ज्ञान, सत्य, पूर्ण, स्वभा, प्रतिभा, सुभग अशी आहेत. भक्तिमंजिरीमालेतील (राजाराम प्रासादिच्या) जे नवनाथ चरित्र गायले आहे त्यामध्ये ज्ञानेश्वरोत्तर सत्यामलनाथ, गैबीनाथ, गुप्तनाथ, उद्बोधनाथ, केसरीनाथ, शिवदिननाथ, नरहरिनाथ, लक्ष्मणनाथ आणि मल्हारनाथ या नवनाथांची नावे आहेत. शाक्त-कापालिक-कौल आदी तांत्रिकांच्या ग्रंथांतून षोडशनित्यतंत्र, ललिता सहस्रनाम, कौलावली तंत्र, श्यामा रहस्य अशा ज्या सिद्ध गणना आहेत, त्यांतील नाथांची संख्या ८, १२, १४ अशा असून त्यामध्ये मत्स्येंद्र, गोरख इत्यादि काही नाथसिद्धांचा समावेश आहे.

नवनाथ गणनेचा एक पारंपरिक श्लोक जो रूढ आहे तो असा -

गोरक्ष जालंधर चर्पटाश्च अंगबंग कानि मच्छिंदर आद्या

चौरंगीरे वाणक भर्तृ संज्ञा भूम्यांबभुर्वनवनाथ सिद्धा

अर्थ : गोरक्षनाथ, जालंधरनाथ, चर्पटीनाथ, अडबंगनाथ, कानिफनाथ, मच्छिंद्रनाथ, चौरंगीनाथ, रेवणनाथ, भरथरीनाथ

शिवदिन मठात आदिनाथ, उदोनाथ, सत्यनाथ, संतोषनाथ, गणेशनाथ, कार्तिकनाथ, मच्छिंद्रनाथ, गोरखनाथ, चौरंगीनाथ ही नवनाथ गणना प्रचलित आहे.

कदली मंजुनाथ माहात्म्यात मीननाथ, कंथलीनाथ, गोरक्षनाथ, कोङ्कणनाथ, विरूपाक्षनाथ, अनंगनाथ, जालंधरनाथ, चौरंगीनाथ, अरुणाचलनाथ अशा प्रकारे नवनाथ वर्णिले आहेत.

वरील नऊ परंपरांतून विविध नऊ नाथांची नावे दिली आहेत. त्यांतील काही नावे सर्व गणनांत असली, तरी त्या गणनांचे परस्परसाम्य नाही. त्यामुळे अमुकच नवनाथ आद्य नाथपंथीय होते असे सांगता येत नाही. विविध परंपरांमधून स्थानिक महत्त्वानुसार आणि कमीजास्त आदरभावावावरून गणना झाल्या असाव्यात, असे वाटते.

नवनाथ गणनेची कल्पना केव्हा उद्भवली सांगता येत नाही. ज्ञानेश्वर मंडलात कोणी नवनाथांचा उल्लेख केला नाही. ज्ञानेश्वरीत (१८, १७५२-५७) आदि - मच्छिंद्र - गोरक्ष - चौरंगी - गहिनी हीच ज्ञानेश्वरपूर्व नावे आढळून येतात. दिनकर स्वामींनी 'स्वानुभवदिनकरा'त नवनाथांचा निर्देश केला आहे. संत ज्ञानेश्वर काळात महानुभाव कवी दामोदर पंडित यांनी एका नाथपंथी जोगीसमोर 'नवनाथ कहे सो नाथपंथी' ही चौपदी रचून गायल्याचा उल्लेख हरिबोस-सोंगोबास कृत

'अन्वयस्थळा'त आहे. प्रत्यक्ष गोरखबानीत 'नौ नाथ नै चौरासी सिद्धा' असा स्पष्ट उल्लेख केला आहे. यावरून ही गणनापद्धती बरीच जुनी आहे असे वाटते.

'नवद्वाराचे अधिष्ठाते ते नवनाथ' अशा विचारसरणीतून नवनाथ संकल्पनेचा उगम झाला अथवा, पुढे ज्याला जे नाथ आदरणीय वाटले ते त्या नऊच्या संख्येत बसवून आपली नवनाथ सूची पूर्ण केली. *'सप्तार्णवाः सप्तकुलाचलाश्च सप्तर्षयो द्वीपवनानि सप्त । भूरादिकृत्वा भुवनानि सप्त...'* असा सातांची महती गाणारा एक श्लोक प्रात: स्मरणात वापरला जातो, तशीच काही नवाची कल्पना यात असावी.

सिद्ध संकल्पना : नाथ संप्रदायात चौन्याऐंशी सिद्ध मानले गेले आहेत. ही मूळची संकल्पना वज्रयानी परंपरेतील आहे. गोरक्षनाथांच्या कार्याच्या प्रभावाने वज्रयानांचा समूह नाथपंथात समाविष्ट झाला. त्यापूर्वी वज्रयानी पंथीयांनी आपल्या पूर्वपरंपरेतील सिद्ध पुरुषांची आणि नंतर नाथ संप्रदायातील स्वीकारलेल्या सिद्ध पुरुषांची नामावली मिश्रित केली आहे. नवनाथांप्रमाणे, नाथपंथीयांची गणनाही या काळात सुरू झाली. पुण्यक्षेत्री 'अष्टसिद्धी' आणि 'चौन्याऐंशी सिद्ध' अशा वस्ती सदैव आढळून येत. श्रीक्षेत्र पंढरपुरात श्री विठ्ठल मंदिरात अशा अष्टसिद्धींचे शिल्प श्रीगणेशासह पाहावयास मिळते. पण क्षेत्रवासीय त्याला नवग्रह समजून पूजा करतात. अभिषेक करतात ही फसवणूक आहे.

चौन्याऐंशी सिद्ध नामावलीची परंपराही वेगवेगळी आढळते. वज्रयानी परंपरेतील (पं. राहुल सांकृत्यायन यांनी दिलेली) अधिक स्वरूपात ज्ञात आहे. गोरक्षनाथाच्या प्रभावाने वज्रयानांचे समूह नाथपंथामध्ये समाविष्ट झाले असेही काही संतांचे मत आहे. सिद्ध गणना अशी -

चौन्यांशी सिद्धांचा सिद्धबेटी मेळावा ।

तो सुख सोहळा काय सांगू ।।   - संत नामदेव

चौन्यांशी सिद्धांचा सिद्धबेटी मेळा ।

प्रत्यक्ष स्थापिला कल्पवृक्ष ।।   - संत एकनाथ

नवनाथ चौन्ह्यांशी सिद्ध ।

योगसिद्धी थोरावले ।।   - दिनकर स्वामी

सरदार मिरीकरांनी चौन्यांशी हा शब्द ८४चा शब्दवाचक नसून तो 'चौ-रासी' म्हणजे सिद्धांच्या चार राशींचा - चतुर्विध साधकांसाठीचा शब्दप्रयोग म्हणून गृहित धरावा, असे म्हटले आहे. परंतु ही कल्पना प्राप्त सामग्रीवरून सिद्ध होत नाही असे मत डॉ. ढेरे यांनी मांडले आहे.

चौऱ्यांशी सिद्ध : वज्रयानी (पं. राहुल सांकृत्यायन यांच्या मते)

(१-६)   लुहिपा-लीलापा-विरूपा-डोम्भिपा-शाबरीपा-सरहपा

(७-१२)   कंकालिपा-मीनपा-गोरक्षपा-चोरंगीपा-वीणापा-शान्तिपा

(१३-१८)   तंतिपा-चमरिपा-खड्गपा-नागार्जुन-कण्हपा-कणरिपा

(१९-२४)   धनगपा-नारोपा-शालिया (शीलपा)-तिलोपा-छत्रपा-भद्रपा

(२५-३०)   दोखंधिपा-अजोगिपा-कालपा-धोम्भिपा-कंकणपा-कमरिपा

(३१-३७)   डेंगिपा-भदेपा-तंधेपा-कुकरिपा-कुचिपा-धर्मपा-महिपा

(३८-४३)   अचिंतीपा-भलहपा-नलिनपा-भुसुकपा-इंद्रभूती-मेकोपा

(४४-४९)   कुठालिपा-कर्मारपा-जालंधरपा-राहुलपा-घर्वरिया-धोकरिया

(५०-५५)   मेदनीपा-पंकजपा-घंटापा-जोगीपा-चेलुकपा-गुंडरिपा

(५६-६१)   लुचिकपा-निर्गुणपा-जयानंत-चर्पटीपा-चम्मकपा-मिखनपा

(६२-६७)   भलिपा-कुमरिपा-चवरिपा-मणिभद्रा-मेखलापा-कनखलापा

(६८-७३)   कलकलपा-कंतालिपा-धहुलिपा-उधलिपा-कपालपा-किलपा

(७४-७८)   सागरपा-सर्वभक्षपा-नागबोधीपा-दारिकपा-पुतुलिपा

(७९-८४)   पनहपा-कोकालिपा-अनंगपा-लक्ष्मीकरा-समुदपा-भालिपा

या खेरीज वर्णाकर रत्नातून संकलित केलेले ७६ सिद्ध, शिवदिन मठाच्या संग्रहातून ७७ सिद्धनाथ, तत्त्वसारामधील ९४ नावे आणि शेवटी हठयोग प्रदीपिकेतील एकोणतीस नावे अशी गणना केलेली दिसते. 'हठयोग प्रदीपिका' हा नाथ संप्रदायिक ग्रंथ असल्याने त्यातील एकोणतीस नावे अधिक परिचयाची आहेत. ती नावे खालीलप्रमाणे आहेत -

१. आदिनाथ	२. मच्छिंद्रनाथ	३. शाबरानंद
४. भैरव	५. चौरंगीनाथ	६. मीननाथ
७. गोरक्षनाथ	८. विरूपाक्ष	९. विलेशय
१०. मंथान भैरव	११. सिद्धबुद्ध	१२. कंथडीनाथ
१३. कोरंटकनाथ	१४. सुरानंद	१५. सिद्धपाद
१६. चर्पटीनाथ	१७. कानेरीनाथ	१८. पूज्यपाद
१९. नित्यनाथ	२०. निरंजननाथ	२१. कपालीनाथ
२२. बिंदुनाथ	२३. काकचंडीश्वर	२४. अल्लम प्रभुदेव
२५. घोडाचोली	२६. टिंटीणी	२७. भानुकी
२८. नारदेव	२९. खण्डकापालिक	

या सिद्धगणांपैकी चौरंगीनाथ, चामरीनाथ, तंतिया-दारिपा, विरूपा, कामरी, कनखल, मेखल, धोबी, नागार्जुन अचिती, चंपक, ढेण्टस, चुणकर, भादे, धर्मपा, भद्रपा, सबर, सान्ती, कुमारी, सियारी, कमलकंगारी, चर्पटीनाथ हे गोरक्षनाथ यांचे समकालीन असावेत असे मत डॉ. हजारीप्रसाद द्विवेदी यांनी मांडले आहे. (नाथ संप्रदाय, पृ. १३७) पुढे जालंधर, कृष्णपाद, चौरंगीनाथ, चर्पटीनाथ आणि भर्तृहरी यांच्या विषयीचा उल्लेख केवळ संकलित केलेला आहे. वरील सिद्ध गणांपैकी अनेकांविषयी पंथीय वाङ्मयात भरपूर दंतकथांचा वापर केला गेला आहे. असे दंतकथात्मक उल्लेख एकत्रित करून आणि त्यांची सूक्ष्म छाननी करून त्यांचा परिचय करून घेणे शक्य आहे. परंतु हे काम अत्यंत जिकिरीचे आहे आणि त्यासाठी बराच काळ लागणार आहे. या ग्रंथाच्या पृष्ठमर्यादित तो सविस्तर शब्दप्रपंच अशक्य आहे. उत्तरकालीन काही उत्तर भारतीय नाथसिद्धांचा म्हणजे पृथ्वीनाथ, गरीबनाथ, आमनाथ, टीकारामनाथ इत्यादी यांचाही परिचय त्यांनी कालनिश्चिती आणि गुरुपरंपरेचे धागेदोरे आदिकालापर्यंत जोडता येत नसल्याने त्यांचाही परिचय देता येत नाही.

आश्चर्य म्हणजे नाथ संप्रदायातील वैशिष्ट्यपूर्ण नवनाथांचा परिचय करून देणाऱ्या परंपरायुक्त नामावलीत गहिनीनाथांचा उल्लेख नाही, ज्यांचा सांप्रदायिक वारसा निवृत्तिनाथांनी घेतला आणि ज्ञानदेवादि भावंडांना दिला.

•••

६

नाथ संप्रदायाचे स्वरूप (स्थाननिश्चिती)

साधनापद्धतीचे सुवर्णयुग म्हणून मध्ययुगाचा निर्देश केला जातो. या मध्ययुगीन काळात अनेक साधनापद्धतींचा उदय आणि विकास झाला. अनेक विचारप्रवाह अप्रतिहतपणे वाहत होते. त्याच काळात गोरक्षनाथ निर्माण झाले. त्यांनी आपल्या प्रभावी व्यक्तिमत्त्वाने, शुद्ध आचरणाने आणि तर्कशुद्ध विचारप्रणालीने भारतीय साधनापद्धतीवर नाथ संप्रदायाचा प्रभाव पाडला. त्यांनी नाथ संप्रदायाचे प्रवर्तन केले. त्यांच्या तत्कालीन प्रभावामुळे आणि सांप्रदायिक प्रचारामुळे अनेक संप्रदायांवर तसेच शैव-वैष्णव-दत्त आणि नंतरच्या वारकरी संप्रदायांवरही त्यांचा प्रभाव दिसून येतो. दक्षिण आणि उत्तर भारतात नाथ संप्रदायाचा प्रभाव अनन्यसाधारण आहे.

वारकरी संप्रदायाचे मेरुमणी आणि संत निवृत्तिनाथांचे शिष्य संत ज्ञानेश्वर नाथ संप्रदायी होते. त्यांनी प्रेम-प्रज्ञा-प्रतिभेच्या बळावर महाराष्ट्राच्या सांस्कृतिक जीवनाचे मंगल मंदिर उभारले. (ज्ञानदेवे रचिला पाया) जगाला अंतापर्यंत साथ देणारे आध्यात्मिक वैभव त्यांनी दिले.

संतश्रेष्ठ ज्ञानदेवांनी ज्ञानेश्वरीमध्ये गोरक्षनाथांचा 'विषय विध्वंसैक वीर' आणि 'योगाब्जिनी सरोवरु' या दोन विशेषणांनी गौरव केला आहे तो असा -

तेणे योगाब्जिनी सरोवरु । विषय विध्वंसक वीरु ।

तिये पदी का सर्वेश्वरु । अभिषेकिले ।। (अ. १८-१७५५)

(त्या सर्वेश्वर मच्छिंद्रनाथांनी योगरूपी कमळांचे सरोवर आणि विषय वासनांचा नाश करणारा एकमेव वीर असणाऱ्या गोरक्षनाथांचा त्या समाधीपदावर अभिषेक केला.) परंतु हा गौरव केवळ गोरक्षनाथांचा नव्हे, तर संपूर्ण नाथ संप्रदायाचा आहे. या दोन विशेषणांनी नाथ संप्रदायाचे वैशिष्ट्य आणि त्याचे रहस्य स्पष्ट होते. त्या वेळची सामाजिक आणि धार्मिक परिस्थितीच अशी होती की, नाथ संप्रदायाचा उदय होणे ही त्या काळाची अत्यंत गरज होती. साधनापद्धतीत 'योग' हे एक सामान्य तत्त्व बनले होते. इंद्रियदमन आणि चित्तशुद्धी यांसाठी योगाची नितांत आवश्यकता

होती. त्या आधारे गोरक्षनाथांनी वामाचाराविरुद्ध योगप्रधान नाथ संप्रदायाचे प्रभावी आंदोलन उभे केले.

दहाव्या आणि अकराव्या शतकात भारतीय साधनापद्धतीने एक वेगळेच स्वरूप धारण केले होते. तिचे अंतरंग जरी तेच होते, तरी बहिरंग पूर्णपणे बदलले होते. बौद्ध धर्माच्या ऱ्हासाची ती वेळ होती. त्या वेळी बौद्ध धर्माने तंत्र साधना स्वीकारली होती. अनेक विद्वानांनी, आचार्यांनी आणि साधकांनी त्याचे एक सुगठित शास्त्र बनवले होते. या वेळी हिंदू शास्त्रप्रणालीतही तंत्रसाधना उत्कर्षाला पोहोचली होती. भारतातील बौद्ध, शाक्त, कापालिक इत्यादी संप्रदायांमध्ये तंत्रसाधनेचे प्राबल्य होते. तंत्रसाधनेत अनेक यौगिक प्रक्रिया प्रचारात होत्या. तांत्रिकांच्या प्रभावापासून दूर असलेल्या संप्रदायांनीसुद्धा योगावर आपले लक्ष केंद्रित केले होते. अशा प्रकारे 'योग' हे त्या काळच्या साधनाप्रणालीचे एक साधारण वैशिष्ट्य बनले होते. त्या वेळी जैन संप्रदायानेसुद्धा योग प्रक्रियेमध्ये बरीच प्रगती केली होती. अनेक प्रयोगांनी यौगिक प्रक्रियेमध्ये वाढ होत होती. 'योग: चित्तवृत्ति निरोध:' हे योगाचे ध्येय लोक त्या काळी विसरले होते. त्याचे अनुचित आणि भयंकर परिणाम त्या काळात दिसून येऊ लागले. योगाचे मुख्य दैवत 'शिव' म्हणून शैव संप्रदायाचा प्रचार लवकर होत असला तरी संप्रदायात शिवाऐवजी अशिवालाच जास्त प्राधान्य मिळाले. तांत्रिकांच्या सर्व निंद्य आणि गर्हणीय साधना शिवउपासनेच्या नावावर प्रचारात येऊ लागल्या. त्या वेळी हिंदू-बौद्ध-जैन हे तिन्ही संप्रदाय शिवाचे उत्कट उपासक होते. त्या काळातील दुसरी लक्षणीय गोष्ट म्हणजे लोकांच्या 'वेदविरोधी' प्रवृत्ती वाढल्या. तंत्रसाधना वैदिक तत्त्वज्ञानाच्या विरोधात होती. त्यामुळे वैदिक परंपरेतील सामान्य साधकांचादेखील विरोधात्मक विचार होऊ लागला. त्याचा परिणाम आध्यात्मिक साधनेवरही झाला. अशा वैशिष्ट्यांनी युक्त असे निरनिराळे सिद्धांचे समूह तयार झाले. वज्रयानी सिद्ध, सहजयानी सिद्ध, जैन सिद्ध, शाक्त सिद्ध, कापालिक सिद्ध इत्यादी समूह तयार झाले होते. कौल सिद्धान्ताप्रमाणे निरनिराळ्या प्रकारची साधना करणाऱ्या सिद्धांचाही त्यांत समावेश झाला. त्या काळच्या संस्कृतीला आध्यात्मिक दृष्टीने 'सिद्ध संस्कृती' म्हणता येईल. पं. राहुल सांकृत्यायनांनी या युगाला राजकीय दृष्टिकोनातून 'सामंत युग' व धार्मिक दृष्ट्या 'सिद्धयुग' म्हटले आहे.

या सर्व साधनाप्रणालीचा उत्कर्ष एका विशिष्ट प्रदेशातच झाला होता. बौद्धांच्या वज्रयानी शाखेचा विकास भारताच्या दक्षिणेत झाला होता. 'नागार्जुन कोंडा' हे बौद्ध नागार्जुनाचे स्थान प्रसिद्धच आहे. त्या वेळी द्रविड देशात अलवार व नयनार या तामिळी वैष्णव आणि शैव संतांच्या परंपरा उत्कर्षाला पोहोचल्या होत्या. नम्मलवारसारखा

शैव संत त्या वेळी प्रभावीपणे शैव संप्रदायाचा प्रसार करीत होता. अलवार गीतांचे (भक्तिगीतांचे) संकलन होऊन 'नालियार प्रबंधम्'सारखा तामिळी वेद तयार झालेला होता. याच वैष्णव भक्ती परंपरेतून नवी संजीवनी प्राप्त होऊन आचार्य परंपरेची पार्श्वभूमी तयार झालेली होती. कर्नाटकसारख्या दक्षिण प्रदेशात त्या वेळी जैन साधनेचा प्रचार चालला होता. त्याचप्रमाणे माळवा, राजस्थान आणि गुजरातमध्ये प्रसिद्ध जैन मुनी रामसिंह, मुनीदेवसेन जोइंदू हे सिद्धमुनी आपल्या आत्मशक्तीचा परिचय करून देत होते. शाक्त, कापालिक यांचे प्राबल्यसुद्धा दक्षिणेतच होते.

दक्षिणेतील 'श्रीशैल पर्वत' तंत्रसाधनांचे केंद्र होते. त्या वेळी श्रीशैल पर्वतावर वज्रयान सिद्धांचे प्राबल्य होते. अनेक बौद्ध तांत्रिक ग्रंथातून श्रीशैल पर्वताचा तंत्रसाधकांचे केंद्रस्थान म्हणून उल्लेख आला आहे. याच वेळी शाक्त कापालिक वगैरे हिंदू साधनाप्रणालींचा उत्कर्षदेखील श्रीशैल पर्वतावरच झालेला होता. श्रीशैल पर्वत आणि तांत्रिक साधना जवळजवळ एकरूप बनले होते. दोघांचा अत्यंत जवळचा संबंध होता. 'मालतीमाधव', 'कादंबरी', 'रत्नावली', 'कर्पूर मंजिरी' वगैरे त्या वेळच्या साहित्यातदेखील श्रीशैल पर्वताचा तंत्रपीठ किंवा तांत्रिकाचे कार्यस्थळ म्हणूनच उल्लेख आलेला आहे. त्या साहित्यातून तंत्रसाधनांचे स्वरूपदेखील स्पष्ट होते. या सर्व साधना वामाचारी होत्या. त्यांच्या यौगिक प्रक्रियासाठी स्त्री ही अत्यावश्यक साधन होती. मद्य, मांस, मैथुन इत्यादी पाच मकारांचा स्वैरपणे उपयोग केला जात असे. आपण आध्यात्मिक साधनेसाठी ज्या गोष्टी त्याज्य मानतो त्या गोष्टीच ते आवश्यक समजत असत.

यासाठीच शैल पर्वतावर योगिनींचे तांडे असत आणि त्या प्रदेशाला 'स्त्रीराज्य' म्हणत असत. त्यावरून स्पष्ट होते की, दहाव्या शतकात श्रीशैल आणि आजूबाजूचा प्रदेशात मद्य, मांस आणि स्त्री यांना प्राधान्य असणाऱ्या तंत्रसाधनेचा पूर्ण विकास झाला होता. त्यात आणि इतर तात्कालिक साधना प्रणालींमध्ये योग, उपास्यदेवता शिव, वेदांचा विरोध, बाह्याचाराचे खंडन, देहालाच देवाचे मंदिर मानणे (सर्वस्व समजणे) इत्यादी गोष्टी प्रमुख होत्या. गोरक्षनाथांनी या पार्श्वभूमीवर योग्याच्या वैशिष्ट्यांचा समन्वयाच्या दृष्टीने स्वीकार केला आणि वैषयिक दृष्टीचा त्याग केला. इतकेच नव्हे, तर आपले गुरू मच्छिंद्रनाथ त्यात अडकले होते, त्या वामाचारातून त्यांना बाहेर काढले. गोरक्षनाथांनी योगप्रधान, शिवयुक्त अनुभवाला प्राधान्य देणाऱ्या, बाह्याचार विरोधी - सदाचारी अशा नाथपंथाची स्थापना करून प्रवर्तन केले. म्हणूनच श्री ज्ञानेश्वरांनी गोरखनाथाला 'महेशान्वयसंभूत' (शिवाच्या आध्यात्मिक वंशात जन्माला आलेला) 'विषय विध्वंसैकवीर' (विषयाचा नाश करणारा एकमेव

वीर) आणि 'योगाब्जिनी सरोवर' (योगरूपी कमळाचे सरोवर) असे म्हटले आहे. या तांत्रिकांच्या मायाजालातून त्यांनी आपल्या गुरूचा उद्धार केला. त्यामुळे विषय विध्वंसनाच्या बाबतीत ते एकमेव 'वीर' सिद्ध बनले. नाथ संप्रदायाच्या प्रवर्तकाचा मान मच्छिंद्रनाथांना न मिळता गोरखनाथांना मिळतो, तो याच कारणामुळे! आजही लोक मानतात की नाथ संप्रदाय म्हणजे गोरखसंप्रदाय - गोरखबंध. अशा तऱ्हेने नाथ संप्रदायाशी गोरखनाथांचे नाते संलग्न झाले आहे आणि नाथपंथीयांचीही हीच धारणा आहे. नाथ म्हणजे गोरक्षनाथ. (गोरक्ष सिद्धान्त संग्रह, पृ. १८)

नाथ संप्रदायाची जन्मभूमी

नाथ संप्रदायाच्या जन्मभूमीबद्दल विद्वानांमध्ये भरपूर मतभेद आहेत. दक्षिणेतील विद्वान (सरदार मिरीकर/ डॉ. ढेरे) म्हणतात की नाथ संप्रदायाचा जन्म दक्षिणेत झाला आणि उत्तरेकडील विद्वान म्हणतात की संप्रदायाची उत्पत्ती उत्तरेत झाली.

तसे पाहिले तर दोन्ही मते एकांगी आहेत. भारताच्या उत्तरेतील आणि दक्षिणेतील ऐतिहासिक सामग्रीचा विचार करून, संशोधनात्मक दृष्टिकोनातून पूर्ण विचार करून निर्णय घ्यायला हवा. नाथ संप्रदायाचा जन्म उत्तरेकडे झाला म्हणणाऱ्यांची (विद्वानांची) मते अशी आहेत.

अ) उत्तर भारतात जन्म - उत्तर भारत प्रवर्तनवाद

आजपर्यंत अशी समजूत होती की, नाथ संप्रदायाचे अग्रणी मच्छिंद्रनाथ आणि गोरखनाथ उत्तरेकडचे आणि म्हणूनच नाथ संप्रदायाचा जन्मदेखील उत्तरेकडेच झाला असावा. दारोदार भिक्षा मागत हिंडणारे नाथयोगी हिंदी भाषेचाच वापर करीत असत. त्यामुळे या मताला अधिक पुष्टी मिळाली. ज्या विद्वानांनी आजपर्यंत नाथ संप्रदायावर लेखन केले, त्यांनी दक्षिण भारतातून या संप्रदायासंबंधीची सामग्री पाहिली नाही. प्राचीन प्रचलित कल्पनांच्या आधारावरच त्यांनी संशोधन केले. आणि नाथ संप्रदायाच्या जन्मभूमीचा मान आजपर्यंत नेपाळ, पंजाब, उत्तर प्रदेश, आसाम या प्रदेशांना देण्यात आला. डॉ. मोहनसिंग, प्रो. ब्रिग्ज, डॉ. हजारीप्रसाद द्विवेदी, डॉ. कल्याणी मल्लीक वगैरे प्रसिद्ध विद्वानांच्या अनुकरणाने महाराष्ट्रीय विद्वानांनीसुद्धा तीच समजूत बरोबर मानली. डॉ. सोनोपंत दांडेकरांनी संपादलेल्या ज्ञानेश्वरी ग्रंथाच्या प्रस्तावनेतही त्यांनी हेच मत मांडले. त्यामध्ये डॉ. सिंह, डॉ. द्विवेदी इत्यादींच्या ग्रंथाचा आधार दिला आहे. डॉ. शं.दा. पेंडसे यांनी आपल्या 'ज्ञानेश्वरांचे तत्त्वज्ञान' या ग्रंथात असे म्हटले आहे की, मच्छिंद्रनाथ आणि गोरक्षनाथ हे मूळचे उत्तर हिंदुस्थानातील राहणारे, नंतर यात्रा करीत ते दक्षिणेत आले. याविषयी मतैक्य आहे.

महाराष्ट्रातील सर्वच विद्वानांचे या संप्रदायाविषयी हेच मत आहे. 'महाराष्ट्रातील पांच संप्रदाय' या ग्रंथामध्ये प्रा. मोकाशी यांनी हेच मत मांडले आहे.

याला अपवाद फक्त सरदार मिरीकरांचा आहे. त्यांनी आपल्या निबंधात ज्ञानेश्वराचा नाथपंथ आणि अप्रकाशित संशोधन ग्रंथात (नाथ संप्रदायाचा इतिहास - हस्तलिखित) असा क्रांतिकारक सिद्धान्त मांडला आहे की, नाथ संप्रदायाची जन्मभूमी दक्षिण भारतातच आहे, परंतु त्या वेळी सबळ पुरावे हाती नसल्याने त्यांचा सिद्धान्त केवळ भावनात्मकच राहिला. सबळ पुराव्याच्या आधारे ते तो सिद्धान्त सिद्ध करू शकले नाही.

सरदार मिरीकरांचे मत असे आहे की, नगर जिल्ह्यात वृद्धेश्वराचा जो पहाड आहे तेच आदिनाथाचे स्थान आहे आणि तेथेच नाथ संप्रदायाचा जन्म झाला; परंतु सरदार मिरीकर त्यांचे हे मत सबळ पुराव्यानिशी सिद्ध करू शकले नाहीत. त्यांच्या या भावनात्मक आग्रहामुळे त्या दिशेने संशोधन करण्याची इच्छा मात्र अनेक संशोधकांच्या मनात निर्माण झाली आणि आता तर आणखी काही पुरावे असे मिळतात, की त्यातून नाथ संप्रदायाची जन्मभूमी दक्षिण भारतच आहे असे आपण म्हणू शकतो.

ब)   दक्षिण भारतात जन्म - दक्षिण भारत-प्रवर्तन-मतवाद

नाथ संप्रदायाच्या जन्मभूमीच्या बाबतीत उत्तर भारतीयांची मते जेव्हा आपण पाहतो, त्या वेळी आपणाला असे आढळून येईल की त्यांनी 'कदलीबन' नावाच्या स्थानाचा वारंवार उल्लेख केला आहे. (नाथ संप्रदाय : हजारीप्रसाद द्विवेदी) या कदलीबनात योगिनींच्या समूहात अडकलेल्या मच्छिंद्रनाथांची मुक्तता गोरक्षनाथांनी केली ही सांप्रदायिक कथा प्रचलित आहे. याच कदलीबनाच्या शोधार्थ हिमालयाच्या पायथ्यापासून गंगोत्रीपर्यंत लोक हिंडलेले आहेत. शेवटी गोरक्षनाथ नावाने प्रसिद्ध असलेल्या स्थळावरून नाथ संप्रदायाची जन्मभूमी कोणी पंजाब, कोणी बंगाल, कोणी उत्तरप्रदेश, कोणी नेपाळ मानली आहे. नाथ संप्रदायाच्या उदयाची पाश्वर्भूमी आपण अगोदर पाहिलीच आहे. त्यावरून हे निश्चित होते की,

नाथ संप्रदायाचा उदय हा वामाचारी, विकृत साधनांचे निर्मूलन करण्यासाठी आणि भारतीय सांस्कृतिक आणि आध्यात्मिक जीवनाच्या शुद्धीकरणासाठी झाला होता. अर्थात हे स्पष्ट आहे की, क्रांतिकारी आंदोलन वामाचारी विकृत साधनांच्या मुख्य कार्यक्षेत्रीच झाले असणार. ते कार्यक्षेत्र म्हणजे 'श्रीशैल पर्वत'.

जरी नाथ संप्रदायात श्रीशैल किंवा कदलीबन त्याज्य मानले असले, तरी वामाचाराच्या निर्मूलनासाठी आणि गुरू मच्छिंद्रनाथ यांच्या मुक्तीसाठी गोरक्षनाथांचा त्या ठिकाणी संबंध आला असावा.

नाथ संप्रदायाच्या उदयाच्या आधी 'श्रीशैल' हे तांत्रिक साधनाचे प्रभावी केंद्र होते. शैव, बौद्ध आणि शाक्त तांत्रिक त्या ठिकाणी असत. तेथे योगिनींचे तांडे असत आणि स्त्रीप्रधान साधना प्रक्रियांचा तेथे उत्कर्ष झालेला होता. त्या श्रीशैल पर्वतावर नाथ संप्रदायाचे क्रांतिकारक आंदोलन झाले असण्याची अधिक शक्यता आहे. ज्या कदलीबनात मच्छिंद्रनाथ योगिनींच्या तांड्यात अडकले होते, ते कदलीबन 'श्रीशैल' पर्वताचे दुसरे नाव आहे. हे सत्य उत्तर हिंदुस्थानातील पंडितांच्या लक्षात न आल्याने, नाथ संप्रदायाचे उगमस्थान निश्चित करण्याच्या बाबतीत गोंधळ उडाला. त्यांच्या मनांत संदेह निर्माण झाला. एकीकडे ते श्रीशैल पर्वताला तंत्रसाधनेचे केंद्र मानतात. नाथ संप्रदायाने तंत्रसाधनेतील वामाचाराचा प्रचार थांबवला हेही त्यांना मान्य आहे. पण कदलीबनाचा शोध न लागल्याने सगळा प्रवास अंधारातच चालला होता. तो पूर्ण झाला नाही. नाथ संप्रदायाचा उगम उत्तर हिंदुस्थानात झाला या प्रचलित समजुतींच्या आधारावर नाथ संप्रदायाच्या उगमस्थानाचा, कदलीबनाचा शोधही ते उत्तर हिंदुस्थानात करतात. भारतीय साधनप्रणालींच्या ऐतिहासिक सामग्रीच्या बाबतीत उत्तर हिंदुस्थानातील विद्वान दक्षिण हिंदुस्थानातील सामग्रीचा विचार करीत नाहीत आणि दक्षिण हिंदुस्थानातील विद्वानांचे लक्ष इतिहासापेक्षा तत्त्वज्ञानाकडे जास्त असल्याने इतिहासातील काही चुकीचे सिद्धान्त जसेच्या तसे राहिले आहेत.

खालील उल्लेखांवरून श्रीशैल आणि कदलीबन यांची एकरूपता व नाथ संप्रदायाशी त्यांचा असणारा संबंध स्पष्ट होतो.

- नाथ संप्रदायाशी घनिष्ठ संबंध असणाऱ्या चक्रधरांची, त्याच्या एकांतकाळच्या भ्रमणात भर्तृहरीशिष्या मुक्ताबाई या योगिनीची भेट झाली होती. ही नाथयोगिनी मुक्ताबाई कदलीवनातच राहणारी होती.

  कर्दळीचे वनी । मुक्ताई योगिनी ।

  देओ धायक्षणी । पुजियेले ।। (नामदेवगाथा - आदिप्रकरण)

  असा उल्लेख महानुभाव वाङ्मयात आला आहे.

- नाथपंथातील आदिसिद्धांपैकी एक सिद्ध आणि वीर शैवमताचे प्रवर्तक अल्लमप्रभू, रेवणसिद्ध, महादेवीअक्का या तिघांनी श्रीशैल पर्वताजवळ कदलीबनात समाधी घेतली होती असे वर्णन लिंगायत पंथाच्या ग्रंथात

आलेले आहे. आज सुद्धा श्रीशैल-कदलीबन हे लिंगायतांचे पवित्र स्थान मानले जाते.

■ गुरुचरित्रात असा उल्लेख मिळतो की, दत्त संप्रदायातील श्री नरसिंह सरस्वतींनी शेवटी श्रीशैल पर्वताजवळील कदलीबनात प्रवेश केला आणि चिरविश्रांती घेतली.

'ऐसे बोधूनी शिष्यासी । गुरु गेले कर्दळीवनासी ।'

गुरुचरित्रामध्ये श्रीशैल पर्वताच्या वर्णनाचा एक पूर्ण अध्याय (क्र. ४३) आहे.

■ चौदाव्या शतकाच्या शेवटी 'गोरत्र मंत्री' नावाच्या तेलुगु कवीने 'नवनाथ चरित्रमु' नावाचा ग्रंथ लिहिला आहे. त्यामध्ये नवनाथांबरोबर इतर काही स्थानिक सिद्धांचा समावेश केला आहे. सांप्रदायिक इतिहासावर लिहिलेला हाच एक सर्वांत जुना ग्रंथ होय. याचे दुसरे वैशिष्ट्य म्हणजे हा ग्रंथ श्रीशैल मल्लिकार्जुनाला अर्पण केला आहे. (पाहा तेलुगु और उसका साहित्य, पृ. २७-२८)

■ लीळाचरित्राच्या उत्तरार्धात चक्रधरांनी आपल्या शिष्यांना जालंधराचा शिष्य कान्हपादाच्या चमत्कारिक अंताची कथा सांगितली आहे. त्या कथेमध्ये कान्हपदाचा अंत दक्षिणेकडील 'बहुडी' नावाच्या योगिनीशी समागम करतेवेळी आपली ऊर्ध्वरेतावस्था सिद्ध करताना झाला. (लीळाचरित्र, एकांक ४, पृ. ३)

■ संवत् २०१३मध्ये नाशिकच्या सिंहस्थ यात्रेच्या वेळी काशीच्या योग प्रसारिणी सभेने 'कदली मंजुनाथ माहात्म्य' नावाचा संस्कृत ग्रंथ प्रसिद्ध केला. हा तुलू लिपीत लिहिलेला ग्रंथ कदली मंजुनाथाच्या पुजाऱ्याच्या घरी मिळाला. ६० अध्यायांच्या या ग्रंथात सर्वत्र 'श्रीशैल' आणि 'कदलीवन' हे भौगोलिक दृष्टीने एकच मानले आहेत. श्रीशैलावर असणाऱ्या मंजुनाथाला (आदिनाथाला) सर्वत्र 'कदलीश्वर' म्हटले आहे. कदलीश्वर मंजुनाथ पीठ हे नाथ संप्रदायाचे प्राचीन तपपीठ मानले जाते. (पाहा कदली-मंजुनाथ माहात्म्य)

यावरून हे लक्षात येते आणि सिद्ध होते की, नाथसंप्रदायाचे उगमस्थान श्रीशैल कदलीबनच आहे. आणि आंध्र, कर्नाटक, महाराष्ट्र ही त्यांची पहिली लीलास्थळी होती.

क) संप्रदायाचे नामाभिधान

नाथ संप्रदाय या नावाने ज्या संप्रदायाच्या उदय-विकासाची आपण चर्चा करीत आहोत, त्या संप्रदायाला हे नाव केव्हा दिले गेले, सुरुवातीपासून कोणत्या

नावाने परिचित हा संप्रदाय नंतरच्या कालखंडात त्या नावात बदल होत गेला का, विविध कालखंडात कोणत्या नावाने हा संप्रदाय ओळखला जात असे, त्या बदलत्या नावांचा उद्देश काय होता, या नावांमुळे नाथ संप्रदायाची वैशिष्ट्ये किंवा स्वरूप स्पष्ट होण्यास मदत झाली का, इत्यादी प्रश्नांचा विचार करणे आवश्यक आहे. हा संप्रदाय नाथ संप्रदाय, नाथपंथ, सिद्धपंथ, सिद्धमत, सिद्धमार्ग, योगमार्ग, योग संप्रदाय, अवधूत मत, गोरखपंथ, कानफाटा पंथ, गुरुमार्ग संप्रदाय इत्यादी नावांनी ओळखला जात असे. प्रत्येक नावाचे, संप्रदायाचे वैशिष्ट्य व स्वरूप स्पष्ट होते.

नाथ संप्रदाय

नाथ संप्रदाय हे नाव प्राचीन काळापासून प्रचलित होते. या नावावरून संप्रदायाची वैशिष्ट्ये लक्षात येतात. ब्रह्मानंदाने, हठयोग प्रदीपिकेच्या टीकेत 'नाथ संप्रदाय' नावाचा उपयोग केला आहे.

'आदिनाथः सर्वेषां नाथानां प्रथमः ततो ।

नाथ संप्रदायः प्रवृत्तः इति नाथ सांप्रदायिनो वदन्ति ।।'

(हठयोग प्रदीपिका पृ. १,५/९)

राजगुह्यमध्ये 'नाथ' या शब्दाचे विवरण खालीलप्रमाणे दिले आहे.

नाकारोऽनादिरूपं थकारः स्थाप्यते सदा ।

भुवनत्रयमेवैकं श्रीगोरक्ष नमोऽस्तुते ।।

अर्थ : 'ना' हे अक्षर अनादि स्वरूपाचे द्योतक आहे. 'थ' या अक्षराने स्थितीचा बोध होतो. तिन्ही भुवनांत एकमात्र असणाऱ्या गोरक्षनाथा, मी आपणाला नमस्कार करतो.

'शक्तिसंगम तंत्रा'मध्येही नाथपदाची अशीच आध्यात्मिक व्युप्तती दिली आहे.

श्री मोक्षदानदक्षत्वात् नाथब्रह्मानुबोधनात् ।

स्थगिता ज्ञान विभवात् श्रीनाथ इति गीयते ।।

अर्थ : वैभव आणि मोक्ष देण्यात कुशल असल्यामुळे ब्रह्मज्ञान करून देऊन अज्ञानाचा अंधकार नष्ट करण्यामुळे नाथांची श्रीनाथ अशी प्रशंसा केली जाते.

महाराष्ट्रात कमीत कमी तेराव्या शतकापासून आजपर्यंत 'नाथपंथ' नावाचा उपयोग पुष्कळ वेळा केला गेला आहे.

नाथ संप्रदाय हे नाव त्या संप्रदायाच्या तत्त्वज्ञानाचे द्योतक आहे. नाथ म्हणजे न+अथ, म्हणजेच ज्याला आरंभ नाही असा. ज्याचा प्रारंभच नाही त्याचा अंत

कोण कल्पू शकेल? म्हणजे या सृष्टीचा आरंभही नाही आणि अंतही नाही. त्याची उत्पत्तीही होत नाही आणि विनाशही होत नाही. नाथ पंथाच्या तत्त्वज्ञानावर तिबेटी तत्त्वज्ञानाचा प्रभाव दिसून येतो. तिबेटी लोक 'कर्मसिद्धान्त' मानतात. कर्म कधीही निष्फल होत नाही. प्रत्येक मनुष्य आपल्या कर्मानुसार प्रगती करतो आणि तशा कर्मामुळे त्याला जन्म मिळतो. भगवद्गीतेतही सांगितले आहे -

शुचिनां श्रीमतां गेहे योग भ्रष्टोऽभिजायते ।

ते ध्यानावर अधिक भर देतात. ध्यानाने मन निर्विकल्प होते हे त्यांचे अंतिम साध्य आहे. त्यामुळेच मनुष्याचे मन सम व शुद्ध होऊन त्याचे दोष नष्ट होतात, तो एक आदर्श मानव बनतो. प्रत्येकाचे ध्येय आहे आदर्श मानव होण्याचे. यालाच तिबेटी लोक मोक्ष समजतात. तिबेटी संप्रदायाच्या प्रभावामुळे नाथ संप्रदायात अनुभवाचे महत्त्व, वामाचाराला विरोध, बाह्य अवडंबराला विरोध इत्यादी गोष्टी आल्या असाव्यात. 'नाथसंप्रदाय' या शब्दामुळे त्याची आपल्याला कल्पना येते.

सिद्धमत

या समासाचा विग्रह दोन प्रकारांनी होतो किंवा आपणाला करता येईल. १) सिद्ध असे मत, २) सिद्धांचे मत

काहींच्या मते पहिला तर काहींच्या मते दुसरा विग्रह अधिक योग्य वाटतो. नाथ संप्रदायाला सिद्धपंथ, सिद्धमार्ग किंवा सिद्धमत म्हटले जाते. ज्याप्रमाणे नाथपंथाची दीक्षा घेतल्यावर त्या व्यक्तीमागे 'नाथ' शब्द लावला जातो, त्याप्रमाणे प्रारंभी या दीक्षितांच्या नावामागे सिद्ध शब्द लावला जात असे. परंतु सिद्ध ही उपाधी नाथ संप्रदायापुरतीच मर्यादित नव्हती, तर या संकल्पनेचा उपयोग-प्रयोग त्याआधीही केला जात असे. या काळात नाथ संप्रदायाला जवळचे वाटणारे वज्रयानी सिद्ध, जैनसिद्ध, कौलसिद्ध, निरंजनसिद्ध इत्यादी अनेक साधना करणारे-आचरणारे सिद्ध होते. सिद्ध ही उपाधी अतिव्याप्त झाली आणि नाथ संप्रदायसुद्धा सिद्धमत या नावाने ओळखला जाऊ लागला. गोरखनाथांनी लिहिलेल्या 'सिद्धसिद्धान्तपद्धती'मध्ये हे नाव अनेक वेळा आले आहे. (सि.सि.प. ६, ७५-७९)

वर्जयेत् तान् गुरुन् दूरे धीरः सिद्धमताश्रयः ।

तस्मात् सिद्धमतं स्वभावंसमयं धीरः सदा संश्रयेत् ।।

निवृत्तिनाथ-ज्ञानदेव यांनीसुद्धा या पंथाला सिद्धपंथ म्हटले आहे.

'गहिनीनाथ सांगे । निवृत्तीच्या कानी ।

पावले ते ज्ञानी । सिद्धपंथे ।।'

अवधूत मार्ग

नाथपंथातील योग्यांना नाथ, सिद्ध, जोगी इत्यादी नावांप्रमाणे 'अवधूत' या नावानेही ओळखले जाते. या अवधूतांचे मत तेच अवधूत मत, अवधूत मार्ग वा अवधूत पंथ होय. कबीरदासांनीसुद्धा या अवधूत पंथाला उद्देशून अनेक मार्मिक गोष्टी सांगितल्या आहेत. गोरक्ष सिद्धान्तात म्हटले आहे - *'अस्माकं मतत्त्ववधूतमेव'* सिद्धसिद्धान्तपद्धतीत तर संपूर्ण सहावा उपदेश अवधूत लक्षणाचाच आहे.

'सोऽवधूतोऽभिधीयते' त्याला अवधूत म्हणावे.

असा शेवट करून प्रत्येक श्लोकात अवधूत लक्षण सांगितले.

'सर्वान् प्रकृति विकारान् अवधूतोत्यवधूत:' (सर्व दोषांना, वासनांना जो मूळापासून हलवितो, नष्ट करतो, तो अवधूत होय.)

'गोरखबानी'मध्ये अनेक वेळा अवधूतपदाचे विवेचन आलेले आहे. दत्तात्रेयाला अवधूत म्हटले आहे. नाथ संप्रदायातील दैवतांत दत्तात्रेयास श्रेष्ठ मानले गेले आहे. अवधूत गीता या सांप्रदायिक ग्रंथात दत्तात्रेयांनी गोरक्षनाथाला उपदेश केला आहे. 'दत्तगोरक्ष गोष्टी' या नावाचा एक नाथ सांप्रदायिक ग्रंथ आहे. प्राचीन मराठी साहित्यातसुद्धा 'अवधूत' शब्दाचे अनेक अर्थ मिळतात, अनेक उल्लेख मिळतात. अवधूतात असणारी अनेक वैशिष्ट्ये नाथ संप्रदायात पाहावयास मिळत असल्याने नाथ संप्रदायाला 'अवधूतमार्ग' म्हणूनही संबोधतात.

योगमार्ग

नाथ संप्रदायात योगाचे स्थान महत्त्वाचे असल्याने आणि या पंथात योगप्राधान्यता असल्याने हा योगमार्ग आहे. सिद्धपंथाप्रमाणेच या नावाची व्याप्ती नाथ संप्रदायापुरती नाही, तेवढीच मर्यादित नाही हे आपण पाहिले आहे. नाथ संप्रदायाच्या उदयाच्या वेळी अनेक योगप्रधान साधना भारतात प्रचलित होत्या. गोरक्ष सिद्धान्त संग्रहात -

'नाथ सम्प्रदायंविना सर्व मते विपरिता वार्ता वर्तते ।'

अशा तऱ्हेचा संप्रदायाबाबतचा उल्लेख मिळतो.

गोरखपंथ

या संप्रदायाचे प्रवर्तन गोरखनाथांनी केले, म्हणूनच या पंथाला गोरखपंथ म्हणतात आणि हे नाव अव्याप्त आहे. कारण या नावाने नाथ संप्रदायातील गोरखपंथी शाखेचे बैरागीच बहुतेक ओळखले जातात.

कानफाटा

कान फाडून त्यात कर्णमुद्रा घालणारे ते कानफाटा योगी, या पद्धतीवरून हे नाव प्रचारात आले. मराठीत या शब्दाचा निंदाव्यंजक स्वरूपात वापर केला जातो. एकनाथ, तुकाराम, रामदास अशा मराठी संतांनी या कानफाटावर कठोर टीका केली आहे. लिओनार्ड, ब्रिग्ज आदी पाश्चात्य टीकाकारांनी लिहिलेल्या नाथ संप्रदायावरील ग्रंथांत 'कनफटा' या शब्दाचा प्रयोग केला आहे. कानफाटा हे नाथपंथी योगीच होते. मच्छिंद्रनाथ आणि गोरखनाथ हे कानफाटा योगीच होते. कानामध्ये मुद्रा धारण करणे हे गोरखपंथीय योग्याचे चिन्ह आहे. गोरखपंथात याचे अनेक आध्यात्मिक अर्थ सांगितले आहेत; म्हणूनच या पंथाचे नाव 'कानफाटा' असे वापरले गेले.

गुरुमार्ग

हे नाव श्री. शं.बा. जोशी यांनी आपल्या 'मऱ्हाटी संस्कृती' या ग्रंथात वापरले आहे. श्री. जोशी यांनी गुरुभक्तिप्रधान साधनप्रणालीचाही यामध्ये समावेश केला आहे. नाथ संप्रदायात असलेली आत्यंतिक गुरुभक्ती पाहून हे नाव यथार्थ वाटते. अर्थातच हे नाव अतिव्याप्त आहे.

•••

नाथ संप्रदायाची उपास्य देवता
आणि पवित्र स्थाने

नाथ संप्रदाय हा शैव संप्रदाय आहे असे मानले जाते. त्यामुळे भगवान शिव हीच त्यांची उपास्य देवता आहे. 'आदिनाथ (शिव) गुरु सकल सिद्धांचा' हा सिद्धान्त संप्रदायात सतत मांडला जातो.

शिव हीच नाथांची प्रधान उपास्य देवता आहे. परंतु शाक्त, कापालिक आदी अन्य सांप्रदायिकांचा नाथ संप्रदायात समावेश झाल्याने शक्तीची काली, अंबा, जगदंबा, दुर्गा आदी रूपे आणि शिवाची भैरव, कालभैरव, नंदभैरव, एकलिंग आदी रूपे उपास्य ठरली. शक्तीविना शिव केवळ 'शव' आहे.

या सिद्धान्तामुळे शक्तीची उपासना खूपच वाढली, संप्रदायांत मान्यता पावली. नाथांचे एकपीठ 'कामाख्या' हे शक्तिस्थान आहे. भैरवमूर्ती आठ हातांची, मुंडमाला ल्यायलेली, सर्पभूषणे व कुंडले परिधान केलेली, कृष्णकुक्कूरवाहनी अशी दिसते. सिद्धसिद्धान्त संग्रहात भैरवाच्या मूर्तीअष्टकाचे स्वरूप असे आहे.

शिवाद्भैरव एतस्मात् श्री कण्ठोऽत: सदाशिव: ।

ईश्वरोऽस्माद्रुद्रं आसीत् ततो विष्णुस्तथा विधि: ।।

गोरक्षोत्तर काळी गोरखनाथांची मंदिरे सर्व भारतभर उभारली गेली. या मंदिरांतून गोरक्षनाथांबरोबर गुरू मच्छिंद्रनाथ, दत्तात्रेय यांच्या मूर्तीही आढळतात. बंगालमध्ये गोरक्ष-मच्छिंद्रनाथांबरोबर हाडिपाची (जालंधरची) मूर्ती पूजेसाठी मानली जाते. अनेक ठिकाणी गोरक्ष प्रमुख नवनाथ आणि चौऱ्याऐंशी सिद्ध यांच्या मूर्तीही पूजिल्या जातात. नेपाळमध्ये बौद्ध वातावरणात मच्छिंद्रनाथांची अवलोकितेश्वराच्या रूपात पूजा केली जाते. क्वचित हनुमान, रामचंद्र या देवतांच्या मूर्तीही आढळतात. कानफाटे योगी शाखेचा प्रवर्तक धर्मनाथ याच्या

धीनोधर (कच्छ) येथील मठात विष्णुमूर्तीही आहे. बंगालमध्ये डमडमजवळील गोरखमंदिरात कपिलमुनीची मूर्ती आहे. महाराष्ट्रात ज्ञानेश्वरोत्तर काळात नाथपरंपरा जवळजवळ वारकरी संप्रदाय बनल्यामुळे त्यांच्या ग्रंथातून आणि स्फुटलेखनातून सर्वत्र विठ्ठलाचा, रामाचा, कृष्णाचा जयजयकार आढळतो. ही देवतांची बहुलता संप्रदायाच्या सर्वसमावेशक स्वरूपातून निर्माण झाली. शिव आणि त्या खालोखाल दत्त संप्रदाय याच प्रधान उपासनायोग्य (उपास्य) देवता बनल्या आहेत. शिव आणि दत्त या दोन्ही देवता वेष आणि विहार यांबाबतीत जोगी आहेत हे सर्वांना माहीत आहे. अर्थात शिव आणि दत्त या दोन्ही देवतांची उपासना नाथ संप्रदायात 'आदिनाथ' स्वरूपात केली जाते.

नाथ संप्रदायाची पवित्र स्थाने

नाथ संप्रदायाचे जोगी प्रयाग, अयोध्या, त्र्यंबकेश्वर, द्वारका, हरिद्वार, बद्रीनाथ, केदारनाथ, वृंदावन, पुष्कर, रामेश्वर, नेपाळमधील पशुपतिनाथ, काश्मीरमधील अमरनाथ आणि हिंगलाज या स्थळांची यात्रा करतात. याशिवाय ते शिव, भैरव, शक्ती यांच्या मंदिरांना तीर्थरूप मानतात. या शिवाय नेपाळ-काश्मीरपासून रामेश्वरपर्यंत त्यांचे सांप्रदायिक मठ पाहावयास मिळतात. सर्वत्र ते विखुरले आहेत. अंगना (उदयपूर), आदिनाथ (बंगाल), काद्रीमठ (चेन्नई), गंभीर मठ (पुणे), गरीबनाथ टिला (सारमौर स्टेट), गोरक्षक्षेत्र (गिरनार), गोरखबंसी (डमडम), चंद्रनाथ (बंगाल), चंचलगिरी मठ (चेन्नई), त्र्यंबक मठ (नासिक), नीलकंठ मठ (आग्रा), नोहरमठ (बिकानेर), पंचमुखी महादेव (आग्रा), पांडुधुनी (मुंबई), पीरसाहेब (जम्मू), बत्तीशिराळे (सातारा), भर्तृगुंफा (ग्वाल्हेर), भर्तृगुंफा (गिरनार), मंगलेश्वर (आग्रा), महानाथ मंदिर (बरद्वार), महामंदिरमठ (जोधपूर), योगीगुहा (दिनाजपूर), योगीगुहा (बगुडा-बंगाल), योगीमठ (मेदिनीपूर), लाडुवास (उदयपूर), हाँडी भरंगनाथ (म्हैसूर), हिंगुवा मठ (जयपूर) याप्रमाणे अनेक नाथपंथाचे मठ भारतभर पसरले आहेत. गोरखपूर हे या संप्रदायाचे अलिखित केंद्र समजले जाते. महाराष्ट्रात तर वृद्धेश्वराच्या डोंगराची रांग आणि त्र्यंबकेश्वराचा डोंगर नाथ संप्रदायाच्या पाऊलखुणांनी व्याप्त आहे. जनार्दन स्वामींचे देवगिरीवरील साधनास्थान आणि समर्थांचे चंद्रगिरीवरील साधनास्थान गोरखसंस्पृष्ट समजले जाते. पैठणचा शिवदिन केसरी मठ प्रसिद्ध आहे. सातारा जिल्ह्यातील मत्स्येंद्रगड, मच्छिंद्रनाथाची निशाणी बाळगून आहे. आळंदी परिसर ज्ञानेश्वरोत्तर नाथ संप्रदायाशी संबंधित आहे. आळंदीजवळ अडबंगनाथ नावाच्या

नाथसिद्धाचे स्थान (डुडूळगाव) दाखविले जाते. गोव्यातील मंगेशनाथ, चंद्रनाथ आदी नाथसंप्रदायी शिव मंदिरे नाथप्रसाराची चिन्हे असावीत असे श्री. अ.का. प्रियोळकर यांचे मत आहे. (मराठी संशोधन पत्रिका व ५ अंक १ पृ. ३७) शिरूर तालुक्यातील (पुणे जिल्हा) केंदूर या गावी (ज्ञानेश्वरकालीन कान्होबा पाठक या संताचे गाव) नवनाथाची स्थाने दाखवतात. पुणे जिल्ह्यात सासवड मार्गावर दिवे घाटात एक कानिफनाथ मंदीर आहे. नगर जिल्ह्यातील मढीचा मायंबा व कान्होबा ही मच्छिंद्रनाथ व गोरखनाथ यांची स्थाने आहेत असे सरदार मिरीकरांचे म्हणणे आहे. विदर्भातील अंभोरे, छिंदवाडा, खेडले ही स्थाने मुकुंदराज परंपरेतील महत्त्व पावलेली आहेत. मराठवाड्यात आंबेजोगाई आणि परळी वैजनाथ ही स्थानेही महत्त्वाची मानली गेली आहेत.

•••

८

नाथ संप्रदायाचे शाखाभेद

गोरक्षनाथ (गोरखनाथ) प्रवर्तित नाथ संप्रदायाचे अनेक शाखाभेद झाले आहेत. या शाखाभेदांचे कारण काय हा प्रश्न विशेष चिंतनीय आहे. उपलब्ध साधनांवरून मात्र या शाखाभेदावर प्रकाश टाकणे आजच्या काळात तरी अशक्य आहे. तात्त्विक आणि आचारविषयक मतभेद तीव्र होऊन गोरक्षोत्तर काळी विविध साधनाप्रणाली निर्माण झाल्या आणि मध्ययुगात साधनाविश्वाचा पसारा वाढला. अर्थात या साधनप्रणालींवर गोरक्षनाथांचा अमिट प्रभाव होता, तरीही त्या नाथपंथाच्या शाखा म्हणून कधीही गणल्या गेल्या नाहीत. चक्रधराचा महानुभावपंथ, अल्लम प्रभुंचा लिंगायत पंथ, ज्ञानेश्वरांचा वारकरी पंथ, कबीराची निर्गुण भक्तिपरंपरा, गुरू नानकांचा शीख संप्रदाय इत्यादी साधनापंथ गोरक्ष प्रभावित असले, तरी त्या नाथ संप्रदायाच्या शाखा नाहीत हे स्पष्ट आहे. परंतु नाथ संप्रदायात शाखाभेद निर्माण का व्हावेत? आज नाथ संप्रदायात जे शाखाभेद आहेत, ते गोरक्षोत्तर काळी निर्माण झाले असावेत असे वाटते. प्रमुख बारा शाखा ज्यांच्या नावे रूढ आहेत त्यांतील काही गोरखनाथाच्या आधीच्या काळातील, काही समकालीन आणि काही उत्तरकालीन आहेत असे मानले जाते. जालंधरनाथ गोरक्षांच्या गुरूचे सहकारी होते, भर्तृहरी गोरक्षांचा शिष्य होता. जालंधरशिष्य कानिपा त्यांचा समकालीन होता, पूरनभगत किंवा चौरंगीनाथ त्यांचा गुरुबंधू होता आणि अन्य थोडेसे उत्तरकालीन मानले जातात.

हे सर्व शाखाभेद गोरक्षनाथांच्या जीवनकाळात निर्माण होणे शक्य नाही; कारण ज्या महापुरुषाने आपल्या असामान्य प्रभावाने व अपूर्व समन्वयशक्तीने अनेक पूर्वकालीन साधनाप्रणालींना आपल्या नेतृत्वाखाली आणून एकत्र केले, त्याच्या हयातीत हे मतभेद टिकणे शक्य नव्हते. या शाखाभेदाचे रहस्य असे असावे की, ज्या पूर्ववर्ति साधनांना गोरक्षनाथांनी काही देवाणघेवाण पद्धतीने नाथ संप्रदायाच्या ध्वजाखाली आणले, त्या साधनांचे साधक आपल्या पूर्वींच्या वैशिष्ट्याच्या जाणिवेमुळे गोरक्षोत्तर काळात विविध शाखांत विभक्त झाले असावेत.

नाथ संप्रदायाच्या आज प्रमुख बारा शाखा आहेत. पारंपरिक चर्चेंतून असे

निष्पन्न होते की, गोरक्षनाथांनी परस्परभिन्न शाखांना एकत्रित संघटित करून त्यांना बारा पंथांत व्यवस्थित समाविष्ट करून घेतले ते असे-

१. सत्यनाथी २. धर्मनाथी ३. रामपंथ ४. नाटेश्वरी ५. कन्हड ६. कपिलानी ७. माननाथी ८. आईपंथ ९. पागलपंथ १०. धजपंथ ११. गंगानाथी १२. बैरागी

या बारा पंथांच्या योग्यांना शंकराचार्यांच्या दशनामी योग्यांप्रमाणे 'बारहपंथी' योगी म्हणतात. प्रत्येक पंथाचे विवक्षित पवित्र स्थान, मूलप्रवर्तक, प्रवर्तनभूमी आहे. गोरखपूरचे प्रसिद्ध सिद्ध महंत गंभीरनाथ यांच्या एका बंगाली शिष्याने या बारा पंथांची सविस्तर माहिती गोरखपूर परंपरेप्रमाणे डॉ. द्विवेदींना सांगितली ती 'नाथसंप्रदाय' या त्यांच्या ग्रंथाच्या परिशिष्टात दिली आहे.

एक दंतकथा अशी की, शिवसंचालित बारा पंथ होते आणि गोरक्षसंचालित बारा पंथ होते. या दोन्ही गटांत संघर्ष चालत असे. म्हणून गोरक्षनाथाने शिवाचे सहा आणि स्वतःचे सहा असे बारा पंथ नष्ट करून उरलेल्या बारा पंथांचे पुनर्संघटन केले. प्रा. ब्रिग्ज यांनी शिवाचे अठरा पंथ आणि गोरक्षाचे बारा पंथ अशी नोंद केली आहे. डॉ. द्विवेदींच्या मते पहिल्या बारा आणि उर्वरीत बारा अशाच संख्या ग्राह्य धराव्या. कारण शिव म्हणजे आदिनाथ, यांच्या दोन शिष्यांपैकी जालंधराच्या कापालिक प्रणालीचे बारा आचार्य (व भेद) होते, आणि दुसरा शिष्य मच्छिंद्रनाथ यांचा शिष्य गोरक्षनाथांचे बारा पंथ असावेत. जालंधराच्या नेतृत्वाखालील साधनांचा समावेश आपल्या साधनेत करताना जी तडजोड गोरक्षनाथांना करावी लागली, तिचाच गर्भितार्थ वरील दंतकथेत असावा असे वाटते.

शिवप्रवर्तित पंथ : १.भूज/कच्छचे कंठरनाथ, २.पेशावर आणि रोहतकचे पागलनाथ, ३.अफगणिस्थानचे रावल, ४.पंख वा पंक, ५. मारवाडचे बन, गोपाल व रामके

गोरक्षप्रवर्तित पंथः १.हेठनाथ, २.आईपंथाचे चोलीनाथ, ३.चांदनाथ कपलानी, ४.रतढोंढाचे (मारवाडचा बैराग पंथ) रतननाथ, ५.जयपूरचे पावनाथ, ६.धजनाथ महावीर

महानुभावीय आद्य ग्रंथात 'चोळीक' या नाथपंथी शाखेचा उल्लेख येतो.

(स्मृतिस्थळ, ९९, पृ. ३१) स्मृतिस्थळात कामळे मार्गाचा एकदा उल्लेख आला आहे. पण अन्यत्र नाथपंथी मराठी वाङ्मयातसुद्धा या शाखाभेदाचे उल्लेख आढळून येत नाहीत. महानुभावांच्या 'षड्दर्शन विवरण' या उत्तरकालीन प्रकरणात मात्र नाथपंथांच्या शाखांचा निर्देश केला गेला आहे. 'दर्शनप्रकाश' या महानुभावी ग्रंथातही बारा पंथांचा निर्देश आढळून येतो. तो असा -

नाटेश्वरी भैरव संतनाथ । जालंधरीवाघळी अवघटी ।

अघड कळंकपंथ । अघोर मच्छ अळपाळी महिंद्रनाथ ।

घोडाचुडी ।। सुवर्ण पंथ बाळनाथ हा योग जाणीजे बारा पंथ

(दर्शन प्रकाश, पृ. १९)

या उद्धरणातूनही कित्येक नाथांच्या नावांचा अर्थबोध होत नाही. एक मात्र दृष्टीस येते. 'षड्दर्शन विवरण' आणि 'दर्शन प्रकाश' दोन्ही ग्रंथांतून पंथभेदाच्या प्रचलीत बारा नावांहून या संदर्भातील काही नावे भिन्न आहेत.

आता क्रमशः आपण या पंथाच्या तेरा शाखांचा स्थूल परिचय करून घेऊ.

१. **सतनाथी :** सर्व पारंपरिक सूचींत या शाखेचा समावेश असतो. शिवप्रवर्तित पंथ या शाखेशी जोडला जातो. या शाखेचा प्रमुख मठ पुरी येथे आहे. स्थानेश्वर कर्णाल आणि भेवा येथेही यांचे मठ आहेत. विविध रंगांच्या चिंध्यांची टोपी धारण करणे हे यांचे वैशिष्ट्य. धर्मनाथ आणि त्यांचा कच्छमधील सहयात्री गरीबनाथ हे याच शाखेतून उदयास आले.

२. **रामनाथी :** शिवप्रवर्तित शाखांपैकी गोपालशाखेशी संबंध. गैरसमजुतीतून प्रभु रामचंद्रांशी संबंध जोडला जातो.

३. **धर्मनाथ :** सतनाथी परंपरेतील धर्मनाथाने ही शाखा प्रवर्तित केली आहे. गोदावरी तीरावर यांचे केंद्रस्थान असून कच्छमधील यांचा धीनोधर मठ विख्यात आहे. या धर्मनाथाचा नवनाथांमध्येही समावेश होतो.

४. **लक्ष्मणनाथी :** लक्ष्मणनाथ हा गोरक्षनाथांनंतर पंजाबचा टिला मठाचा महंत बनला. याच शाखेतून नाटेधरी आणि दरिया या दोन शाखा उगम पावल्या.

५. **दरियानाथी :** सिंध वगैरे पश्चिम भागात यांची स्थाने आहेत. दरियानाथी हे मूलतः गोरक्षपंथी प्रवर्तित हेठनाथी या प्रथम शाखेतील जोगी. सिंधमध्ये प्रतिवर्षी यांचा महोत्सव होत असतो. त्या वेळी हिंदू-मुसलमान या उभय जमाती त्यामध्ये सामील होत असतात.

६. **गंगननाथी :** कपिलमुनी शिष्य गंगनाथप्रवर्तित पंथ. कायानाथी आणि रतननाथी पंथांशी यांचा संबंध आहे.

७.   **बैरागी** : (भर्तृहरी) उज्जैनीचा राज्याधिकारी भर्तृहरीने राज्यत्याग करून गोरक्षशिष्यत्व स्वीकारले. त्याचीच ही शाखा. रतननाथ त्यांचा मुसलमान शिष्य. या पंथात मुसलमानांचा भरणा आहे. काबूलमध्ये पंथाचे पीठस्थान आहे.

८.   **रावळ** : (नागनाथी) या पंथात मुसलमान योग्यांचे आधिक्य आहे. रावळपिंडीत यांचे प्रमुख स्थान आहे. शिवप्रवर्तित तिसऱ्या शाखेशी संबद्ध, पंजाब आणि पश्चिम भारतात यांचा विशेष वावर आहे. मादिया आणि गल वा पागलपंथी या दोन शाखा आहेत. या शाखेचा प्रवर्तक नागनाथ मानला जातो.

९.   **जालंधरिपा** : गोरक्षप्रवर्तित पाचव्या पावनाथ या शाखेशी संबद्ध, नाथपंथातून फुटून जालंधराने हा पंथ स्थापन केला असे म्हटले जाते. 'पा' हा शब्द तिबेटी असून त्याचा अर्थ 'अधिकारी', 'प्रभू' असा आहे. कानिपा, गोपीचंद हे या शाखेतील होते.

१०. **आईपंथी** : गोरक्षशिष्या विमलादेवी या शाखेची प्रवर्तक. विमलामाईचा पंथ म्हणून 'माईपंथ' किंवा 'आईपंथ' म्हणून ओळखला जातो. रोहतक आणि हरद्वार येथे मठ आहेत; परंतु तेथे कोणतीही मूर्ती नाही. 'दाबीस्ताना'त आईपंथाचा उल्लेख आहे.

११. **कपलानी** : ही शाखासुद्धा कपिलमुनीप्रवर्तित मानली जाते. गंगासागरात यांचा मठ आहे. डमडमजवळ यांचे एक पवित्र ठिकाण आहे.

१२. **ध्वजनाथी** : हे जोगी ध्वजधारी असतात. महावीर हनुमंताशी संबंध सांगतात. (वारकरी संप्रदायातसुद्धा प्रत्येक दिंडीबरोबर ध्वजधारी (पताकाधारी) असतात.) सिंहल, पेशावर, अंबाला या ठिकाणी या जोग्यांचा आढळ होतो.

१३. **कानिपा** : जालंधरशिष्य कानिपा (कानिफनाथ) यांनी या पंथाचे प्रवर्तन केले आहे. हा वामाचारी पंथ आहे. 'बामारग' या पर्यायी नावाने हा आजही संबोधला जातो. यात शक्तिपूजेला स्थान आहे. गोपीचंद किंवा सिद्ध शृंगारी याच शाखेचा मानला जातो. बंगालमधील 'सेपला' किंवा 'सापुडे' ही जात यातूनच निर्माण झाली.

याशिवाय प्रमुख शाखांत न मोडणाऱ्या कितीतरी लहानसहान परंपरा प्रचलित आहेत; उदाहरणार्थ, हाडीभरंग, कायिक नाथी, पायल नाथी, उदय नाथी-आरयपंथ, फीलनाथी, चर्पटनाथी, गहिनीनाथी, निरंजन नाथी, वरंजोगी, पा-पंक, कामभज, काशाय, अर्धनारी, नायरी, अमरनाथ, कुंभीदास, तारकनाथ, अमापंथी, भृंगनाथ इत्यादी अनेक शाखा भारतभर आणि दूरवर अफगाणिस्तानपर्यंत आजही अस्तित्वात आहेत.

●●●

महाराष्ट्रातील नाथ संप्रदायाची परंपरा

नाथ संप्रदायाचा इतिहास लिहिताना भाषा किंवा प्रांत असा विचार कोणी अभ्यासकांनी केला नाही. अर्थातच हा संप्रदाय भारतीय पातळीवरचा असल्याने विविध प्रांतांत त्याचे काय स्वरूप होते याचा विचार करण्याची गरज अभ्यासकांना जाणवली नाही. वारकरी किंवा भागवत संप्रदाय, दत्त संप्रदाय, रामदासी संप्रदाय यांच्या विपुल उत्पत्तीमुळे तुलना करण्यासाठी महाराष्ट्रातील नाथ संप्रदायही लोकांना जाणून घेण्याची तृष्णा निर्माण झाली आणि अलीकडे डॉ. रा.चिं. ढेरे यांनी त्या संदर्भात अभ्यासपूर्ण काम केले.

महाराष्ट्रातील नाथ संप्रदायाचे महत्त्व स्थानिक नसून अखिल भारतीय स्वरूपाचे आहे. महाराष्ट्रीयेतर पंडितांना महाराष्ट्रीय साधनेच्या वैभवाची माहिती नाही, तर काहींची मते याविषयी स्फुट मते अपसमजाच्या स्वरूपाची असतात. तसे पाहिले तर मध्ययुगीन साधनेच्या इतिहासात तमिळ संतांचा अपवाद वगळला तर महाराष्ट्राकडेच आद्यत्व येईल. अखिल भारतीय साधनप्रणालीवर गोरक्षनाथाचा प्रभाव असला, तरी गोरक्षनाथांचा वारसा लगेच हाती घेऊन, परंपरा खंडित न होऊ देण्याचा या भारतीय साधनेचा विकास घडवणारे महापुरुष महाराष्ट्रात आणि दक्षिणेतच झाले हे उघड आहे. द्रविड देशातील भक्ती रामानंदांनी उत्तरेत नेली, पण ती बरीच उशिरा.

दुसरे असे की, नाथ संप्रदायाचा महाराष्ट्रातील इतिहास हा बऱ्याच अंशी अद्ययावत मांडण्याची सोय झाली आहे. गोरक्षनाथांपासून थेट आजवरच्या ह्यात मठापर्यंत या परंपरा अव्याहतपणे चालू आहेत.

तिसरा एक विचार असा की, महाराष्ट्रात बाह्योपचारांवर विशेष भर न देता 'गोरक्ष-ज्ञानेश्वर' यांच्या आध्यात्मिक विचारांची लूट करण्यात सांप्रदायिकांनी धन्यता मानली. त्यामुळे महाराष्ट्रात नाथ संप्रदायाने जनमानसावर इष्ट आध्यात्मिक परिणाम घडवला. विकृतीने त्यांना ग्रासले नाही.

चौथी गोष्ट म्हणजे महाराष्ट्रातील विविध साधनप्रणालींशी नाथ संप्रदायाने समन्वय साधला. केवळ आध्यात्मिक अधिष्ठानाकडे लक्ष देऊन इतर सर्व संप्रदायांशी

आत्मीय संबंध राखले. ज्ञानदेवांच्या व्यक्तिमत्त्वाच्या प्रभावामुळे महाराष्ट्रात नाथ संप्रदाय आणि वारकरी संप्रदाय हे समांतर स्वरूपात न वाढता त्यांच्यामध्ये एकात्म निर्माण झाले. त्यातही नाथ संप्रदाय आणि वारकरी संप्रदाय यांमध्ये ज्ञानदेवांचे स्थान महत्त्वाचे असल्यामुळे, वारकरी नाथकथांचे गुणगान तर नाथपंथी विठ्ठल नामघोष करीत राहिले.

डॉ. ढेरे यांनी (नाथ संप्रदायाचा इतिहास, पृ.१११) महाराष्ट्रातील नाथ संप्रदायावर लिहिताना म्हटले आहे की, 'या विषयावर मी प्रथमच विचार केला आहे. अपुरी सामुग्री आणि तिची जुळवाजुळव आणि त्यासाठी लागणारे स्वास्थ्य न लाभल्याने माझा हा प्रयत्न अपुरा ठरला आहे. पण येत्या काही काळात सामग्री (आवश्यक) सहज उपलब्ध होईल आणि लेखन करता येईल.' त्यानंतर अहमदनगरच्या प्रा. अशोक नेवासकर यांनी संक्षेपाने महाराष्ट्रातील नाथ संप्रदायाचा आढावा घेतला आहे. ते म्हणतात, 'नाथ संप्रदायाचा अभ्यास करताना तीन वेगळ्या प्रकारे अभ्यास करता येईल. एक म्हणजे पौराणिक, दुसरा ऐतिहासिक दृष्ट्या आणि तिसरा प्रकार म्हणजे आध्यात्मिक दृष्ट्या.'

वास्तविक महाराष्ट्रीय नाथपंथ मराठी संतांच्या अभंगांमधून दडलेला लक्षात येतो. त्यासाठी श्री ज्ञानेश्वर, नामदेव, एकनाथांच्या अभंगरचना, त्यांचे ग्रंथ, त्यांतून दिलेली शिकवणूक आदी गोष्टी लक्षात घ्यायला हव्यात. म्हणजे जे माहीत आहे त्यामधून जे जाणून घ्यायचे याचा अभ्यास करावयाचा असतो. यासाठी नाथ संप्रदायावरील मराठी हस्तलिखिते, परंपरागत चालत आलेल्या रूढी-चालीरिती, नाथ संप्रदायांचे मठ-मंदिरे, तेथील शिलालेख, मौखिक गुरुपरंपरा, साजरे होणारे सण-उत्सव, उत्पन्नाची साधने, त्याची कागदपत्रे इत्यादी गोष्टी पाहणे आवश्यक आहे.

'गोरक्ष काव्य किमयागार' या संस्कृत ग्रंथाचे मराठीकरण 'नवनाथ भक्तिसार' या ग्रंथाद्वारे धुंडीसुत मालूने केले. काळ शके १७४१चा. नरहरि धुंडीराज मालू (धुंडीसुत मालो नरहरि / मालो धुंडीसुत / मालो नरहरी) अशा विविध नावांनी हा कवी ओळखला जातो. सोनार समाजातील या संत चरित्रकाराची गुरुपरंपरा ज्ञात नाही. अनेक संतांची चरित्रे यांनी लिहिली आहेत. त्यामध्ये भक्तिकथामृत, नवनाथ भक्तिसार (रचना शके १७४१), मालुतारण - अभंग-आरत्या, पदे आहेत. मालुतारण ग्रंथामध्ये पंढरपूरच्या इतिहासाचा काही सत्य व काही कल्पित भाग आहे. (मराठी हस्तलिखित केंद्र पुणे यांच्याकडे अपुरा ग्रंथ आहे.) हा ग्रंथ अनेक चमत्कारांनी भरला आहे. गोरखनाथांच्या परंपरेतील ८४ सिद्धांच्या विचित्र कथा 'नवनाथ भक्तिसार' ग्रंथात आढळून

येतात. विद्वानांच्या मते ऐतिहासिकदृष्ट्या हा ग्रंथ निरुपयोगी आहेत. या ग्रंथांची रचना मालोने अंधश्रद्धेतून आणि भाविकतेने केली आहे.

'नाथलीलामृत' हा सांप्रदायिक ग्रंथ आहे. याचा कर्ता आदिनाथ भैरव हा याच महिमामय नाथ संप्रदायाचा एक थोर वारसदार. हा ग्रंथ म्हणजे नाथसिद्धांच्या कवन कुशलतेने गायलेल्या कथा आणि नाथ संप्रदायाचे तत्त्वविवेचन जागोजागी करणारा ग्रंथ. एकोणिसाव्या शतकाच्या मध्यकाळात रचलेला, परंपरेच्या सुदृढ आधारावर उभा असल्याने साधनेच्या इतिहासामध्ये या ग्रंथाला निश्चित महत्त्व आहे.

अठ्ठावीस अध्यायांचा ५४९३ ओव्यांचा हा ग्रंथ बराच काळ उपेक्षित राहिला. ग्रंथकाराने अठ्ठाविसाव्या अध्यायाच्या शेवटी रचनेचा काळ आणि स्थळ यांचा उल्लेख केला आहे. चैत्र शुद्ध नवमी शके १७५६ (म्हणजेच, १८ एप्रिल १८३४ इ.स.) या दिवशी ग्रंथ पूर्ण झाला. ग्रंथरचनेच्या ओव्यांत 'विटपक्षेत्र' नावाचे स्थान ग्रंथरचनेत म्हटले आहे. म्हणजेच हे विटपक्षेत्र सातारा जिल्ह्यातील खानापूर तालुक्यातील 'विटे' गाव होय. नाथलीलामृताच्या रचनाकाळी विटे येथे भैरव अवधूत ज्ञानसागर हे दत्तोपासक विद्यमान होते. रेवणसिद्धनाथाच्या डोंगराचे सान्निध्य, नाथ संप्रदायाला प्रिय असलेल्या श्री दत्तात्रेयांचे वास्तव्यस्थान, साधूंचा सहवास यामुळेच हा ग्रंथ रचला गेला असावा आणि ग्रंथकर्ता विटे इथेच विसावला असावा.

नाथलीलामृताचे कर्ते आदिनाथ भैरव हे 'निघोजे' (ता. खेड, जि. पुणे) या गावचे रहिवासी. पुणे-नाशिक मार्गावर पुण्यापासून पंधरा मैलांवर असलेल्या मोशी गावापासून डावीकडे तीन मैल अंतरावर निघोजे हे गाव आहे. या ठिकाणी क्षेत्रपाल भैरवनाथाचे एक गाजलेले ठाणे आहे. आदिनाथाचे घराणे गुरवाचे असल्याने ते पिढ्यान्पिढ्या भैरवाच्या उपासनेत रंगलेले होते. आदिनाथांच्या पित्याचे नावही भैरव होते. 'आदि' यांना नाथ संप्रदायाची दीक्षा वडिलांकडूनच मिळाली. त्यामुळेच नाथलीलामृताची रचना प्रेरणा त्यांना मिळाली; पण ग्रंथसिद्धीचा सोहळा मात्र पाहावयास मिळाला नाही.

'तेणे करविला ग्रंथ हा । परि ग्रंथापूर्वी तो समाधीस्थ ।' (२८-३१२)

ग्रंथकार आदिनाथ भैरव यांच्या अध्ययनाबद्दल आणि नाथलीलामृत कथासाराबद्दल आणखी सांगता येईल. विस्तारभयास्तव दिले नाही.

ज्ञानेश्वर हे या संप्रदायाचे महत्त्वाचे प्रवर्तक, ज्यांनी महाराष्ट्रात नाथ संप्रदाय आणि भक्ती संप्रदाय हे दोन्ही उपासनेत आणले, त्यांना भक्तीत स्थान दिले.

महाराष्ट्राला नाथ संप्रदायाचा वारसा गोरक्षनाथांकडूनच मिळाला असे अभ्यासकांचे मत आहे. त्र्यंबकेश्वरी गोरक्षनाथांचा जुना मठ आहे. त्या मठाची स्थापना संवत ९२३मध्ये (म्हणजे इ.स. ८६६मध्ये) झाली. म्हणजे तत्पूर्वी महाराष्ट्रात नाशिक-त्र्यंबक परिसरात नाथ संप्रदायाचे अस्तित्व असावे. शिवाय नाशिक-त्र्यंबकच्या कुंभमेळ्याच्या निमित्ताने अनेक पंथ-संप्रदाय गोदातीरी येत असत. उत्तरेकडून आलेल्या सांप्रदायिकाने त्र्यंबकेश्वरी मठ स्थापणे शक्य आहे. आणि पुढेही त्र्यंबकेश्वरी नाथ संप्रदायाचे गुरू गहिनीनाथ यांनी त्र्यंबकेश्वरातच निवृत्तिनाथांना दीक्षा दिली, ती पुढील काळात मराठी संतांपर्यंत चालत आली. ज्ञानदेवाचे गुरू आणि गहिनीनाथांचे शिष्य निवृत्तिनाथांनी अशा पुण्यपावन त्र्यंबकेश्वरीच समाधी घेतली.

संस्थान तोरणमाळ (तालुका तळोदे) या ठिकाणी मच्छिंद्रनाथांची गादी (पवित्र स्थान) आहे. येथील जुन्या दप्तरात विक्रम संवत ९२९पासूनची (इ.स.६७२) त्या स्थानाची माहिती मिळते. नाथपंथामध्ये गुरूंना फार महत्त्वाचे स्थान आहे. गोरक्षगुरू मच्छिंद्रांनी गादी स्थापन करून संप्रदायाची सुरुवात केली; म्हणजे त्र्यंबकेश्वराच्या मठाच्या स्थापनेनंतर सुमारे सहा वर्षांनी तोरणमाळ येथे या स्थानाची स्थापना झाली असावी.

यादव काळात महाराष्ट्रात आंबेजोगाई हे नाथपंथाचे एक महत्त्वाचे केंद्र होते. त्या ठिकाणी शके १०६६ (इ.स. ११४४) या काळी स्थानिक राजा उदयादित्यच्या वेळचा एक लेख सापडला आहे. त्यात उदयादित्याचे गुरू भूवरनाथ म्हणून होते. यांचे भक्त रत्नदेव यास काही स्वरूपात जमीन दान दिल्याचा उल्लेख आढळतो. त्यामध्ये असे म्हटले आहे की जो कोणी या दानाचा उच्छेद करील, त्याला योगिनी आपल्या वज्राने शिक्षा करील. त्या काळी खानदेशात वरणगावजवळ पयोष्णी नदीच्या तीरावर चांगावटेश्वर आणि चांगा केशवदास असे सिद्ध पुरुष होते. (यातील चांगावटेश्वरची समाधी पुणे जिल्ह्यात सासवड येथे असल्याचे सांगितले जाते.) याच ठिकाणी अष्टमहासिद्धी व नवसिद्धी मूर्तिमंत वास करीत असत. ते साबरी मंत्राच्या साहाय्याने अलौकिक गोष्टी करत असा समज असल्याचा उल्लेख काही ग्रंथांत मिळतो. त्यानंतर संत ज्ञानदेवांच्या घराण्यात नाथ संप्रदाय आला. ज्ञानेश्वरपूर्व काळातही त्यांच्या घराण्यात आणि वास्तव्याच्या परिसरात नाथ संप्रदायाचे उल्लेख मिळतात. भीमा-भामा-इंद्रायणी-कुबेर गंगा यांच्या परिसरात अठरा शिवमंदिरे सापडतात. म्हणजे शैव संप्रदायाचा महान प्रसार त्या भागात होता. शैव संप्रदाय आदिनाथामुळे नाथ संप्रदायापुढे झुकला, परंतु नाथ संप्रदायाची दीक्षा घेऊनही ज्ञानदेवांनी भक्ती संप्रदाय व विठ्ठलाचे पूजन करणाऱ्या वारकरी संप्रदायाच्या जवळिकीतून त्या भागात वैष्णव

संप्रदाय निर्माण केला. शैव-वैष्णव असा एक वेगळा प्रवाह, महासमन्वय निर्माण झाला. नामदेव म्हणतात -

'धन्य ज्ञानदेव योग साधुनिया । भक्ती आवरोया दावी लोका ।'

योग हा सर्वांत सुलभ साधनामार्ग असल्याने ज्ञानदेवांनी त्याला 'ज्ञानेश्वरी' ग्रंथात महत्त्वाचे स्थान दिले. या ग्रंथात योग, भक्ती, अद्वैत या विचारांचे समन्वयवादी तत्त्वज्ञान पाहावयास मिळते. नाथ संप्रदायात योग आणि आत्यंतिक संयमन ही नाथपंथाची वैशिष्ट्ये असल्याचे मान्य करूनही निवृत्ती-ज्ञानदेवांपूर्वी गहिनीनाथांनी कृष्णभक्तीचा पुरस्कार केला, तरीही हरिपाठात *'योग-याग-विधी । तेणे नोहे सिद्धी । वायाची उपाधी । दंभधर्म ।।'* असाही विचार ज्ञानदेव मांडतात. ज्ञानदेवांनी नाथपंथ आणि भक्ती संप्रदाय यांचा साधलेला समन्वय अपूर्व आहे आणि साधनेच्या क्षेत्रात तो अद्वितीय म्हणावा लागेल.

अहमदनगर परिसरातील गर्भाद्रीच्या भोवताली नाथपंथीय संतांची अनेक स्थाने आहेत. आदिनाथाचे ठिकाण घाटशिरसनजीक गर्भाद्रीच्या दरीत आहे. त्याला 'वृद्धेश्वर' असे म्हणतात. सुमारे आठशे वर्षांपूर्वी आदिनाथ देवालयास श्रावणदेव नावाच्या राजाने घंटा दिल्याचा लेखी हवाला पाहावयास मिळतो. मुख्य मंदिरात स्वयंभू शिवलिंग असून त्यातून पाण्याचा लहानसा झरा सतत झिरपत असतो. या ठिकाणी अनेक वर्षांपूर्वीपासून चालत आलेली धुनी आहे. फार वर्षांपूर्वी येथे एक भंडारा (भोजन समारंभ) झाला होता. त्या वेळी शिवमहादेवांनी एका वृद्धाचे रूप घेऊन पंक्तीमधील साधुसंतांना वाढण्याचे काम केले होते, अशी एक आख्यायिका आहे. त्यामुळे या देवस्थानास 'वृद्धेश्वर' नाव पडले. कुणी म्हातारेश्वरही म्हणतात. या स्थानाच्या पलीकडे दरीत मच्छिंद्रनाथांचे वास्तव्य होते. त्यांनी पौष वद्य ३० रोजी सावरगावच्या परिसरात समाधी घेतली. मच्छिंद्रनाथांस या परिसरात मायंबा (मायबाप) असे संबोधतात. त्याच नावाने समाधीस्थान प्रसिद्ध आहे. पौष अमावास्येस येथे मोठी यात्रा भरते. मच्छिंद्रनाथांचे ज्येष्ठ शिष्य गोरखनाथ यांचे वास्तव्य जवळच डोंगरगडानजीक असलेल्या दरीमध्ये काही दिवस होते. त्यामुळे त्या डोंगराला गोरक्षगड किंवा डोंगर म्हणतात. गोरक्षनाथांचे शिष्य गहिनीनाथ यांनी जामखेड भागातील अंमळनेरनजीक चिंचोलीच्या रानात आश्रम स्थापन केला होता. या ठिकाणी गहिनीनाथ मंदिर आहे. त्या मंदिराच्या प्रवेशद्वारावर पुढीलप्रमाणे शिलालेख आहे.

'श्री गैबीपीर। देवळ बांधले लमानराव सहानव। फत्ते जगदर मोकादम। मौजे चिंचोली बकले पटवदे। मामने बीड शके १६१९ वी। स्तरनाम सवछरे। जेष्ठ सुध त्रयोदशी सन ११६६।'

नाथपंथीय मंदिरे महाराष्ट्रात थोडीच आहेत. त्या दृष्टीने हा शिलालेख महत्त्वाचा आहे. गैबीपिराचा हिंदू देवालयातील उल्लेख महत्त्वाचा आहे. असेच एक गैबीपिराचे स्थान सोलापूर जिल्ह्यात मंगळवेढे येथे मशिदीच्या रूपात आहे. पण त्याचा इतिहास विशेष स्वरूपात उपलब्ध नाही. सन ११६६ ही अरबी कालगणना आहे.

आदिनाथाचे दुसरे शिष्य जालंधरनाथांचे स्थान अहमदनगर जवळच्या पाथर्डी पेट्यातील खोकरमोहो या गावापासून सहा मैलांवर डोंगरावर आहे. त्यांचे शिष्य कानिफनाथ यांचे समाधीस्थान गर्भाद्रीच्या परिसरात असलेल्या एका टेकडीवर आहे. त्याजवळ 'मढी' गाव वसला आहे. कान्होबाची मठी ती ही मढी. त्यांनी फाल्गुन वद्य पंचमीला समाधी घेतली. मढीचे कानिफनाथ मंदिराची ऐतिहासिक माहिती आता उपलब्ध आहे.

या शिवाय खुलताबाद (जिल्हा औरंगाबाद) येथे जर्जरीवक्ष (जालंधरनाथ), वऱ्हाडाजवळील मच्छिंद्रगड, बत्तीशिराळे (सांगली जिल्हा) येथे गोरक्षनाथांचे मंदिर आहे. रेणावी (कराड तालुका) येथे रेवणसिद्धाचे मंदिर व इतर स्थाने, तसेच वडवळ (जि. उस्मानाबाद), लातूरजवळ वीस मैलांवर वटसिद्ध नागनाथाचे जुने मंदिर (हेमाडपंती स्वरूपाचे) इत्यादी स्थाने महाराष्ट्रात पाहावयास मिळतात.

नाथ संप्रदाय महाराष्ट्रात वारकरी संप्रदायातही मिसळला गेला. म्हणजे दोहोंमध्ये समन्वय झाला. अर्थातच निवृत्तिनाथांनी या संप्रदायाला वारकरी (भागवत) संप्रदायात आणले आणि नंतर निवृत्तिनाथ > ज्ञानदेव > सोपानदेव > विसोबा खेचर > नामदेव > चोखोबा अशीही एक परंपरा निर्माण झाली. आजच्या काळात दलितांनी बौद्धधर्म स्वीकारला आणि नवबौद्ध म्हणून ते ओळखले जाऊ लागले. ते विठ्ठलभक्ती करीत नाहीत. तत्पूर्वी हरिजनांना विठ्ठल मंदिर खुले झाले होते. मात्र, हरिजन नवबौद्ध झाल्यावर त्यांचे विठ्ठलमंदिरात येणे कमी झाले. असे असले, तरी चोखोबांचे वंशज सर्वगोड मंडळी बौद्ध धर्मात प्रवेश न करता हरिजन म्हणूनच राहिली; कारण चोखोबा विठ्ठलभक्त होते आणि त्यांची समाधी मंदिराच्या परिसरात, त्यांचे गुरू - संत नामदेवांच्या समाधीसमोर अद्यापही पाहावयास मिळते. नाथ संप्रदायाचा वारकरी पंथाबरोबर समन्वय जसा, तसाच काश्मिरी शैव, अन्य शिवपंथ, शाक्त पंथ, पाशुपत, कापालिक, वीरशैव, सूफी असे अनेक पंथ नाथ संप्रदायात समाविष्ट झाले.

•••

राजस्थानातील नाथ परंपरा

राजस्थानी नाथ संप्रदायाचे वैशिष्ट्य म्हणजे, हा संप्रदाय राजाश्रयाने पसरला आहे. राजस्थानमधील नाथपंथाला महाराजा मानसिंग यांच्या कारकिर्दीत राजाश्रय मिळाला आणि नाथपंथासाठी भक्त-साधक-शिष्य या तिन्ही भूमिकांतून मानसिंगाने सेवा केली. राजस्थानातील हा पंथ शाक्त आणि तांत्रिक आहे. नाथ संप्रदायात ज्या दोन प्रभावशाली शाखा आहेत, त्यांपैकी एक मच्छिंद्रनाथांची, जी कौलपंथी म्हणून ओळखली जाते; आणि दुसरी जी आहे ती जालंधरांची, जी शाक्त किंवा कापालिक म्हणून ओळखली जाते. या शाखांची परंपरा अशी आहे -

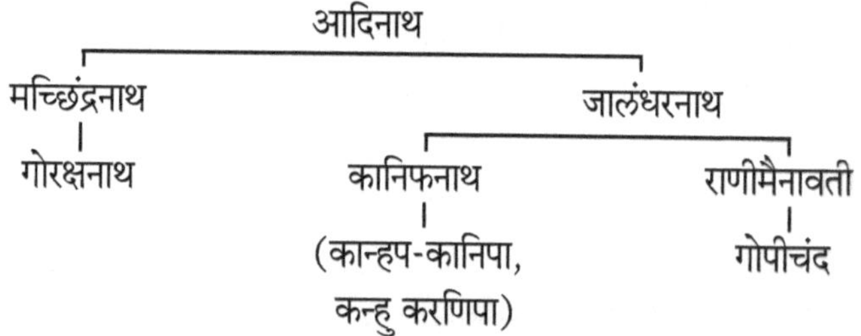

राजस्थानात जालंधरनाथांचा प्रभाव अधिक दिसून येतो. याला कारण पंजाबमधील जालंधर पीठ असू शकेल.

जालंधर पीठ : हे एक तांत्रिक साधनेचे पीठ म्हणून प्रख्यात आहे. पंजाबमध्ये जालंधर नावाचे शहरही आहे. या पीठावर जी दैवते आहेत, ती सर्व शाक्तपंथीय आहेत. या क्षेत्रात वज्रायनी साधना, ज्या महत्त्वपूर्ण मानल्या जातात, त्या केल्या जात असत. या क्षेत्रात, म्हणजे या पीठामध्ये अंबा, जालपा, ज्वालामुखी, आशापूर्ण, चामुंडा, तारिणी, अष्टभुजा अशा अनेक देवता आणि केदारनाथ, वैजनाथ, सिद्धनाथ, महालाल इत्यादी अनेक शिवस्थाने आहेत. तसेच व्यास, मनु, जमदग्नी, परशुराम इत्यादी मुनींचे आश्रमही पाहावयास मिळतात. या पीठाची अधिष्ठात्री शक्ती स्त्रीशक्ती आहे. तसेच या स्थानाची अधिष्ठात्री देवी वज्रेश्वरी आहे. या पीठाला तशी खूप

प्राचीन परंपरा आहे. तरीही या पीठाच्या शुद्ध-विशुद्धतेचा विचार आजच्या काळात करणे अवघड आहे. तरीपण जालंधरनाथांच्या उपासनेवरून हे पीठ शाक्त किंवा तांत्रिक असे मानले जाते.

जालंधर-कानिफा : आदिनाथापासून निर्माण झालेल्या नाथपंथाच्या शाखेत ही गुरुशिष्यांची जोडी अद्वितीय आहे. कौल शाखेत जशी मच्छिंद्र-गोरखांची तशीच ही जोडी. शैव कापालिक मताचा प्रचार करणारी जालंधर-कानिफनाथ गुरुशिष्य जोडी महत्त्वाची मानली गेली आहे.

जालंधरनाथाच्या स्थानाविषयी विद्वानांत (संशोधकांत) एकमत नाही. त्यांची तीन स्थाने सांगितली जातात.

१. नगरभोग   २. आसनापूर   ३. जालंधर पीठ

त्यांच्या या वरील स्थानांप्रमाणेच त्यांच्या जातीबद्दलही विद्वानांत एकमत नाही.

- तिबेटी परंपरेप्रमाणे ते ब्राह्मण आहेत.
- योगी संप्रदाय विश्कृतिप्रमाणे ते युधिष्ठिर तेविसाव्या पूर्ववंशीयाच्या बृहद्रथ राजाला मुलगा म्हणूनही मानतात त्यामुळे ते क्षत्रिय आहेत.

राजस्थानातील नाथपंथावर पू. देवेंद्रनाथांनी लेखन केले आहे. १९८०मध्ये नाथ संप्रदायाचा शोध घेण्यासाठी नेपाळला आणि राजस्थानाला त्यांनी भेट दिली. पंधरा दिवसांच्या वास्तव्यात संप्रदायाचा अभ्यास करताना चार जाणकार व्यक्तींच्या संपर्कात ते आले.

१. **महाराजा प्रल्हादसिंहजी :** जोधपूरच्या राजघराण्यातील एक कर्तबगार व्यक्ती त्यांच्या माहितीत महाराजा मानसिंह यांच्या संग्रहातील 'गोरक्ष किमयागिरी' ग्रंथ आणि काही छायाचित्रे पाहावयास मिळाली.

२. **शक्तीसिंहजी :** राजघराण्यातील दुसरी जाणकार व्यक्ती. हे जोधपूरच्या किल्ल्यावरच राहतात. तेथील म्युझियमचा कारभार पाहतात. नाथ संप्रदायाचा अभ्यासू ग्रंथ पाहण्याचा हेतू कळल्यावर त्यांनी खूप मदत केली.

३. **डॉ. नारायणसिंहजी भाट :** राजस्थानी वाङ्मयाचा हस्तलिखित संग्रह वेगळा आहे. त्याचे काम नारायणसिंहजी पाहतात. त्यांना वाटले देवेंद्रनाथ पीएचडीच्या अभ्यासासाठीच आले आहेत; पण नाथपंथी ग्रंथाचा अभ्यास म्हटल्यावर त्यांनी ग्रंथ पाहण्याची अनुमती दिली.

४. नाथपंथी संशोधनासाठी आणखी दोन व्यक्तींचे साहाय्य झाले. त्यामध्ये राजस्थान प्राच्यविद्या प्रतिष्ठान जोधपूरचे प्रा. ओमप्रकाश आणि डॉ. पाठक, जे त्या हस्तलिखित संग्रहाचे संचालक होते. त्यांच्यामुळे जोधपूर संग्रहातील

वाङ्मयीन साधने समजली, पाहता आली आणि सविस्तरपणे राजस्थानमधील नाथ संप्रदायाची ओळखही झाली.

नाथपंथाच्या आणि पीठाच्या भेदाप्रमाणे त्यांच्या साधनेच्या तंत्रांमध्येही भेद आहे. त्यांच्या नावाने 'जालंधरबंध' व 'उड्डीयानबंध' म्हणूनही दोन स्वतंत्र तांत्रिक 'यौगिक बंध' आहेत. हे दोन बंध हठयोगी साधनेचे पुरावे आहेत.

या बंधांवरून ते कोठले असा विचार केला, तर उड्डीयाना-उडीसा (सध्याचे ओडिशा)-आसाम असा विचार करावा लागतो. जर असाच विचार केला तर विद्वानांच्या मते लंकापुरीनामक शहर उड्डीयानमध्ये होते. तेथे जालंधर नामक राजाही होता. हे ऐतिहासिक मत ग्राह्य धरले, तर ते क्षत्रिय होते आणि राजाश्रयाने तांत्रिक साधना पीठाची उभारणी झाली आणि तिही त्यांच्याच नावाने. म्हणून जालंधर हे पीठ हे त्यांच्याच नावाचे असून तेच त्यांच्या साधनेचा एक भाग होऊ शकते.

नाथसाहित्यात कानिफनाथांचे (कृष्णपादचे) जे काही ग्रंथ मिळतात. त्यात आपली परंपरा सांगताना त्यांनी 'जालंधर टीपा' असे स्पष्ट म्हटले आहे. त्यांच्या या उल्लेखावरून जालंधरनाथांचे कापालिक तत्त्वज्ञानातील अस्तित्व निश्चित होते. कानिफनाथांच्या सिद्ध साहित्यामुळे त्यांच्या परंपरेचा बोध होतो. फक्त कालाचा फरक हा निरनिराळ्या सिद्ध सूचीमुळे वाटतो.

जालंधरनाथच कानिफनाथांचे गुरू होते, हा संदर्भ बऱ्याच साहित्यात आल्याने या गुरु-शिष्य संबंधाबद्दल अधिक लिहिण्याची गरज नाही. स्वत: कानिफनाथ स्वतःला 'कापालिक' म्हणवून घेत होते. त्यामुळे शैव कापालिक तत्त्वज्ञानाचा त्यांनी आपल्या साहित्यातून प्रचार केला. यौगिक साधनांतही याचे दाखले मिळतात. एका ठिकाणी कानिफनाथ आपल्या पदात म्हणतात -

'नगरे बाहिर' डोम्बारी लोहिरी कुडीया ।

छोडू छोडू जाइ सो ब्राह्म गाडिया ।

आला डोम्बि तोए संग करिये म साँग ।

निध्घन कान्ह कापाली जोइ लाँग ।।

एक सो पद्मा चौषट्टी परवुडी ।

तहि चडी नाचअ डोम्बी बापुडी ।।

वरील पदात श्री कानिफनाथ यांनी (कृष्णपादांनी) एका रूपकातून यौगिक दृष्टान्त दिला आहे. हा डोम्ब भाषेतील एक आध्यात्मिक बोध केला आहे. कानपा यांची अवधूती नाडी डोम्बिनी किंवा डिंबिनी आहे. चंचल चित्त हे ब्राह्मण आहे. डोम्बिन त्याला शिवेल म्हणून तो पळत सुटतो असे रूपक दिले आहे. याचा अर्थ

पंचकाठाशी चुकीने लावला जातो. वास्तविक अज्ञानी समाजाला कान्होपा-कापालिक त्यांच्याच भाषेत यौगिक, तांत्रिक भाग समजावून देत आहे. त्यासाठी उत्कृष्ट रूपक वापरले आहे. 'डोम्बिनी, तुझे घर गावाबाहेर आहे. ब्राह्मण (गावातील) तुझ्या शूद्रतेमुळे दूर पळत जात आहेत' असे रूपक आहे.

शुद्ध विचाराने अवधूत नाडीचा छेद करू शकत नाहीत, म्हणून कानिफनाथ दुसऱ्या कडव्यात म्हणतात, 'तू गावाबाहेरच राहा. मी निर्घृण कापालिक. कानिफ तुला छेडणार आहे. तुझ्याशी संग करणार आहे.' 'संग' शब्दाचा अर्थ वामाचारी मार्गी क्रिया असा होतो; पण कानिफनाथ हे विद्वान होते. समाजाचे यौगिक ज्ञान सूक्ष्मतेने पाहिल्याने त्यांनी सामाजिक परिस्थितीचा दृष्टान्त दिला. पुढे ते म्हणतात, 'तू शूद्र असलास, तरी मी निर्घृण कापालिक तुला छेडणारच.' या ठिकाणी कापालिकांचा या विषयीचा सामाजिक दृष्टिकोन त्यांनी प्रकट केला आहे. 'आम्हाला समाज निर्घृण कापालिक म्हणत असेल, तरी ते पद आम्ही सोडणार नाही.' कापालिक शब्द स्वतः पुढे लावण्यात त्यांना संकोच नव्हता. उलट, ते तो शब्द प्रौढीने वापरत.

'कापालिक'विषयीचा उल्लेख संस्कृत नाटकात व कादंबरीमध्येही आढळून येतो. भवभूतीच्या 'मालती माधव'मध्ये असे म्हटले आहे की, कापालिक साधनेत स्त्रीची गरज असते. यामध्ये सौदामिनी नावाची बौद्ध स्त्री कापालिक साधना अवगत करण्यासाठी श्री पर्वतावर जात असे. तेथे तांत्रिक पीठ होते. शाक्त तंत्राचे साधनापीठ म्हणून बाणभट्टाने आपल्या कादंबरीत आणि हर्षचरित्रात याचा उल्लेख केलेला आढळतो. यावरून असे लक्षात येते की, शैव कापालिक समाजापासून दूर राहूनही साधना करीत होते.

नाथपंथातील या तांत्रिक साधनेत जे शैव कापालिक आहेत ते खऱ्या अर्थाने गुरुसन्निध राहून ही साधना करीत असत. तसे पाहिले तर जालंधरनाथांचे नावही नाथपंथात हठयोगी म्हणून घेतले जाते. यौगिकदृष्ट्या जेथे हठयोग संपतो, तेथे तांत्रिकता सुरू होते. म्हणूनच तांत्रिक नाथपंथ म्हणून त्याचे स्वरूप वेगळे आहे. कारण या शास्त्रात अभ्यासापेक्षा अनुभूतीची गरज आहे. हठयोगात मंत्रयोग, लययोग, हठयोग आणि राजयोग ही प्रमुख तंत्रे आहेत.

हठयोग आणि राजयोग यांच्यामध्ये तंत्रयोग सुरू होतो; पण साधक तांत्रिक साधना समाजापासून दूर राहून करतात. त्यामुळे त्यामध्ये अनेक दोष दिसून

येतात. आज हा नाथपंथ राजस्थानात पाहावयास मिळाला, असे मत देवेंद्र योगी यांनी व्यक्त केले.

राजस्थानात राजा मानसिंगसारखा कवी ज्या वेळी या पंथाचा स्वीकार करतो, त्यामुळेच या पंथाचा अभ्यास व्हावा असे अभ्यासकांना वाटते. विशेषत: जोधपूरमध्ये जो नाथपंथ आढळतो, तो महाराजा मानसिंग यांच्या आश्रयाने वाढला. या राजाची कारकिर्द हीच राजस्थानातील नाथपंथ वाढवण्यास कारणीभूत झाली. तरीही काही प्रमुख नाथपंथी स्थानकांवर जालंधरनाथांचा पगडा होता. जालोर येथे जालंधरनाथांचे एक मंदिर आहे. त्यामुळे महाराजा मानसिंगांच्या जीवनात फरक पडला.

जोधपूरचे महाराज विजयसिंह यांच्या पश्चात, संवत १९४८मध्ये महाराजा भीमसिंह गादीवर बसला. त्या वेळी जालोर गुलाबरायांच्या कक्षेत होते व मानसिंग पासवानची विशेष कृपा होती. मानसिंगास भीमसिंहाच्या तावडीतून वाचवण्यासाठी जालोरच्या किल्ल्यात पाठविण्यात आले. जोधपूरचे राजे विजयसिंह यांनी आपल्या कारकिर्दीत शेरसिंहाला युवराज पदवी दिली होती. परंतु भीमसिंहांनी त्याचा अतोनात छळ करून त्याला ठार मारले. शेरसिंहाचा नायनाट केल्यावर मानसिंहानी काही करू नये म्हणून भीमसिंह मानसिंहांच्या मागे लागला. त्यामुळे त्याने जालोर किल्ल्याला वेढा घालून जालोर किल्ला ताब्यात घेण्याचा प्रयत्न केला. हे काम सिंधवी इंद्रराज तथा गंगाराम भंडारी यांच्याकडे सोपवण्यात आले होते. जालोर किल्ल्याचा वेढा फार काळ होता. त्यामुळे मानसिंहास बरेच कष्ट पडले. त्याच काळात मानसिंहाचे काही जहागिरदार त्याला सोडून गेले. तरीपण अहोर ठाकूरसारखे काही स्वामीभक्त त्याच्या पाठीशी राहिले. त्यामुळे मानसिंहाला उत्साह वाटत होता. त्या काळातील एक दोहा प्रसिद्ध आहे -

सिर तुटे धड लडथडे कटे बरवतरो कोर ।

बोटी बोटी कट पडे जद छुटे जालोर ।।

याच जालोरमध्ये जालंधर नावाचे मंदिर आहे. त्या मंदिरात मानसिंह एका रात्री गेले. आपला जिरेटोप जालंधरनाथांचे चरणी अर्पण करून 'या संकटातून सोडवा' अशी विनंती केली. त्या वेळी तिथे सेवानाथ देवनाथजी मंदिरसेवेत होते. त्यांनी मानसिंहांना ओळखून विभूती देऊन म्हटले की, काही दिवस दबा धरून असेच राहा. थोड्याच दिवसांत ठीक होईल. जालंधरनाथ दयाळू आहेत.

या नाथजींच्या आशीर्वादामुळे मानसिंहांचे धैर्य वाढले आणि ते दबा धरून राहिले. इकडे भीमसिंहाचा अचानक मृत्यू झाला. अचानक परिस्थिती बदलली. मानसिंहांचा जालंधरनाथांवर विश्वास बसला. पुढे मानसिंहांचा राज्याभिषेक झाला.

देवनाथजी जालोदवरून जोधपूर येथे आले, त्या वेळी मानसिंहांनी एक कोस पुढे जाऊन त्यांचे स्वागत केले. हत्तीवरून राजवाड्यात आणले. देवनाथजींना गुरू करून 'राजगुरू' सन्मान दिला आणि स्वतंत्र मठ स्थापन केला. राजगुरूंनी स्वतंत्र मठाची स्थापना करून जालंधरनाथ मंदिराची स्थापना केली. हे महामंदिर संवत् १८६१मध्ये पूर्ण झाले. राजा दर सोमवारी मंदिरात दर्शनास येत असे. मंदिराच्या देखभालीसाठी जमीन-जुमलाही दिला. संवत १८६२मध्ये पुन्हा राजा मानसिंह जालोरला आल्यावर जालंधरनाथांच्या दर्शनासाठी मंदिरात गेले. जालंधरनाथांचे दर्शन घेतले.

देवनाथजी जेव्हा जोधपूरला आले, त्या वेळी त्यांचे भाऊ व कुटुंबीय बरोबर होते. त्यामध्ये हरनाथजी, सुरनाथजी, उपनाथजी, भीवनाथजी, मेहेरनाथ, केसरनाथ इत्यादी नाथपंथी मंडळी होती. राजा मानसिंहांनी या सर्वांचा सत्कार केला होता. राजा मानसिंहांवर जालंधरनाथाची कृपा झाल्यावर त्यांनी देवनाथजींना राजगुरू निवडले. त्यामुळे राज्यात नाथ संप्रदायाचा प्रभाव वाढला. राजगुरू काही वेळा राजदंड वापरून राज्यात फेरफार करू लागले.

राजा मानसिंह उत्कृष्ट कवी होते. साहित्याची आवड असल्यामुळे त्यांनी संप्रदायावर लिखाण केले. राजाने हस्तलिखितांचा मोठा संग्रह केला. त्यामध्ये नाथपंथी साहित्य भरपूर आहे. या संग्रहात जालंधरनाथांचे ग्रंथही सांभाळले आहेत. राजाश्रयामुळे जालंधरनाथांचा प्रभाव या राज्यात वाढला.

राजा मानसिंह यांनी नाथ संप्रदायाचे प्रेम आणि गुरू जालंधरनाथ यांच्यासाठी महामंदिर उभे केले. हे अंतर्गत मंदिर माताजी मंदिर म्हणून ओळखले जाते. राजस्थानी कलाकृती आणि गाभाऱ्यात उच्चासनावर जालंधरनाथांचा पुतळादेखील आहे. घुमटाच्या खाली चौऱ्याऐंशी आसने चितारली आहेत. शिवाय जालंधरनाथांच्या ज्या ज्या राज्यात मुलाखती झाल्या, त्या त्या सर्व त्यावर चितारल्या आहेत.

मंदिराबाहेर जालंधरनाथांच्या सहवासामधील राजांची चित्रे चितारली आहेत. सभामंडपात गाभाऱ्यासमोर धुनी आहे. सध्या ती बंद आहे. मंदिराच्या बाजूला देवनाथजींचा मठ आहे. तो भव्य राजवाड्यासारखा आहे. जोधपूरला जसे हे भव्य मंदिर आहे, तसेच जालोरला जुने मंदिर आहे. पीर रामदेवजी आणि पीर गुंगा ही दोन्ही स्थाने महत्त्वाची आहेत.

राजस्थानमधील एक राजा महायोगी झाला. त्याचे, म्हणजे पीर रामदेवजीचे स्थान जोधपूरपासून सहा मैलांवर आहे. त्यांचा संबंध कानिफनाथाशी जोडला जातो. ते कानिफनाथाचे (कान्होबाचे) अवतार मानले जातात. तसेच महाराष्ट्रातही पाथर्डीजवळ (अहमदनगरजवळ) मढी क्षेत्र कानिफनाथाचे स्थान मानले जाते.

कानिफनाथ (कान्होबा-कृष्णपाद) यांच्याविषयी अनेक दंतकथा ऐकायला मिळतात. (विस्तारभयास्तव त्या येथे दिल्या नाहीत.) पीर रामदेवजी यांच्या स्थानावर रंगपंचमी आणि चैत्रपाडवा या काळात मोठी यात्रा भरते, महापूजा केली जाते. पीर गोगाजीदेखील जोधपूरजवळ आहेत. तेथेही मोठी यात्रा भरते. योगपटल म्हणून नाथसंप्रदायाचा योगपटल येथे सामान्य भक्ताला मिळतो. या योगपटलावर षट्चक्रांनंतरचा भागही आला आहे तो अधिक महत्त्वाचा आहे. नाथपंथातील समाधी योगाला 'नवध्यान योग' म्हणतात. या योगपटलात आज्ञाचक्रामधील भागही आला आहे. शून्य भावाच्या आधीचे भावही आज्ञा चक्रापलीकडील भाव यात व्यक्त केले आहेत.

शून्यात पाच मुद्रा आहेत.

१. लं = गंगा

२. शी = सरस्वती

३. हं = यमुना

त्यानंतर पुन्हा दोन चक्रे आहेत.

१. शिवलिंगचक्र

२. मेषचक्र

या चक्रावर पुन्हा तीन चक्रे आहेत.

१. कामधेनुचक्र

२. अमृतचक्र

३. हंसदेवता चक्र

हंसदेवता चक्रासच ब्रह्मद्वार म्हणतात. आज्ञाचक्रानंतर जी हठयोगात गुप्तता ठेवतात, ती नवध्यानाची आणि नवध्यानातील अंतिम चक्रे जी नऊ आहेत ती ब्रह्मद्वारापर्यंतची दिली असून नंतर ज्याला मुद्रा व चक्र म्हणता येणार नाही अशी अनुपनीय अवस्था, जी निरंजनाची चक्रेही दिली आहेत. ती एकूण नऊ असून अंतिम अवस्था निरंजनाची आहे.

हे जालंधर योगपटल आहे. या तांत्रिक पटलामध्ये यौगिक तंत्राचे बरेच बारकावे पाहावयास मिळतात. त्यांपैकी चार पटलांचा उदाहरणार्थ परिचय येथे देत आहोत.

प्रथम योगपटलात प्रथम श्री गणेशाची मूर्ती, जी कमळावरची आहे, ती चतुर्दली आहे. रक्तवर्ण प्रभेमध्ये ही मूर्ती विराजमान आहे. या गणेशाला ऊर्ध्वमुखी म्हटले असून तो सिद्धी-बुद्धी-शक्तीचा दाता आहे. त्याचे स्थान आधारचक्र असून तो गुदस्थानी आहे.

दुसरे चित्र अर्धचक्र असून त्यात आठ दले आहेत. त्यात 'क, च, ट, त, थ, य, ज, व' अशी अष्टदलांची बीजे आहेत.

तिसरे चित्र ब्रह्माचे असून ते षष्ठदलातील असून त्यातील बीजे 'व, भ, म, य, र, ल' ही सहा बीजे दिली आहेत.

चौथे चित्र षट्चक्र निरूपणाचे असून त्याला कुंडलिनीचा बिंदू दिला आहे. अशा तऱ्हेने सात मुद्राभेदांतून कुंडलिनीचा प्रवास दाखविला आहे.

कुंडलिनी जागृतीची चिन्हे, नवध्यान योगाची लक्षणे त्याशिवाय नाथ संप्रदायाच्या या ग्रंथात योग पटल प्रामुख्याने मांडला आहे आणि त्यामध्ये निरनिराळी मंत्रे आणि चक्रे दिली आहेत. राजस्थानी नाथ संप्रदायाची ही वैशिष्ट्ये म्हणावी लागतील.

सद्गुरू श्री देवेंद्रनाथांनी दिलेला शाबरी मंत्र असा -

ओम् महाशाबरी शक्ति मम अरिष्ट निवारय निवारय

मम धन धान्य संपत्ती समृद्धी समृद्धी कुरु।

गुरु की शक्ती मेरी भक्ती, स्फुरे मंत्र ईश्वरीवाचा

सर्वसामान्य नाथपंथीय भक्तांना संकट निवारण्यासाठी दिलेला हा गुरुमंत्र वैशिष्ट्य म्हणावे लागेल.

याशिवाय ज्या भक्तांचा या पंथावर विश्वास आहे, त्यांनी हातामध्ये भस्माची चिमटी घेऊन पुढील मंत्र अकरा वेळा म्हणून कपाळी भस्म लावावे.

ओम् नमो भगवते श्री शरभेश्वराय पक्षीराजाय

ओम् नमो भगवते इरुक्ती वंगंनं नवनाथाय।

वं-वा-कुं-वा दिनी नमः।।

●●●

नाथ संप्रदायाचे भारत देशव्यापी स्वरूप

यापूर्वीच्या प्रकरणात नाथ संप्रदायाचे महाराष्ट्र आणि राजस्थान प्रांतांतील स्वरूप संक्षेपाने आपण पाहिले आहे. मग मनात विचार येतो केवळ दोन प्रांतापुरतेच स्वरूप आणि प्रभाव मर्यादित होता का? तसे नसेल तर त्याचा भारतभर प्रचार आणि प्रभाव कसा पडला, हे पाहणेदेखील महत्त्वाचे आहे.

तसेच नाथ जोगींमध्ये जोगी, अवधूत, कानफाटे असे विविध प्रकार आहेत. त्यानुसार त्यांच्या आचारात थोडी भिन्नता आढळते. कानफाटे हा जोगीवर्ग चौदाव्या शतकात 'धर्मनाथ' नावाच्या सिद्धाने प्रवर्तित केला. त्यांचा मठ कच्छमध्ये 'धीनोश्वर' मठ नावाने प्रसिद्ध आहे. धर्मनाथांच्या अनुयायांत 'पीर' नावाचा मुस्लीम जोगींचाही वर्ग आढळतो. सुताचा व्यवसाय करणाऱ्या अनेक विणकर जाती नाथ संप्रदायाचे गृहस्थ जोगींच्या क्षेत्रात पाहावयास मिळतात. सर्वसामान्य लोकांमध्ये हा गृहस्थ जोगी सांप्रदायिकांना नीच स्तराचे मानतात. या जोगी जातीपैकी अनेक मुसलमान झाले आहेत. अशाच जोगी जातीत महात्मा कबीरांचा जन्म झाला असे मत डॉ. हजारीप्रसाद द्विवेदींनी मांडले आहे. १९२१च्या शिरगणतीच्या अहवालातील जोगी संख्या अशी होती - हिंदू जोगी ६२९९७८, मुसलमान जोगी ३११५८, हिंदू फकीर १४११३२. यामध्ये स्त्रियांची संख्याही कमी नाही. जोगींचा संचार किती प्रचंड होता हे समजून येईल.

दक्षिणेतील श्रीशैलावर उदय पावलेला नाथ संप्रदाय लवकरच अखिल भारतात पसरला. श्रीशैल ज्या वज्रयानी सांप्रदायिकांचा बालेकिल्ला होता, त्या वज्रयानी आणि अन्य तांत्रिक साधकांचा बंगालमध्येही बाहुल्याने संचार होता. त्यामुळे श्रीशैलावरील पराभूत साधनाप्रणाली गोरक्षनाथांचे प्रभावाखाली येताच नाथ संप्रदायाचा प्रसार त्यांच्याद्वारा बंगालकडे झुकला. बंगालच्या गोपीचंद्राप्रमाणेच इकडे उज्जयनीचा राजा भर्तृहरी हा राजस्थान करून गोरक्षनाथाचा शिष्य बनल्यावर भारताच्या पश्चिम दिशेने नाथ संप्रदाय पसरत चालला. भर्तृहरी शिष्य रतननाथ व त्याचे अन्य सहकारी यांच्याद्वारा पंजाब, सरहद्द प्रांत व त्या पलीकडे अफगाणिस्तानपर्यंत नाथ संप्रदायाची

ध्वजा फडकली. तसे पाहिले तर एक धार्मिक विशिष्ट विचारांचा पंथ गोरखनाथांमुळे भारत व्यापून राहिलाच, पण भारताबाहेरही गेला.

इकडे गहिनीनाथ, अमरनाथ यांसारख्या महाराष्ट्रीय शिष्यांद्वारा महाराष्ट्र व्यापला गेला. विदर्भात हरिनाथांचे कार्य होतेच, आंध्र-कर्नाटकात अनेक नाथपंथी संचार करीत होते. कर्नाटकात अल्लम प्रभु आणि रेवणसिद्ध हे नाथपंथीय तेथील लोकजीवनात इष्ट परिवर्तन घडवित होते. बंगालमधील नाथ संप्रदाय पुढे नेपाळपर्यंत पोहोचला व तेथील लोकजीवनात समरस होऊन गेला.

गोरक्षनाथांनी नाथ संप्रदायाचे बीजारोपण केले. आणि त्यांनी स्वत: आपल्या हयातीत प्रयत्नांची परिसीमा करून, त्या बीजाचा भारतव्यापी वृक्ष विस्तार घडविला, तसेच त्यांनी याचि देही-याची डोळा भारताच्या धार्मिक जीवनाचे धवल स्वरूप निर्माण केले आणि 'विषयविध्वंसैकवीर' ही सार्थ उपाधी प्राप्त केली. गोरक्षनाथांच्या या कार्याला या साधनेच्या इतिहासात तुलना नाही. 'एकमेव अद्वितिय स्वरूप'!

नाथ संप्रदायाच्या विविध शाखा, त्याच्या शाखांचे प्रवर्तक नाथ, स्थापित स्थान, प्रदेश आणि वैशिष्ट असा विस्तृत अभ्यास ही अलीकडे झाला आहे. डॉ. रा.चिं. ढेरे यांनी 'नाथ संप्रदायाचा इतिहास' या ग्रंथात केलेली सूची परिशिष्ट स्वरूपात अशी आहे.

शाखेचे नाव	मूलप्रवर्तक	स्थान	प्रदेश	विशेष
सत्यनाथी	सत्यनाथ	पाताल भुवनेश्वर	ओडिशा	हे नाव ब्रह्मदेवाचे आहे.
धर्मनाथी	धर्मराज (युधिष्ठीर)	दुल्लुदेलक	नेपाळ	-
रामपंथ	श्री रामचंद्र	चौकतप्पे पंचोरा	गोरखपूर	-
नाटेश्वरी	लक्ष्मण	गोरखटिला	झेलम् (पंजाब)	२ शाखा नाटेश्वरा दारियापंथी
कन्हड	गणेश	मानकरा	कच्छ	-

शाखेचे नाव	मूलप्रवर्तक	स्थान	प्रदेश	विशेष
कपिलानी	कपिलमुनी	गंगासागर	बंगाल	(सध्या डमडमजवळ गोरखबंसी) केंद्र
बैरागपंथ	भर्तृहरी	रतढोंढा	पुष्करजवळ (अजमेर)	-
माननाथी	गोपीचंद	अज्ञात		(सध्या जोधपूरचे महामंदिर मठ, स्थान)
आईपंथ	भगवती विमला	जोगीगुंफा (गोरवकुंई)	बंगाल (दिनापूर)	-
पागलनाथ	चौरंगीनाथ (पूरनभगत)	अबोहर	पंजाब	-
धजपंथ	हनुमान	-	-	-
गंगानाथी	पितामह भीष्म	जखवार	गुरुदासपूर (पंजाब)	-

मच्छिंद्रनाथ आणि गोरक्षनाथ यांच्यापासून स्थळ-काळानुसार, तसेच आचार-विचारांमधील भेदानुसार संपूर्ण भारतात या संप्रदायाच्या अनेक शाखा पसरल्या आहेत. भारतात अनेक प्रांतीय भाषांनुसार त्या-त्या प्रांताचे सिद्धनाथ होऊन गेले. त्यांच्या शाखा तेथे पाहावयास मिळतात. नाथ सांप्रदायिकांबरोबर कालामुख, कापालिक, पाशुपत, शाक्त, तांत्रिक, वैष्णव, वैदिक, वीर, जैन, बौद्ध या इतर संप्रदाय-शाखांचे लोकही या संप्रदायात सामील झाले. त्याशिवाय वज्रयानी-शैवसिद्धही यामध्ये सामील झाले. पण गोरक्षनाथांनी या जोगींच्या संमिश्र गटांना बारा पंथांमध्ये विभागून त्यांची एक पद्धतशीर व्यवस्था लावली, असे अनेक अभ्यासकांचे मत आहे. ते बारा गट आपण आत्ता सुरुवातीला पाहिले. यामध्ये सहा गट शिवप्रेरित आणि सहा गोरक्षनाथप्रेरित मानले जातात. कालांतराने यांचे उपपंथ निर्माण झाले. पुढे त्यांचेही प्रति उपपंथ निर्माण झाले. प्रत्येक राज्यातील प्रशासकांनी त्यांच्या नियमांप्रमाणे राज्यातील नाथपंथीयांची लोकमतानुसार, समाजानुसार सूची तयार केल्या. या सूचींतदेखील संमिश्रता आढळून येते. प्रथम निर्दिष्ट बारा शाखांत थोडाफार फरक करून पुन्हा वेगळ्या बारा शाखा निर्माण केल्या गेल्या, त्या अशा -

१. सतनाथ २. रामनाथ ३. धरमनाथ

४. लक्ष्मणनाथ ५. दारियानाथ ६. गंगानाथ

७. वैरागनाथ ८. रावळ/नागनाथ ९. जालंधरपा

१०. आईपंथ ११. कपिलानी १२. ध्वजनाथ

थोड्याफार फरकाने त्या शाखा आढळून येतात. तसेच नाथ पंथाचे विविध आखाडेही त्या काळी मानले जात असत. त्यातील परिचयाचे अठरा आखाडे असे -

१. कानफाडी २. गोरक्ष ३. अद्घारे

४. अरण्य ५.अवधूत ६. आनंद

७. आश्रम ८. इंद्रउदासी ९. कालमेली

१०. गोदड ११. नंगागिरी १२. निरंजन

१३. निर्वाण १४. पुरी १५. भारती

१६. राउळ १७. बन १८. सरभंगी

याच प्रकरणामध्ये अठरा उपआखाडे/उपपंथ दिले आहेत ते पुढीलप्रमाणे -

१. सत्नाथ २. धर्मनाथ ३. सातनाथ

४. गुगुळीयनाथ ५. हाजीनाथ ६. मिस्कीम नाथ

७. काडरनाथ ८. नाथिपा स्वजननाथ ९. रामनाथ

१०. एकनाथ ११. जारोबैरागीनाथ १२. रामनाथ

१३. चालिकानाथ १४. गंगानाथ १५. हेहेत मार्गीनाथ

१६. धनंजयनाथ १७. गजकंथडीनाथ १८. नागार्जुननाथ

ही परंपरागत चालत आलेली यादी पाहिल्यावर नाथपंथाचे केवढे प्रचंड स्वरूप भारतभर पसरले होते. त्यांच्या गुण-अवगुणासह, आचार-विचारासह भारतीयांनी प्राचीन काळापासून ही व्यवस्था स्वीकारली होती हे वैशिष्ट्य म्हणावे लागेल.

नवनाथांनी संपूर्ण भारतभर भ्रमण केल्यामुळे, त्यांची पवित्र स्थाने भारतभर पाहावयास मिळतात. विशेषत: मच्छिंद्रनाथ आणि गोरक्षनाथ यांना गुरुस्थानी मानणारे बरेच संप्रदाय आहेत. त्यामुळे त्यांची मंदिरे-समाधी स्थळे ठिकठिकाणी असल्याचे सांगितले जाते. त्या भागातील लोक तेथे यात्रा-जत्रा भरवीत असतात, उत्सव साजरे केले जातात. म्हणूनच नाथांचे आखाडे उत्तर भारतात अधिक प्रसिद्ध आहेत.

प्रयाग, अयोध्या, त्र्यंबकेश्वर, द्वारका, हरिद्वार, बद्रिनाथ, केदारेश्वर, वृंदावन, पुष्कर, रामेश्वर, नेपाळ, पशुपतिनाथ, अमरनाथ अशा अनेक ठिकाणी भाविकांना यात्रा करताना नाथपंथाचे अनेक मठ दिसतात. नेपाळपासून बद्रिनाथ-केदारपर्यंत

सांप्रदायिक मठ आढळतात. गोरखटिल्ला, गोरक्षक्षेत्र, गिरनार, गोरखबंसी (SHSH -बंगाल), काद्रीमठ (चेन्नई), त्र्यंबकमठ (नाशिक), गंभीरमठ (पुणे), नीलकंठमठ (आग्रा), तोहरमठ (बिकानेर), पंचमुखी महादेव (आग्रा), पांडुधुनी (मुंबई), महानाद मंदिर (बर्धवान बंगाल), महामंदिर मठ (जोधपूर), योगी गुहा (दिनाजपूर), योगीभवन (बांगुडा-बंगाल), योगीमठ (मेदिनापूर), लादूबास (उदयपूर), हाडी भरंगनाथ (म्हैसूर), हिंगक्षामठ (जयपूर), गोरखपूर इत्यादी नावे सांगता येतील.

नवनाथांची समाधी स्थाने किंवा मंदिरे किंवा त्यांनी तप केलेली स्थाने अशा काही यात्रा स्थळे जी महाराष्ट्रात सहज सुलभ दर्शनीय आहेत, ती त्या-त्या नाथांच्या नावे परिचित आहेत अशी खालीलप्रमाणे -

- **मच्छिंद्रनाथ :** पोस्ट सावरगाव, ता. आष्टी, जि. बीड. कन्हाडजवळ मच्छेंद्रगड. कन्हाडवरून नन्हेकडे जाताना लागतो. (अंदाजे १५ कि.मी.) मच्छिंद्रचा डोंगर-समाधीस्थान अहमदनगरकडून पाथर्डीकडे जाताना, करंजी घाटातून उतरल्यावर उजवीकडे फाटा जातो. अंदाजे २० कि.मी. याला 'मायंबी' नाव आहे. बाजूला कानिफनाथाचे मंदिर आहे.

- **गोरक्षनाथ :** गिरनार पर्वत, जुनागड, गुजरात. गिरनार पर्वताच्या शिखरावर श्री दत्तात्रेयांचे मंदिर आहे. त्याआधी दोनशे पायऱ्या खाली गोरक्षनाथाचा मठ किंवा धुनी आहे. तेथे सदैव अन्नछत्र चालू असते. जुनागडला उतरून गिरनार पायथा सातआठ कि.मी.वर आहे. तेथून पुढे डोंगरावर चढावे लागते. अंदाजे दहा हजार पायऱ्या आहेत. मध्ये जैन मंदिरे, अंबादेवीचे मंदिर, भर्तृहरीची गुंफा पाहावयास मिळते. हा एक दिवसाचा प्रवास आहे. पण पालखीची सोय आहे. नाशिकजवळ वाकी येथे गोरक्षनाथ मंदिर आहे. निफाड फाट्यापासून लासलगावजवळ हे स्थान आहे. तसेच सोनारी, तालुका परांडा, जि. उस्मानाबाद येथे गोरक्षगादी आहे. परांड्यापासून हे स्थान दहा कि.मी., तर पुण्यापासून अंदाजे ३०० कि.मी. आहे. बत्तीशिराळे येथे चिंचेच्या झाडाजवळ गोरखनाथाचे मंदिर आहे. हे स्थान साताऱ्याकडे आहे.

- **गहिनीनाथ :** अहमदनगर ते अंमळनेर (भांड्याचे) जि. बीड रस्त्यावर ८० कि.मी.वर आहे. अंमळनेर ते चिखलीनाथ आणि गहिनीनाथ असा मार्ग आहे. चिखलीनाथ-गहिनीनाथ मठ अंमळनेरपासून अंदाजे ३५ कि.मी. असावे. हे पोस्ट चिंचोली, ता. नेवासा, अहमदनगर येथे आहे.

- **वृद्धेश्वर किंवा म्हातारदेव :** महादेवाचे प्राचीन मंदिर म्हणून हे प्रसिद्ध आहे. नगर-पाथर्डी रस्त्यावर देवराईपासून उजव्या बाजूला हा रस्ता जातो. अंदाजे

२० कि.मी. अंतर आहे. या ठिकाणी रामदास स्वामींनी त्यांच्या शिष्याला - दिनकर स्वामींना येथे प्रत्यक्ष दर्शन दिले होते असे सांगतात.

- **कानिफनाथाची मढी :** मढीला तीसगाव आणि देवराई या दोन्हीकडून जाण्यास रस्ता आहे. तीसगाव मार्गे नगरहून मढी ४६ मैल आहे. कानिफनाथांचे समाधीस्थान म्हणून हे गाव प्रसिद्ध आहे. सासवडवरून जेजुरीला जाताना वाटेत घाटात कानिफनाथांचे मंदिर लागते.

- **जालंधरनाथ मंदिर :** अंमळनेर (भांड्याचे) येथून २५ कि.मी.वर आहे. अंमळनेर ते डोंगरकिनी १५ कि.मी. असून या रस्त्यावरून ८-१० कि.मी. वर डाव्या हाताला या क्षेत्राचा फाटा फुटतो. येथे जालंधरनाथांनी तपश्चर्या केल्याचे सांगतात. या स्थळी भाविक नवनाथाच्या ग्रंथाचे पारायण करतात. मंदिर भव्यदिव्य आहे आणि अहमदनगरहून १०५/११० कि.मी. दूर आहे. रस्ता अधिक वाहतुकीचा आहे. हाच रस्ता पुढे बीडला जातो. येथे गर्भगिरी पर्वत आहे. त्याचा पत्ता पोस्ट येवलेवाडी, ता. पाटोदा, जि. अहमदनगर होय.

- **भर्तृहरिनाथ :** यांची गुंफा गिरनार पर्वत चढताना लागते. हा पर्वत जुनागढमध्ये (गुजराथमध्ये) आहे.

- **अडबंगनाथ :** यांचे स्थान आळंदीजवळ डुडूळगावी तपस्यास्थान नावे ओळखले जाते. पुणे-नाशिक रस्त्यावर मोशीवरून आळंदीला जाण्याचा फाटा आहे. आळंदीला जाताना डावीकडे डुडूळगाव फाटा आहे. मंदिर सुंदर बांधले आहे. पुण्यापासून हे स्थान ३२ कि.मी. असेल.

- **रेवणनाथ :** यांचे स्थान 'विटे' (जि. सांगली) येथे आहे. सांगली-विटे सुमारे ५० कि.मी अंतर, तर कराड-विटे ४४ कि.मी., पुणे-कराड १५५ कि.मी. अंतर आहे. कराड-जत मार्गावर विटे गाव आहे. अंदाजे १० कि.मी. अंतरावर रेवणसिद्धी या मूळ स्थानाची पाटी आहे. थोडा घाट पार केला, की डावीकडे दोन कि.मी.वर रेवणनाथाचे मूळ स्थान आहे. मंदिर प्राचीन असून तेथे शिवाचे स्वयंभू लिंग पाहावयास मिळते. या ठिकाणी रेवणनाथांनी तपश्चर्या केली असा इतिहास आहे. बाजूला विटे नगर परिषदेने भक्तनिवास बांधला आहे. रेवणनाथाचे सिद्धस्थान 'रेणावी' हे जत रस्त्यावर दोन कि.मी. अंतरावर आहे. हे मंदिरसुद्धा प्राचीन असून या ठिकाणी अन्नछत्र चालवले जाते. कार्यलयही आहे.

- **चौरंगीनाथ :** कराडजवळ तासगाव रस्त्यावर बारा कि.मी. अंतरावर शेणोली गाव आहे. तेथून डावीकडे सोनसळ फाटा आहे. त्यापुढे सहा कि.मी.वर

गावाला वळसा देऊन जालंधरनाथांचे तपश्चर्यास्थान आहे. हे स्थळ महाराष्ट्र सरकारने पर्यटन स्थळ म्हणून जाहीर केले आहे. पक्के रस्ते, विश्रांतीगृहे, मंदिराची सुंदर बांधणी, याही मंदिरात शिवाची स्वयंभू पिंड आहे. समोरच जालंधरनाथांच्या तपाची जागा आहे. तेथे दत्ताची मूर्ती आहे.

■ **चौरंगीनाथाची समाधी** कौंडीण्यपूरला आहे. हे गाव अमरावतीपासून ४० कि.मी. अंतरावर विठ्ठलमंदिराजवळ ही समाधी असून तिचे चौकोनी बांधकाम आहे. त्यावर लोखंडी पिंजरा टाकला आहे. हा चौथरा सोळा फुटी आकाराचा असून त्यावर पादुका आहेत. चौरंगीखाल नावाचे नाथाचे स्थळ उत्तर काशीहून केदारनाथला जाताना वाटेवर २७ कि.मी. वर आहे.

नवनाथांपैकी महत्त्वाच्या नाथांच्या पवित्र स्थानांचा विचार आपण केला. त्याशिवाय अनेक ठिकाणी नव्याने स्मृति-धर्म-कर्म मंदिर उभे केले जात आहेत. त्यामुळे प्रत्यक्ष समाधीस्थान कोणते या बद्दल अभ्यासकांच्या मनात संभ्रम निर्माण होतो.

नाथ संप्रदायाचे निगडित अशा अनेक भक्तांची मंदिरे हेदेखील महाराष्ट्राचे वैशिष्ट्य म्हणावे लागेल.

संत निवृत्तिनाथांनी त्र्यंबकेश्वरला गहिनीनाथांकडून संथा घेतली. त्र्यंबकेश्वराजवळ ब्रह्मगिरीजवळ निवृत्तिनाथांची समाधी आहे. त्र्यंबकेश्वरला जाताना अंजनी पर्वत लागतो. त्या पर्वतावर हनुमान मंदिर, सीता-अंजनी भेटीची गुहा, कोलांबा देवस्थान, गोरक्ष-गहिनीनाथांच्या गुहा आहेत. इथेच निवृत्तिनाथाला अनुग्रह मिळाला. संत ज्ञानदेवांना आळंदी किंवा अलंकापुरी या ठिकाणी निवृत्तिनाथांकडून अनुग्रह मिळाला. या सिद्धपीठात सिद्धेश्वर मंदिर, इंद्रायणी-कुबेर-गंगा या पवित्र नद्या आहेत. ज्ञानदेवांची संजीवन समाधी येथे आहे. निवृत्तिनाथ संप्रदायातील तिसरे नाथ. मुक्ताईचे मंदिर एदलाबाद (खानदेशात) आहे. चौथे नाथ सोपानदेव. पुणे-पंढरपूर मार्गावर सासवड मुक्कामी कऱ्हा नदीकाठी सोपानदेवाची समाधी आहे.

गहिनीनाथ परंपरा निवृत्तिनाथ > सोपानदेव > विसोबा खेचर > नामदेव > चोखोबा अशी सांगितली जाते.

याशिवाय ब्रह्मनाथ सिद्धपीठ (पारूंडा), भैरवनाथ मंदिर (वानवडी, पुणे), हरिनाथ (आंभोरे-नागपूर), उज्जैन (महाकालेश्वर मंदिर), भर्तृहरी - मच्छिंद्रनाथ गुहा (औंढ्यानागनाथ) येथील आमर्दकनाथ मंदिर, कणेरीश्वर (नेवासे मंदिर), गोरखगड (मुरबाडजवळ), संतनाथ (वैराग बार्शी), विसोबा खेचर (बार्शी), आईनाथाचे (उमरखेड) आदिनाथाचे भैरवगड (राजगुरूनगर पुणे) या आदिनाथाची परंपरा अशी

आहे : गहिनीनाथ > प्रकाशनाथ > चिद्रंजन नाथ > उत्पत्तीनाथ > हंसनाथ > निरंजननाथ > सिद्धनाथ > भैरवनाथ > आदिनाथ.

या आदिनाथांनी विटे मुक्कामी 'नाथलीलामृत' ग्रंथ लिहिला. या ग्रंथामध्ये नवनाथांच्या अनेक कथा सविस्तर पाहावयास मिळतात. विशेष म्हणजे मच्छिंद्र आणि गोरक्ष यांच्या जन्मतिथी या ग्रंथात नोंदवली आहे ती अशी -

मच्छिंद्रनाथ : मासामाजी मार्गशीर्ष मास । शुद्धपक्ष गुरुवाराय श्रवण नक्षत्र निशी माध्यानास्त मच्छिंद्रनाथ अवतरले.

गोरक्षनाथ : *कार्तिक, शुद्ध त्रयोदशी। भृगुवासर रेवती दिवशी । सव्वाप्रहर सुदिनेशी । विष्णु अवतार उद्भवे ।*

आदिनाथांनी श्री नाथलीलामृत रचताना हठयोग प्रदीपिका, पतंजली योगसूत्र, गोरक्षपद्धती, सिद्धसिद्धान्तपद्धती इत्यादी नाथ सांप्रदायिक ग्रंथांचा अभ्यास केला होता.

•••

इतर धर्मसंप्रदायांवर नाथपंथाचा प्रभाव

महानुभाव पंथ

महानुभाव संप्रदायाचे मूळ पुरुष चांगदेव राऊळ मानले जातात. त्यांचे शिष्य गुंडम् राऊळ हे दोघेही नि:संशय नाथ संप्रदायातील होते. अनेक अभ्यासकांनी याबद्दल मत व्यक्त केले आहे. त्यांचे शिष्य म्हणजे चक्रधर स्वामी. त्यांनीच महानुभाव पंथाची स्थापना केली. वेगळा संप्रदाय स्थापन करण्याचे कारण तत्कालीन नाथ संप्रदायात समकालीन असणारे संप्रदाय वज्रयानी, कौलनिर्णय शाक्त, इत्यादींच्या तंत्र-मंत्र साधनेमुळे विशेषत: वामाचारामुळे नाथ संप्रदायामध्ये काही विकृती शिरल्या त्या विकृती मूळच्या नवनाथांना मान्य नव्हत्या. इतकेच नव्हे तर त्यांची व्युत्पत्ती नंतरच्या काळातच झाली होती. नंतरच्या नाथ संप्रदायातील या गोष्टीचा लोकांना वीट आला होता. त्यामुळे नव्याने नाथ संप्रदायाकडे आकर्षिले जाणारे या वामाचाराचा स्वीकार करू इच्छित नव्हते. दुसरी गोष्ट म्हणजे हठयोगाची साधना खूपच कष्टसाध्य होती. सर्वसामान्यांना ही साधना साधणार नव्हती. परंतु परमेश्वरप्राप्तीसाठी काही सुलभ साधनेची गरज तत्कालीन लोकांना जाणवू लागली होती. त्यामुळे चक्रधर स्वामींनी वेळोवेळी नाथ संप्रदायाला विरोध करून महानुभाव पंथ स्थापन केला आणि महानुभाव संप्रदाय सहजतेने प्रसारित झाला. आज महानुभावांचा प्रसार खानदेश-विदर्भ भागात अधिक जाणवतो. परंतु मराठी मनाला दुखवणारी एक कृती या संप्रदायाने केली. ती म्हणजे क्षेत्र पंढरपूरच्या विठ्ठलाचे मूळ स्वरूप श्रीकृष्णाचे नसून, गाई राखताना मृत पावलेल्या गुराखी व्यक्तीची ती 'भडखंबा' (देवता) असे मानले आणि विविध दैवतांचे 'वीरगळ' महाराष्ट्रभर स्थापन केले. एक वीरगळ पंढरपुरातील नामदेव पायरीसमोर होता. परिणामत: महाराष्ट्रातील वारकरी संप्रदाय आणि कन्नड भक्त नाराज झाले. ही गोष्ट महानुभावाच्या 'लीळाचरित्र' या ग्रंथामध्ये मांडली आहे. नंतर संशोधकांनी ते मत खोडून टाकले. त्यामुळे महानुभावीयांच्या प्रसाराला मर्यादा पडली आणि पुढच्या काळात त्या पंथाचे उपासक मर्यादित होत गेले. परंतु महानुभावींचे विविध मठ,

संप्रदाय प्रचारक आणि निर्माण केलेली ग्रंथसंपदा (सुमारे तीनशे ग्रंथ) आजही महाराष्ट्रात उपलब्ध आहे. मूर्तिपूजा विरोधातल्या या संप्रदायावर वारकरी संप्रदायाचे सावट अद्यापही पडून आहे. परंतु चक्रधर स्वामी सर्वसामान्यांच्या लक्षात आहेत. सर्व महानुभावी हे श्रीकृष्णाचे उपासक असूनही कृष्ण हाच विठ्ठल आहे हे मानायला ते तयार नव्हते. वारकरी संप्रदाय आणि त्यांच्यामध्ये हाच फरक होता.

लिंगायत संप्रदाय

खरे म्हटले तर शिवभक्ती करणारा म्हणजे नाथ (आदिनाथनिर्मित) संप्रदाय शिवभक्त तसेच लिंगायत हेदेखील शिवभक्त (शैव) मानले जातात. या संप्रदायाचा प्रवर्तक अल्लम प्रभू होते. मुळात हेही नाथसिद्ध आणि मच्छिंद्रनाथांचे शिष्य मानले जात होते. कायायोगावर त्यांनी अत्यंत भर दिल्याने ते गोरक्षनाथांच्या विरोधात गेले असे काही अभ्यासक सांगतात. अल्लम प्रभूंप्रमाणेच रेवणसिद्ध व मरुळसिद्ध हे नाथसिद्ध परंपरेतील होत. कर्नाटक आणि महाराष्ट्राच्या सीमेवर या लिंगायत (त्यांना महाराष्ट्रात वाणी म्हणूनही संबोधतात) संप्रदायाचे लोक आहेत. चन्नबसवेश्वर, काडसिद्धनाथ, महादेवी अक्का हे सर्व लिंगायत समाजाचे असले, तरी त्यांचेवर अल्लम प्रभू मरुळनाथाचा प्रभाव दिसून येतो. नाथ संप्रदायी तत्त्वज्ञानाने प्रभावित लिंगायत संप्रदायाचे दैवत शिव आहे, म्हणून ते शैवपंथी समजले जातात.

वारकरी संप्रदाय

आळंदी ते पंढरपूर वारी करण्याची प्रथा ज्ञानदेवांच्या वडिलांपासून त्यांच्या घराण्यात होती. जरी निवृत्तिनाथांनी गहिनीनाथांकडून नाथ संप्रदाय स्वीकारला आणि आपल्या भावंडांना ज्ञानदेव, सोपान, मुक्ताबाई यांना त्या संप्रदायात सामील करून घेतले, तरी ज्ञानदेवांनी प्रस्थापित केलेल्या विठ्ठल देवतेच्या उपासनेतून वारकरी संप्रदाय उभा राहिला.

'ज्ञानदेवे रचिला पाया । उभारले देवालया ।।'

वारकरी संप्रदायाचा मूळ पाया ज्ञानदेव आहेत. त्या काळात पंढरपूर क्षेत्रातील विठ्ठल हे दैवत पाचव्या-सहाव्या शतकापासून अस्तित्वात होते. नवनाथांचे गहिनीनाथ हे करभाजनाचा अवतार म्हणवितात. श्रीमद् भागवत ग्रंथाच्या अनुसार करभाजनाने नामसंकीर्तनाचा उपदेश परीक्षित राजाला दिला. निवृत्तिनाथांना गहिनीनाथांनी केलेल्या शक्तिपातामागे श्रीकृष्ण भक्तीची प्रेरणा होती. 'ज्ञानेश्वरी' हा ग्रंथ भक्तिप्रधान म्हणविला जातो. शेवटच्या अध्यायात ज्ञानदेवांनी मच्छिंद्रनाथांची

परंपरा सांगितली आहे. माशाच्या रूपाने श्री विष्णूने अवतार (मत्स्यावतार) घेतला. आद्य शंकराचार्यांपासून शिष्यपरंपरेने जो आत्मबोधाचा लाभ आमच्यापर्यंत आला, (ज्ञानदेवा) तो तू सर्व जीवमात्रांना प्रदान कर. त्यांना सत्वर मदत कर, कलिकाळाच्या तावडीतून सोडव. त्यातून संतांची मांदियाळी निर्माण झाली. त्या सर्व संतांनी विष्णूची भक्ती विठ्ठलरूपात केली. संत नामदेव म्हणतात,

नित्य हरिकथा नाम संकीर्तन । संतांचे दर्शन सर्वकाळ ।।

पंढरीची वारी आषाढी कार्तिकी । विठ्ठल एकाएकी सुखरूप ।।

नाथ संप्रदायाचे थोरी । प्रकट केली ज्ञानेश्वरी ।

यावरून एक लक्षात येते की, वारकरी संप्रदायाचे महान संत नामदेवराय ज्ञानेश्वरीला नाथ सांप्रदायिक तत्त्वग्रंथ मानतात.

कै. पांगारकर म्हणतात, 'नेवाशाच्या डोंगरात गोरक्षांची समाधी, तर सातार्‍याला मच्छिंद्रांची समाधी. या समाधी दर्शनाला भक्तगण सदैव जातात. त्यातून वारी-यात्रा निर्माण झाली असावी.'

तसेच गीतेमध्ये योग हा महत्त्वाचा विषय मानला नाही, तरी नाथ संप्रदायाचा कुंडलिनी योग जागृत करण्यासाठी ज्ञानेश्वरीत,

कुंडलिनी जागवूनि। मध्यमा विकासूनि। आधारादि भेदूनी। आज्ञावरी।।

सहस्त्रदलांचा मेघु । पियुषे वर्षुनी चांगु । तो मुळवरी वोघु। आणुनिया।।

(१८/१०३९) कुंडलिनी जागवून उपासना करणे म्हणजेच पंथराज असे ज्ञानदेवांनी म्हटले आहे.

दत्त संप्रदाय

नाथ संप्रदायात दत्त दैवताचे एक वेगळे स्थान आहे, आणि तेही महत्त्वाचे. नवनाथ भक्तिसारात श्री दत्तात्रेयांनी प्रथम नाथ मच्छिंद्रनाथ यांना सिद्धी आणि विद्या दान स्वरूपात दिल्याचा उल्लेख आहे. नाथपंथाला अवधूतपंथ या नावानेही संबोधतात. अवधूत म्हणजेच दत्तात्रेय, आणि दत्तात्रेयांनी गोरक्षनाथांना जो गीता उपदेश केला, त्या तत्त्वज्ञानात्मक ग्रंथाला 'अवधूत गीता' म्हणतात. माहूर क्षेत्री चांगदेव राऊळ यांना दत्तात्रेयांनी व्याघ्ररूपाने दर्शन दिल्याचा परंपरागत कथाभाग सांगितला जातो. श्री नृसिंह सरस्वती हे कदळीवनातच गुप्त झाल्याची कथा सर्वज्ञात आहे. तसेच नाथ संप्रदायाचा उदय कदळीवनातून झाल्याचे सांगतात. एकनाथांच्या अभंगांतून नाथपंथाच्या खुणा पाहायला मिळतात. एकंदरीत, दत्तसंप्रदाय आणि नाथ संप्रदाय हा केवळ नावाचा फरक आहे. दोहोंच्या स्थानी गुरूरूपाने दत्तात्रेयच

आहेत. दत्तात्रेय-गोरक्ष संवादात मच्छिंद्र गोरखनाथांचा हात दत्तात्रेयांच्या हाती देऊन म्हणतात -

यावरी मत्सेंद्र म्हणति एकवचन । हे उभयपंथ नसती दोन ।

परि याचे पर्यवसान । एकच असे सुजाण ।। (२६.१४८)

जनार्दन स्वामी-एकनाथ परंपरा जशी सर्वज्ञात आहे तशीच रंगनाथ-गोपाळनाथ परंपरा प्रसिद्ध आहे. सातार्‍याहून बारा कि.मी. अंतरावर त्रिपुटी येथे गोपाळनाथांची समाधी आहे, तर एकनाथ महाराजांची समाधी पैठण येथे आहे. या दोन्ही संतांनी समाजाला अध्यात्माचे अलौकिक दान दिले आहे.

जनार्दन स्वामींनंतर दत्त संप्रदायात नाथपंथाची छाया पडलेली दिसते. त्यामुळे एकनाथ हे दत्त आणि नाथसंप्रदायी म्हणून ओळखले जातात.

समर्थ (रामदासी) संप्रदाय

आजकाल समर्थ रामदासांची एक वेगळी परंपरा म्हणविली जाते. समर्थांच्या वाङ्मयाचा अभ्यास केला, तर वरवर असे दिसून येईल की, त्यांनी योगाबद्दल काहीच सांगितले नाही. परंतु अभ्यासकांचे असे मत आहे की, श्रीमद् दासबोधातील दशक १७ समास ५ पूर्णतः अजपाजप आणि योगसंबंधी मानला जातो. तो सर्वसामान्य वाचकांच्या लक्षात न आल्याने त्या समासात नेमके काय हे कळत नाही.

उदाहरणार्थ,

सहज समजाया कारणे । नाना हठयोग करणे ।

परंतु येकायेकी समजणे । घडत नाही ।। (१७.५.१९)

ते शब्द सांडूनि बैसला । तो मौनी म्हणावा भला ।

योगाभ्यासाचा गलबला । या कारणे ।। (१७.५.९)

श्रीसमर्थ ग्रंथ भांडार ग्रंथामध्ये कानफाटावरची समर्थांची हिंदी कविता अशी आहे.

आलेख जागे । आलेख आलेख सब कोहु कहे ।

आलेख आले सो न्यारा । जैसी किणीही वैसी रहणी ।

साईनाथका प्यारा । गोरख गोरख सब कोहु कहे । गोरख नबुजे कोई ।

जोगींद्रकु जो कोई रखे । सोई गोरख होय ।

समर्थ संप्रदायाचे योगी कल्याण स्वामी यांनी सोलीव सुख या काव्यात हठयोगाचे वर्णन केले आहे.

'स्वानुभव दिनकर' या ग्रंथात दिनकर स्वामींनी हठयोगाचे संपूर्ण वर्णन केले आहे. कलाप ९ व १० हे योगावरच आहे. दिनकर स्वामींच्या मते समर्थ वृद्धेश्वराला भेटल्यावर त्यांनी आग्रहाने सांगण्याची विनंती केल्यावर त्यांनी कुंडलिनीची जागृती आणि षट्चक्राचा भेद इत्यादी गोष्टी समजावून सांगितल्या; तसेच विविध योगमुद्रा, जपसंख्या, इत्यादी गोष्टी नमूद केल्या आहेत. कुंडलीभेद नामे सिद्धी प्राप्त होते असे म्हटले आहे.

याशिवाय आनंद आणि चैतन्य संप्रदाय, कबीर आणि निर्गुण परंपरा यावरही नाथपंथाचा प्रभाव दिसून येतो. विस्तारभयास्तव उल्लेखिला नाही.

नाथ संप्रदायाची निर्गुण उपासना सर्वसामान्यांना करणे अशक्य असल्याने श्री ज्ञानदेव आणि श्री समर्थ रामदास यांनी अनुक्रमे श्री विठ्ठल आणि श्री रामाची सगुण भक्तीच सांगितली. समर्थांनी तर पंढरपूरात विठ्ठलभेटीत रामरूपात दर्शन देण्याचा आग्रह धरला. त्यांना विठ्ठल रामरूपात दिसला. त्यावर *'इथे का रे उभा श्रीरामा । मनमोहन मेघःश्यामा ।'* असा अभंग रचला आणि हनुमंताची मूर्ती उभी केली आहे.

•••

१३.

नवनाथांच्या चरित्रकथा

श्रीमद् भागवतात सांगितल्याप्रमाणे नऊ नारायणांचा अवतार नऊ नाथांच्या रूपाने पृथ्वीवर झाला. हा अवतार विश्वकल्याणाचा हेतू मनात ठेवूनच त्यांनी घेतला. भागवतात भागवत धर्माचा प्रचार आहे. जो ऐकल्याने, स्मरण केल्याने, कृतीत स्वीकारल्याने सामान्यांना मोक्ष प्राप्ती तर होते; पण दुर्जनांचा दुष्टपणा समूळ नष्ट होऊन ते पवित्र रूपात दिसू लागतात. संसाराच्या महासंकटांत म्हणजेच भवसागरामध्ये बुडत असणाऱ्यांना पैलतीरावर पोहोचवणारे यांची ही चरित्रे आहेत.

भागवत पुराणात वर्णिलेले नवनारायण क्रमशः असे -

१. कविनारायण (मच्छिंद्रनाथ)   २. हरिनारायण (गोरक्षनाथ)

३. अंतरिक्षनारायण (जालंधरनाथ)   ४. प्रबुद्ध नारायण (कानिफनाथ)

५. पिप्पलायन (चर्पटीनाथ)   ६. अविर्होत्र (नागनाथ)

७. द्रमिलनारायण (भर्तृहरी)   ८. चमसनारायण (रेवणनाथ)

९. करभाजन (गहिनीनाथ)

कविनारायण मत्स्येंद्रनाथ (मच्छिंद्रनाथ) : नवनारायण पृथ्वीवर जन्म घेण्याचा काय उद्देश होता. त्यांनी लोकांना काय शिकवले आणि त्यांची चरित्रे कशी घडत गेली, याचा मागोवा घेऊ. माता पार्वतीने पतिराज शिवांना अनुग्रह देण्याची विनंती केली. तसे म्हटले तर बऱ्याच कथांची सुरुवात शिव-पार्वती संवादातून झालेली पाहावयास मिळते. उदाहरण द्यायचे झाल्यास, पंढरीक्षेत्रात विठ्ठल दैवत कसे आले याबद्दलही पार्वतीने शिवाला प्रश्न केला होता. त्यातूनच 'पंढरी माहात्म्य' उदयाला आले. तसे नवनाथ चरित्रातील प्रमुख नाथ मच्छिंद्रनाथांच्या चरित्राची कथा अशीच आहे.

पार्वतीने शिवांना अनुग्रह देण्याची विनंती केल्यावर त्यांनी यमुना नदीच्या तीरी एक एकांत स्थळ शोधून तेथे अनुग्रह देण्यास सुरुवात केली. शिवाने अनुग्रह देताना, 'सृष्टीचे स्वरूप कसे आहे, तिचा कर्ता ब्रह्मदेव आहे का, सृष्टीनिर्माणामध्ये मी-तूपणाचे द्वैत नाही, ब्रह्म हे अनादिकालीन आहे. त्याला आदि-मध्य-अंत अशी

त्रयी अवस्था नाही, असे सांगितले. (भक्तिसार १.११३) शिवाने पार्वतीला प्रश्न केला की, मी जे सांगितले ते तुला कळले आहे का? त्या वेळी यमुनेच्या जलाशयात माशाच्या गर्भात असलेल्या पहिल्या नाथांनी - मत्स्येंद्रनाथांनी (मच्छिंद्रनाथांनी) उत्तर दिले. त्या मासोळीच्या रूपाने ते उत्तरले, ''या सृष्टीत ब्रह्म हे नाना तत्त्वाने सर्व चराचरांत दिसत असले, तरी एकच, अद्वय-अद्वैत असे आहे. सुवर्ण आणि अलंकार भिन्न नाहीत. सागर आणि त्यावरच्या लहरी वेगळ्या नाहीत. तसेच अद्वैत रूप ब्रह्म आणि सृष्टीचे आहे.'' हे उत्तर पार्वती देत नसून यमुनेतील एक मासा सांगतो आहे म्हटल्यावर शिवाने त्या मासोळीकडे पाहिले. तिच्या उदरात कविनारायण अंड्याच्या रूपात त्यांना आहेत, असे दिसले. कालांतराने ते अंडे किनाऱ्यावर फुटले आणि त्याच्यापासून एक तेजस्वी बालक जन्माला आले. त्याचे लालनपालन कोळी समाजातील लोकांनी केले.

अरे हा कविनारायण । मच्छोदरी पावला जनन ।

तरी मच्छेंद्र असे माते नाम । जगामजी मिरवी की ।।

(नवनाथ भक्तिसार १.११३)

वयाच्या पाचव्या वर्षी मच्छिंद्रांनी आई-वडिलांचा त्याग करून घर सोडले. एका अज्ञात वनात एकान्त स्थळी पोहोचले. तेथे बारा वर्षे शिव-साधना, तपश्चर्या केली. अन्नपाणी वर्ज्य केल्याने केवळ अस्थिरूप अवस्था झाली. नंतरच्या काळात तेथे श्री दत्तात्रेयांचे आगमन झाले. दत्तात्रेयांनी शिवाची प्रार्थना करून शिवाशी मच्छिंद्राची भेट करवून दिली. शिवांनी दत्तात्रेयांनाच मच्छिंद्रांनाच उपदेश करावयास सांगितले. मच्छिंद्रांनी शिव-दत्तात्रेयांना वंदन केले. दत्तात्रेयांनी कानात उपदेश केला. शिवांनी 'हा कविनारायण आहे. ब्रह्मज्ञान म्हणून तप करतो आहे' सांगितले. शिवांनी कविनारायण उर्फ मच्छिंद्रांना आलिंगन देऊन कानफाट्यांचा नवनाथ संप्रदाय स्थापन करण्याचा आदेश दिला आणि लोककल्याणाचा कार्यभाग सोपवला. नाथलीलामृतात मच्छिंद्रांची जन्मवेळ अशी आहे -

मासामाजी मार्गशीर्ष मास । शुद्ध पक्ष गुरुवारास ।

श्रवण नक्षत्र निशी माध्यान्हास । मत्स्येंद्रनाथ अवतरले ।।

ग्रंथकाराने (नाथलीलामृत) वेळ सांगितली नाही. त्या काळी अवतारी पुरुषांची जन्मवेळ सांगण्याची प्रथा नव्हती. मच्छिंद्रांना शाबरी विद्या अवगत झाली होती. ही विद्या म्हणजे काय आणि कशी मिळते यावर अधिक प्रकाश ग्रंथकाराने दिला नाही. पण नवनाथ भक्तिसारात मच्छिंद्र भ्रमण करीत सप्तशृंगी गडावर पोहोचले. अंबादेवीला प्रार्थना करून शाबरी विद्या शिकण्याची इच्छा

दाखवली. अंबादेवीने त्यांना मार्तंडगडावर नेले. तेथील नागवृक्षातळी याग करण्यास सांगितले. या वृक्षावर सर्व देवतांचा वास होता. सिद्धीचे माहेरघर होते. त्या देवतांच्या बीजमंत्रांनी हवन करून शाबरी कशी प्राप्त करायची याचा मार्ग देवीने दाखवला. सहा महिने व्रत पाळून मच्छिंद्रांना शाबरी विद्या आणि कवित्व करण्याची शक्ती प्राप्त झाली. मच्छिंद्रनाथांच्या बंगाल प्रांतातील भ्रमणातून गोरक्षनाथांची उत्पत्ती झाली ती कथा अशी -

ऐसा सप्तमास येरझारा करून । दैवतांसी करून घेतले प्रसन्न ।

मग शाबरी विद्येचा ग्रंथ निर्मून । बंगाल देशी चालता झाला ।।

नाथलीलामृतात (२.१०२)

बंगालमध्ये भ्रमण करीत असता एका गावी सर्वोपदयाळ आणि त्याची पत्नी सरस्वती अशा गौडब्राह्मणांच्या घरी वास्तव्यास आले. दुर्दैवाने त्यांना मूलबाळ नव्हते. कुळाला वंशज नव्हता, म्हणून ते सदैव दु:खी होते. मच्छिंद्रनाथांची सेवा करून उभयतांनी त्यांना पुत्रप्राप्तीसाठी याचना केली. मच्छिंद्रनाथांनी मंत्रपूर्वक विभूती सरस्वतीला खाण्यासाठी दिली आणि म्हटले, ''तुला होणारा पुत्र अत्यंत तेजस्वी, ज्ञानी, सर्व ब्रह्मांडावर वर्चस्व गाजवणारा असा असेल.'' सरस्वतीने विभूतीप्राप्तीची गोष्ट आपल्या मैत्रिणीला सांगितली. तिने 'हे थोतांड आहे; हे गोसावडे मंत्र-तंत्र-विभूतीने स्त्रियांचे पशुपक्ष्यांमध्ये रूपांतर करून घेऊन जातात आणि कालांतराने उपभोगतात' असे सांगितले. सरस्वतीने ती विभूती शेणाच्या उकिरड्यावर फेकून दिली. बारा वर्षांनंतर मच्छिंद्रनाथ तिच्या घरी आले. मूलबाळ नाही पाहून 'विभूतीचे काय केले' असे विचारले. सरस्वतीला खूप वाईट वाटले. तिने तो उकिरडा दाखवला. नाथांनी 'अलख निरंजन' म्हणून हाक मारली. 'आदेश' असा ध्वनी जमिनीतून आला. उकिरडा उकरून, शृंगीचा नाद करून बारा वर्षांच्या मुलाला बाहेर काढले. गोमयातून जन्म झाला म्हणून 'गोरक्ष' असे नाव ठेवले. आकाशातून देवांनी पुष्पवृष्टी केली, गंधर्वांनी गायन केले. गोरक्षजन्माचा असा सोहळा साजरा झाला.

नवनाथ भक्तिसारात मच्छिंद्रनाथांबद्दल आणखी एक कथा सांगितली आहे. हनुमंत व मच्छिंद्रनाथ यांची एकदा भेट झाली. मच्छिंद्रनाथांना स्त्रीराज्यात घेऊन जाण्याचे वचन सीतामातेला हनुमंतांनी दिले होते. त्या स्त्रीराज्याचे नाव 'शृंगमरुड'. राणीचे नाव तिलोत्तमा किंवा मैनावती. तिच्यासह वास्तव्यात मच्छिंद्रनाथांनी मैनावतीला एक पुत्र दिला. त्याचे नाव 'मीननाथ' ठेवले. स्त्रीराज्यात जाण्याचे, मैनावतीचा संग एक जोगी म्हणून न करण्याचे मच्छिंद्रांना हनुमंतांनी आग्रहाने

सांगितले. सीतावचनाची पूर्ती करण्यासाठी हनुमंतांनी मच्छिंद्रांना अलिप्तता आणि भोगत्याग करून वास्तव्य करा असे म्हटले होते; पण मच्छिंद्रांना ते जमले नाही.

नाथलीलामृत ग्रंथात 'मल्हाळ' किंवा मल्लाळ देशात राणी परिमलाकडे मच्छिंद्र राहावयास गेले. राणी परिमला खूष झाली. हे राज्य स्त्रीराज्य होते. मच्छिंद्रांनी कर्तव्य आणि पूर्वजन्मीचा भोग मानून राणी परिमलाचा उपभोग घेतला. त्यातून जन्मलेल्या पुत्राचे नाव 'मीननाथ' ठेवले, असा संदर्भ आहे.

तिसरा संदर्भ सिद्धचरित्रामध्ये आहे. श्रीपतीनाथ विरचित या ग्रंथामध्ये (१८८३मध्ये लिहिलेला) मच्छिंद्रनाथ सिंहलद्वीपास गेले होते असा उल्लेख आहे. तेथे स्त्रीराज्य होते आणि राणीचे नाव पद्मावती होते. तिला नाथांनी 'सोऽहम्'ची दीक्षा दिली. काही काळ राणीकडे वास्तव्य केले. पद्मावतीच्या राज्यात केवळ मुलीच जन्मास येत. तेव्हा राणीने पुत्रप्राप्तीची प्रार्थना केली. नाथांनी तिला शिवोपासना करण्यास सांगितले आणि मच्छिंद्रनाथांच्या कृपेने तिला पुत्र झाला. त्याचे नाव 'धर्मनाथ' ठेवले गेले.

अशा तऱ्हेने मच्छिंद्रपुत्राच्या तीन कथा सांगितल्या जातात. स्त्रीराज्यात रमलेल्या या महायोग्यास त्याच्या पुत्रवत् शिष्याने - गोरक्षनाथांनी बाहेर काढले. नाथ-पद्मिनी संबंध गुरु-शिष्येचा होता; पण अविचारी लोकांनी या कथेला वेगळा रंग दिला. गोरक्षनाथ गुरूंना भेटण्यासाठी एका पिंगला नामक नृत्यांगना वेश्येबरोबर मृदंग वादक म्हणून स्त्रीराज्यात गेले. मृदंगध्वनीतून 'चलो मछिंदर गोरख आया' असा निनाद काढून मच्छिंद्रांना सावध केले आणि स्त्रीराज्यातून बाहेर नेले. अशी कथा पुढे घडली.

मच्छिंद्रनाथ योगी होते. परंतु प्रयागच्या राजा त्रिविक्रम याच्या मृत्यूनंतर परकाया प्रवेश करून पुढील बारा वर्षे मच्छिंद्रांनी राणी रेवतीबरोबर संसार केला, राज्यास सांभाळले आणि रेवतीला पुत्र दिला. त्याचे नाव धर्मनाथ ठेवले होते. परकायाप्रवेशानंतर मच्छिंद्राचा मृतदेह गोरखनाथांनी बारा वर्षे सांभाळला. हे जेव्हा रेवतीला समजले, तेव्हा तिने सेवकाकरवी त्या देहाचे तुकडे केले. परंतु ही गोष्ट पार्वतीला समजल्यावर पार्वतीने भैरवाला बोलवून मच्छिंद्रनाथांचा देह पुनर्जीवित केला आणि पुढे तो वीरभद्राच्या स्वाधीन केला. अशा तऱ्हेने परकाया प्रवेश मच्छिंद्रांना त्रासाचा झाला.

स्त्रीराज्यातून बाहेर पडताना मच्छिंद्रांनी झोळीत सोन्याची वीट घेतली होती. त्याचा धसका वनांतून फिरताना त्यांना वाटत असे. गोरक्षांच्या लक्षात आल्यावर त्यांनी मच्छिंद्रांच्या नकळत ती वीट जंगलात फेकून दिली आणि त्यांना भीती देणारी वस्तू दूर केल्याचे सांगितले. मच्छिंद्रांना राग आला. असे का केले म्हणून त्यांनी

विचारले. ती वीट उपजीविकेसाठी होती असे म्हटले. पुढे गोरक्षांनी मच्छिंद्र गुरूंना गर्भगिरी पर्वतावर नेले आणि पूर्ण पर्वत सोन्याचा केला. अर्थात त्यावरून गोरक्षांचा अधिकार सर्वांना कळला.

एकदा मीननाथाने विष्ठेने खराब झालेले कपडे धुऊन आणण्याची गोरक्षास आज्ञा केली. आपल्या गुरूचा जीव पुत्रामध्ये अडकला आहे, हे जाणून तो मोह दूर करण्यासाठी गोरक्षाने मीननाथाला नदीवर नेले आणि दगडावर आपटून त्याचे प्राण घेतले. त्याचा मृतदेह स्वच्छ करून आणला. मच्छिंद्रनाथ शोकाकूल झाले. आत्मा अमर असतो आणि शरीर नश्वर असते, हे गोरक्षनाथांनी गुरूंना दाखवून दिले. गुरूंच्या समाधानासाठी पुढे मीननाथाला गोरक्षांनी योगमायेने जिवंत केले.

अगदी अलीकडच्या काळात औरंगजेब महाराष्ट्रात आला असता त्याने अनेक मंदिरे उद्ध्वस्त केली. तीन नाथांची समाधीस्थाने त्याच्या दृष्टीला पडली. पण ज्यांची समाधी त्यांचे खरे नाव सोडून मायोबा (मच्छिंद्र), कान्होबा (कानिफनाथ), जानपीर (जालंदरनाथ) आणि गैबीपीर (गहिनीनाथ) असे सांगून ती स्थळे वाचवली. नवनाथ भक्तिसारामध्ये (२३.१६५) ही कथा दिली आहे. कऱ्हाडजवळच्या कोळे नरसिंहपूर येथे मच्छिंद्रनाथ यांनी गडावर समाधी घेतली. गैबीपीराचे स्थान मंगळवेढ्यात आहे.

मच्छिंद्रनाथांच्या जीवनावर अशा विविध गोष्टी भक्तगणांनी लेखनरूपाने प्रसिद्ध केल्या आहेत. श्रीपतिनाथ यांनी मच्छिंद्रनाथांच्या समाधीवर भाष्य करताना म्हटले आहे की, गडावर समाधीस्थळी जो भक्त उपोषणयुक्त अनुष्ठान सलग तीन दिवस करेल त्याला मच्छिंद्रनाथांचे दर्शन होईल. याच सिद्धचरित्राचे लेखक श्रीपतिनाथांनी मच्छिंद्रांच्या समाधीचा दिवस कार्तिक शुद्ध प्रतिपदा नोंदविला आहे.

मच्छिंद्रनाथांच्या बाबतीत विविध पाचसहा ग्रंथांतून जी कथा आढळते, त्यात प्रमुख जीवनकथा म्हणजे १) त्यांना प्रत्यक्ष शिवापासून गुरुपदेश मिळाला. ज्ञात मानवी गुरू नव्हता. २) जालंधर समकालीन होता. ३) मच्छिंद्रांचा प्रमुख शिष्य गोरखनाथ. ४) कदलीवनातील योगिनींच्या जाळ्यात अडकलेल्या आणि पूर्वजीवन विसरलेल्या मच्छिंद्रांना गोरक्षनाथांनी सोडवले.

साधने - गोरखविजय - मोनचेतन (बंगाली) बुद्धपुराण (नेपाळी) चंद्रनाथाचा योगी संप्रदाय, जोधपूर संग्रहालयातील नाथचरित्र - नाथपुराण - मेघमाला आणि नवनाथ भक्तिसार - आधारग्रंथ.

गुरू गोरक्षनाथ

गोरक्षनाथ (गोरखनाथ) म्हणजे प्रखर वैराग्य, कुशाग्र बुद्धी असलेले सिद्ध तपस्वी होय. नाथ संप्रदायद्वारा भारतीय आध्यात्मिक विचारांचा प्रसार करून तत्कालीन तंत्र-मंत्राची साधना करणाऱ्या, कापालिक व कौलमताच्या अनुयायांना योग्य मार्गदर्शन करून साधन संप्रदायात सुयोग्य बदल घडवून आणणारे एक थोर युगप्रवर्तक, ज्ञान आणि वैराग्य याचा सुरेख संगम असणारे महापुरुष आणि महातपस्वी अशी त्यांची परंपरागत ओळख आहे. नाथ संप्रदायाची धुरा सांभाळून संपूर्ण भारतभर अध्यात्माचे ब्रीद गोरक्षनाथांनीच पेरले. एक महान योगी, श्रेष्ठ गुरुभक्त, धर्मजागृतीसाठी आदर्श, निष्कलंक चारित्र्य असणारा सत्पुरुष. ज्ञानदेवांनी 'योगाब्जिनी सरोवर', 'विषयविध्वंसैकवीरु' या शब्दांनी गौरव केला आहे. सिद्धसिद्धान्तपद्धती, योगमार्तंड, अमरौद्य शासन यांसारखे ग्रंथ लिहून नाथ संप्रदायाच्या तत्त्वज्ञानाचा मूळ पाया त्यांनी जनकल्याणासाठी रचला होता. त्याचा प्रसार करण्यासाठी मठ आणि शिष्यपरंपरा निर्माण केली. 'सोऽहम्'ची साधना, अजपाजप, किंवा अजपा गायत्री या पद्धतींचा इतरांनीही स्वीकार केला होता.

गोरक्षनाथांच्या काळाबद्दल विविध मते आहेत. ज्ञानदेवांचे पणजोबा त्र्यंबकपंत यांना गोरक्षनाथांचा अनुग्रह होता, तर आजोबा गोविंदपंत यांना गहिनीनाथांचा अनुग्रह होता. तोच वारसा पुढे निवृत्तिनाथांमार्फत ज्ञानदेव-सोपान-मुक्ताई यांच्याकडे आला. गोरक्षनाथ इ.स. १००० ते ११०० या काळातले असावेत. कारण अभिनवगुप्तांनी मच्छिंद्रनाथांचा काळ इ.स. ९८० इतका ठरवला होता. डॉ. ढेरे यांनी गोरक्षनाथांचा काळ इ.स. १०५० ते ११५० मानला होता.

मच्छिंद्रनाथांच्या कथेत गोरक्षनाथांचा जन्म बंगालमध्ये उकिरड्यावर कसा झाला ते आपण पाहिले आहे. नवनाथ भक्तिसारानुसार सर्वोपदयाळ आणि सरस्वती यांच्यासाठी मच्छिंद्रनाथांनी दिलेली विभूती उकिरड्यावर पडली आणि बारा वर्षांनी गोरख त्यातून बाहेर आले. ती जागा विभूती वरदमंत्राने भारलेली असल्याने तिथून बारा वर्षांनंतर 'सूर्यवीर्य' असलेला तेजस्वी पुरुष बाहेर आला. माता-पित्यांनी आक्रोश केला; पण मुलाला त्यांच्या स्वाधीन न करता शक्तिपाताची दीक्षा देऊन मच्छिंद्रनाथांनी बरोबर घेतले.

गोरक्षाचे रूप सुंदर होते. कारण ते अजित, अव्यय, अजन्म, अयोनीसंभव असल्याने त्यांना नामरूपाचे वैभव लावणे अयोग्य होय. गुरुभक्तीबद्दल नवनाथ भक्तिसारात (९.१४८) अशी एक कथा आहे. मच्छिंद्रांना वडे आवडत असत.

ते अधिक मिळवण्यासाठी एका गृहिणीला त्यांनी विनंती केली. गोरक्षांची परीक्षा घेण्यासाठी गृहिणीने नाथांचे डोळे काढून मागितले. ते त्यांनी दिले. एका हातात डोळे लपवून गुरूला वडे अर्पण केले. खरी गोष्ट कळल्यावर त्यांनी योगाद्वारे संजीवनी मंत्र म्हणून गोरक्षांचे नेत्र पूर्ववत केले. पुढे गोरक्षनाथांनी तपश्चर्येसाठी बद्रीकेदारला बारा वर्षे वास्तव्य केले. पुढे परत येताना त्यांना गुरू मच्छिंद्रनाथ स्त्रीराज्यात राणी मैनावतीकडे वास्तव्यास असल्याचे कानिफनाथांकडून कळले. गुरूंना सोडविण्यासाठी गोरक्षनाथ कलिंगा (पिंगला?) वेश्येबरोबर वादक म्हणून स्त्रीवेषात मैनावतीच्या राज्यात आले. नृत्य चालू असताना मृदंगातून 'चलो मच्छिंदर गोरख आया' स्वर शब्दरूपाने बाहेर येऊ लागले. मच्छिंद्रांना शिष्य आल्याचे कळले. त्यांनी गोरक्षास जाऊन मिठी मारली आणि पुढे मैनावतीला झालेल्या पुत्रासह मच्छिंद्रनाथ गोरक्षांबरोबर स्त्रीराज्यातून बाहेर पडले. गोरक्षांना स्त्रीराज्यात ठेवून घेण्यासाठी मैनावतीने एका सुंदरीला गोरक्षनाथांकडे एकान्तात पाठवले. तिनेही आपले अर्धनग्न रूप दाखवून भूल पाडण्याचा प्रयत्न केला. पण गोरक्षांच्या प्रखर वैराग्यापुढे काहीच चालले नाही. नंतर सोन्याच्या विटेची कथा आणि मीननाथाचा मृत्यू या गोष्टी घडल्या. मच्छिंद्रांचे वैराग्य पक्के झाले.

गोरखनाथांनी गुरू मच्छिंद्रनाथांकडून ब्रह्मज्ञान (नाथलीलामृत ४-२१-११०), मानसिक स्नान, उन्मनी अवस्था, अहंकाराचे दहन, द्वैताचा नाश होऊन अद्वैताचा साक्षात्कार इत्यादी अनेक यौगिक क्रिया प्राप्त केल्या. मत्स्येंद्रांनी गोरक्षास सांगितल्या. त्याचबरोबर अजपाजप, षट्चक्रांचा भेद कसा करायचा, कुंडलिनी जागृत कशी करायची आणि षट्चक्रांचा भेद करून तिचा शेवट कसा साधावयाचा, हा योगमार्ग मच्छिंद्रनाथांनी सांगितला.

षट्चक्रांमध्ये निरंतर होणारा जप : मूलाधार चक्र ६००, स्वाधिष्ठान चक्र ६०००, मणिपूर चक्र १०००, सहस्रदल चक्र १०००.

दशनाद जे उत्पन्न होतात ते असे : चिकार, चिंचिनी, घंटानाद, शंखस्फुरण, तंत्रीनाद, तालशब्द, वेणुनाद, मृदंग, दुंदुभी, मेघनाद

त्रिबंध असे आहेत : मूलाधार बंध, उड्डीयान बंध व जालंधर बंध

पाच मुद्रा अशा आहेत : खेचरी, भूचरी, चांचरी

आसनांमध्ये : पद्मासन, सिंहासन, वज्रासन

प्राणायाममध्ये : केवळ कुंभक

अशा स्वरूपात योगमुद्रांचे ज्ञान मच्छिंद्रांनी गोरखनाथांना दिले. वज्रासनात बसून सतरावी जीवनकला कुंडलिनीला हिला जागृत करून ब्रह्मरंध्राकडे घेऊन जावे. त्रिबंधाच्या साहाय्याने वज्रासनात बसून प्राणायाम करून अपान वायूची गती ऊर्ध्व

दिशेने न्यावी. तेथे प्राण-अपानाचे मीलन होऊन ते सुषुम्नेत प्रवेश करीत वर जातात. सहस्रदळ चक्रात भ्रूमध्यात आदिनाथाचे स्थान आहे. ते निर्गुण, निराकार, निर्विकार, निरंजन असून तेथे ध्यान लावल्यास अचल-अटल-शाश्वत स्थिती प्राप्त होते. मग त्या साधकाला द्वैताची जाणीव राहत नाही. मी-तूपणाचा भेद नष्ट होतो. मन नि:संशय होते. अशी ही हठयोगातील परमगुह्य ज्ञानाची साधना नाथलीलामृतामध्ये अ.४ श्लोक १०९मध्ये क्रमश: दिलेली आहे. हा हठयोग गोरखनाथांनी सहा महिने तपश्चर्या करून प्राप्त करून घेतला.

गोरक्षनाथांनी विजय नृपतीस दीक्षा देऊन त्याला 'विजयनाथ' असे नाव दिले. आवर्त देशाचा राजा चक्रधर याचा उद्धार केला. विष्णुनगरीतील ब्राह्मणपुत्राचे कर्णछेदन करून त्याला दीक्षा देऊन 'विमलनाथ' केले. बत्तीशिराळा येथे सोमदत्त राजास दीक्षा देऊन 'सोमनाथ' केले. सुभद्राचा उद्धार केला. नृपनाथाचा उद्धार केला. या सर्व उद्धारांत त्यांच्या शिष्याचा त्याग समाविष्ट आहे. त्यागाशिवाय परमार्थ सिद्ध होत नाही. राजांनी आपले वैभव, ऐश्वर्य यांचा त्याग करून वैराग्य पत्करले. राज्यभोग, सुखसंपत्तीचा त्याग केला. गुरुभक्तीने जन्ममरणाचा फेरा चुकवला. अशा स्वरूपात गोरक्षशिष्य मंडळींच्या कथा नाथ संप्रदायात आढळतात.

गोरक्षनाथ हे नवनारायणांपैकी दुसरे; 'हरिनारायण' म्हणून ओळखले जातात. त्यांचा परिचय श्रीमद्भागवतमध्ये स्कंध ११, अध्याय २, श्लोक ४५ ते ५५ यांमध्ये 'हरिनारायणाने केलेला उपदेश' यामध्ये दिला आहे. विस्तारभयास्तव तो उपदेश येथे दिला नाही. सिद्धसिद्धान्तपद्धतीत सहाव्या उपदेशातील श्लोक ५५-५६मध्ये हरिनारायणाच्या भागवत उपदेशाशी तंतोतंत जुळतो.

गोरक्षनाथकृत संस्कृत रचनांमध्ये अमनस्क, अमरौघ प्रबोध, अमरौघ शासन, गोरक्षपद्धती, सिद्धसिद्धान्तपद्धती, योगमार्तंड, अवधूत गीता, गोरक्षगीता, हठयोग प्रदीपिका असे ग्रंथ आहेत; तर हिंदीमध्ये गोरखबानी, सबदी, पदसिष्यादरसन, नरवैबोध, आत्मबोध, चौबिससिद्धी, अष्टचक्र इत्यादी ग्रंथ सांगितले जातात. हिंदीत करनी-रहनी म्हणजे 'उपासना आणि आचरणशास्त्र' म्हटले जाते. या ग्रंथामध्ये योगप्रक्रिया, योगाचार जास्त लोकप्रिय आहेत. दत्तात्रेय-गोरक्ष संवाद हा ग्रंथ 'ज्ञानदीप बोध'मध्ये समाविष्ट आहे.

सिद्धसिद्धान्तपद्धतीत सहा प्रकरणे आहेत.
१.   प्रथमोपदेश - पिंडोत्पत्ती (श्लोकसंख्या ७३)
२.   द्वितीयोपदेश - पिंडविचार (श्लोक ३८)
३.   तृतीयोपदेश - पिंड संवित्ति (श्लोक १४)

४.   चतुर्थोपदेश - पिंडाधार (श्लोक ३०)

५.   पंचमोपदेश - पिंडपदयो:स्मरण (श्लोक ८१)

६.   षष्ठोपदेश - अवधूत योगीलक्षण (श्लोक ११३) एकूण ३४९ श्लोक

यातील प्रत्येक प्रकरणावर सविस्तर चर्चा करता येते. परंतु तत्त्वज्ञानात्मक विचार समजण्यास अवघड असल्याने त्या-त्या पिंडाचा अधिक विचार आपण येथे केलेला नाही.

गोरक्षनाथांचा काळ नेमका कोणता ?

ज्यांचे महिमान लोकमानसात रुजले आहे, भारतीय साधनेच्या क्षेत्रात जे 'युगकर्तें' म्हणून गणले जातात, अशा गुरू गोरक्षनाथांची चरित्रगाथा काळाच्या उदरात गडप झाली. परंतु त्यांची गौरवगाथा काळाच्या मस्तकावर पाय ठेवून लोकमानसात पसरली. ती गेली आठशे वर्षे भारताच्या कानाकोपऱ्यात पाहावयास मिळते. गोरक्षनाथांच्या काळाचा निर्णय हा महत्त्वाचा विषय सुमारे आठ-दहा संशोधकांनी त्यावर लेखन केले, मत मांडले. आणि त्याच्या आधारासाठी पुरावे दिले आहेत. कसे ते पाहू.

- डॉ. शाहीदुल्ला : आठवे शतक
- डॉ. मोहनसिंग : आठवे-नववे शतक
- डॉ. बागची : नववे-दहावे शतक
- पं. सांकृत्यायन : नववे शतक
- म.म. हरप्रसादशास्त्री : नववे शतक
- डॉ. द्विवेदी : दहावे-अकरावे शतक
- डॉ. बडथ्वाल : अकरावे शतक
- डॉ. फर्कुहर : बारावे शतक
- प्रो ब्रिग्ज : बारावे शतक
- श्री. रामचंद्र शुक्ल : अकरावे ते तेरावे शतक

ही सर्व संशोधक मंडळी गोरक्षनाथांचा काळ आठव्या शतकापासून चौदाव्या शतकापर्यंत मागे-पुढे खेचताना दिसतात. एकंदरीतच गोरक्षनाथांची लोकप्रियता या मत-मतांतरांमधून लक्षात येते.

या मताशिवाय आणखी काही नवे पुरावे पुढे येतात, ते असे -

गोरक्ष-कबीर संवादात्मक उत्तरकालीन ग्रंथांत दोघांना समकालीन मानले आहे. अलीकडेच प्रसिद्ध झालेल्या डॉ. मलिक यांच्या ग्रंथात गोरक्षनाथांचा काळ

अकरावे शतक असा ठाम निर्णय घेतला आहे. डॉ. गोविंद त्रिगुणायत यांनी आपल्या कबीरविषयक ग्रंथात गोरक्षाचा काळ बारावे शतक मानला आहे. डॉ. सुनीतीकुमार चॅटर्जी यांनी आपल्या बंगाली भाषेवरील भाषाशास्त्रीय प्रबंधात बारावे शतकच गोरक्षनाथांचा काळ मानला आहे.

वर निर्दिष्ट केलेल्या काही मतांचा विमर्श-छाननी अशी करता येईल. सिंग यांनी आपल्या 'गोरक्षनाथ अँड द मिडीव्हल हिंदू मिस्टिसिझम' या ग्रंथात गोरक्षांच्या काळाचा बराच खल करून आपली मते अशी मांडली आहेत.

चर्पटीनाथ आणि गोरक्षनाथ हे समकालीन होते. चंबळ राज्याचा राजा साहिल वर्मा हा चर्पटीचा शिष्य होता. साहिल वर्माचा काळ इ.स. ९२० असा आहे. चर्पटी-गोरक्ष यांच्या समकालीनत्वाचे अनुमान त्यांनी 'कंथडबोध' या गोरक्षोत्तर ग्रंथावरून केले आहे.

हे प्रमाण अगदीच संदिग्ध आहे. नाथ संप्रदायात अनेक पूर्णवर्ती साधना अंतर्भूत झाल्या आहेत. आणि त्या पुरुषांची ते पूर्वकालीन असूनही गोरक्षचरित्राशी गल्लत करण्यात येऊ लागली. एवढेच नव्हे, तर उत्तरकालीन ग्रंथांतून पूर्ववर्ती पुरुषांचे गुरुत्वही गोरक्षाला बहाल केले आहे. शिवाय एकाच नावाचे अनेक पुरुष आढळतात. सत्यामलनाथांच्या 'नवरत्न माले'त ज्ञानेश्वरांच्या नऊ शिष्यांत एका चर्पटीनाथांचे नाव आहे.

सरस्वती तीरावरील कंथडनामक शैव योग्याचा मूलराज चालुक्याशी संबंध आला होता. मूलराज चालुक्याचा काळ इ.स. ९४१-९६ असा आहे. हा शैवयोगी कंथडनाथ सांप्रदायिक असला पाहिजे हा डॉ. सिंग यांचा आग्रह निराधार आहे. त्यामुळे या प्रमाणात अर्थच उरत नाही. लुईपा म्हणजेच मच्छिंद्रनाथ लुईपाचा काळ तिबेटी परंपरेप्रमाणे इ.स. ९८० असा आहे आणि गोरक्षनाथ हा मच्छिंद्रनाथांचा शिष्य आहे.

नाथ संप्रदायाचा विचार करताना ऐतिहासिक दृष्टिकोनातून तिबेटी परंपरेचा उपयोग होत नाही. तिबेटी परंपरा ऐतिहासिक दृष्ट्या अविश्वसनीय आहे. वज्रयानांचा नाथ संप्रदायात मोठ्या प्रमाणात अंतर्भाव झाल्याने उभयमार्गातील सिद्ध पुरुषांच्या चरित्रांची गल्लत झाली आहे. शिवाय लुईपा म्हणजे मच्छिंद्रनाथ हेही मत इतिहासाच्या कसोटीवर टिकत नाही.

गोपिचंदाच्या नाथपंथ प्रवेशाची कथा गुजरातेत बाराव्या शतकात लोकप्रिय होती, असे डॉ. कैलासनाथ यांनी सिद्ध केले आहे. गोपीचंदाचा मामा भर्तृहरी हाही नाथसिद्ध होता. त्याच्या नेतृत्वाखाली माळव्याच्या परिसरात नाथ संप्रदायाचा प्रसार चालू

होता. भर्तृहरी आणि गोपीचंद यांसारख्या राज्यकर्त्यांनी जोगी वृत्ती स्वीकारण्यासाठी राज्यत्याग केला. ही गोष्टच इतकी अभूतपूर्व आहे, की तिच्या लोकप्रियतेसाठी काही शतकांचा अवधी लोटण्याचे कारण नाही. गोपीचंदाची भगिनी चंद्रावली हिचा विवाह चंद्रनगरच्या राजाशी १०२७मध्ये झाला असे बालकराम जागीशांनी सिद्ध केले आहे. चंद्रावली गोपीचंदाची धाकटी बहीण की थोरली, त्यांच्या वयातील अंतर किती, गोपीचंद राज्यावर आला तो लग्नाआधी की नंतर, राज्यावर आल्यावर किती वर्षांनी त्याने त्याग केला हे प्रश्न डॉ. सिंग यांना अनावश्यक वाटले; कारण त्यांना गृहितमताची पुष्टी करावयाची होती.

अभिनवगुप्ताने मच्छिंद्रांना 'मच्छंदविभू' केले आहे. तंत्रालोक या ग्रंथाचा काळ १०१५ आहे. यावरून मच्छिंद्रांचा काळ समजतो आणि गोरक्ष गुरूपेक्षाही कीर्तिमान आहे. परंतु अभिनवगुप्ताच्या तंत्रालोकात त्यांचे नाव नाही. त्यावरून असेही म्हणता येते की, गोरक्ष मच्छिंद्रांहून अधिक पुढच्या काळातील होते, हे सिद्ध होते. म्हणजेच त्यांचा काळ १०१५पेक्षा मागे नेता येणार नाही. गोरक्षानुयायी बाबा रतन हाजीचा मृत्यू ११९९मध्ये झाला असे हॉर्विट्झचे मत आहे. हा पुरावाही डॉ. सिंग यांच्या विधानाला बाधक आहे. गोरक्ष हे बाबा रतनच्या गुरूंचे गुरू. बाबा रतन भर्तृहरीचा शिष्य बाबा रतनचा गोरक्षकालाशी संबंध आला होता. याचा अर्थ इ.स. ११००च्या पूर्वी गोरक्षाचे अस्तित्व होते हे निश्चित.

कर्पूरमंजिरीत भैरवानंदाचा उल्लेख आहे. हठयोग प्रदीपिकेत भैरवानंदाचा क्रम तिसरा व गोरक्षांचा सहावा आहे. कर्पूरमंजिरीचा काल इ.स. ९०० इतका आहे. हठयोग प्रदीपिकेतील नामावली कालक्रमानुसार आहे हे गृहितक निराधार आहे. भैरवानंद नावाच्या अनेक व्यक्ती होऊन गेल्या. पुष्पदंतानेही एका भैरवानंद नामक कौलिकाचा उल्लेख केला आहे. तसेच कर्पूरमंजिरीतील पात्र ऐतिहासिक हे गृहितही निराधार आहे आणि तिसऱ्या भैरवापासून सहाव्या गोरक्षांपर्यंतचा काळ लोटला, तोही डॉ. सिंग यांना इ.स. ९००नंतर जेवढा जरूर वाटेल तेवढाच, हा संशोधनकुशलतेचा चमत्कार आहे.

डॉ. द्विवेदींनी आपल्या नाथ संप्रदाय ग्रंथात मच्छिंद्रनाथ यांच्या काळाची चर्चा केली आहे. आणि गोरक्ष मच्छिंद्रांचा शिष्य आहे. त्यामुळे त्याचाही तो काळ असे गृहित धरूनच गोरक्षांविषयी प्रकरण लिहिले आहे. डॉ. सिंगांच्या प्रमाणाशिवाय आणखी प्रमाणे त्यांनी मांडली आहेत ती पुढीलप्रमाणे -

१. मच्छिंद्रकृत 'कौल' ज्ञाननिर्णयाच्या हस्तलिखिताचा लिपीकाल अकराव्या शतकापूर्वीचा ठरतो. हे प्रमाण संदिग्ध आहे. आणि गुरुशिष्यात निदान अध्र्या

शतकाचे अंतर असू शकते हे मानावे याचाही यात विचार नाही.

२. मीनपा : मच्छिंद्रनाथ, मीनपाचा काल सन (८०९-८४९) असे तिबेटी परंपरा सांगते. हे प्रमाणही लुईपाच्या प्रमाणेच आहे. तिबेटी परंपरेवर विश्वास ठेवू नये असे डॉ. द्विवेदींचे मत आहे.

३. गोपीचंद व दक्षिणेतील राजेंद्र चोल यांचा संबंध आला होता. राजेंद्र चोलाचा काल सन १०६३ ते १११२ असा आहे. हे मतही द्विवेदींना बाधक आहे. कारण यामुळे आपोआपच गोपीचंदाचे गुरू गोरक्षनाथ यांचे अस्तित्व अकराव्या शतकाचे अखेरीस होते असे सिद्ध होते.

एकंदरीत अकराव्या-बाराव्या शतकाशी संबंधित मते विचारकरणीय आहेत. त्यांच्या प्रमाणाचा व अन्य ऐतिहासिक प्रमाणाचा विचार करून काही निश्चय सांगता येतो का पाहू या.

काही विश्वसनीय प्रमाणे (पुरावे)

- लीळाचरित्रात नाथ संप्रदायाची अनेक उल्लेख आहेत. स्वतः चक्रधरांनी आपल्या शिष्यांना जालंधर, कान्हा नागार्जुन, कनेरी घोडाचुडी, लुईपाई यांच्या कथा सांगितल्या आहेत. गोरक्षांचा व नाथवाणीचा गौरव केला आहे. यामध्ये घोडाचुडीचाच समकालीन म्हणून उल्लेख केला आहे. चक्रधराचा काल इ.स. ११७५-१२७५ असा आहे. त्यामुळे गोरक्षनाथ ११७५पूर्वी झाला असावे.

- चक्रधराच्या एकांक काळात म्हणजे सुमारे इ.स. १२३५च्या सुमारास त्यांना 'पर्वत'नामक ठिकाणी मुक्ताबाई नावाची नाथयोगिनी भेटली. ही योगिनी भर्तृहरीची शिष्या असे म्हटले आहे. गोरक्षनाथ मुक्ताबाईंच्या गुरूंचे गुरू यावरून बाराव्या शतकाचे आरंभी गोरक्षांचे अस्तित्व सिद्ध होते.

- भर्तृहरीने राज्यत्याग केल्यावर उज्जयिनीहून आलेल्या त्याच्या भावाचा विक्रमचा राज्यकाल (१०७६-११२६ इ.स.) असा आहे.

- गोपीचंदाशी संबद्ध चोलाचा राज्यकाल इ.स. १०६३ ते १११२ असा आहे. याचा अर्थ राजेंद्र चोल आणि विक्रम हे समकालीन होते.

- लिंगायत मतप्रवर्तक अल्लम प्रभु हे गोरक्षांचे सहकारी होते. त्यांचा आणि गोरक्षांचा मतभेद झाला. लिंगायत मतप्रवर्तन ११५०च्या सुमारास झाले.

- अल्लम प्रभूंचा सहकारी व नाथपंथाशी संबद्ध असा रेवणसिद्ध हा उज्जयिनीचा विक्रम आणि दक्षिणेच्या चोल यांच्याशी संबंधित होता.

वरील सर्व प्रमाणांचा साकल्याने विचार केल्यास गोरक्षनाथ इ.स. १०५० ते ११५० या काळात होऊन गेले हे सिद्ध होते.

नाथलीलामृतात गोरक्ष जन्माचा श्लोक असा -

कार्तिक्यां शुक्लपक्षे च रेवत्यां च त्रयोदशी ।

द्विपरार्धे दिवा विष्णोरंशो गोरक्ष योनिजः ।।

भस्मगोमय संभूतो गोरक्षः स महामुनि ।

भूमिगर्भसमुद्भूतं ध्यायेत् नाथं जगत्गुरुं ।। (अ.३. ओवी ६७)

स्थलनिर्णय : काळाप्रमाणे स्थळाबाबतही विविध मते आहेत. डॉ. सिंग यांनी गोरक्षांना पंजाबचे मानले आहे. कारण त्या प्रांतात 'गोरखपूर' (गोरखटिल्ला) आहे.

'योगी संप्रदाय विष्कृती'मध्ये गोदावरी तटी चंद्रगिरी स्थळ सांगितले आहे. गोरक्ष सहस्त्रनामात दक्षिणेकडील बडव नामक देश ग्राह्य धरला आहे.

गोरक्षांचा नातशिष्य बाबारतन हाजी याची आणि गोरक्षांची भेट गोदावरी तीरावर झाली असे 'पोथी रतनग्यान' ग्रंथात लिहिले आहे.

गोदावरी उत्तरतिरी । चौ योजने चंद्रगिरी ।

एकनाथांनी उल्लेखलेला चंद्रगिरी गोदातटीच आहे. त्र्यंबकेश्वर-नाशिकजवळचे हे स्थान चांदगीर नावाने ओळखले जाते. विशेष म्हणजे नाशिक-त्र्यंबकेश्वर परिसर नाथ संप्रदायाने भारावला आहे. गोरक्षनाथांची गुंफा, गहिनीनाथांचा तेथील सहवास, तेथूनच निवृत्तिनाथांना केलेला गुरुपदेश चौरंगीनाथांशी संबंधित सप्तशृंगी गड, तेथून नगर जिल्ह्यातील वृद्धेश्वरपर्यंत नाथसंप्रदायाने प्रभावित डोंगरस्थाने पाहून गोरक्षादि नाथ सांप्रदायिकांनी आपल्या साधनेतून लोकोद्धारासाठी गौतमी गंगाच (गोदावरीच) जणू निर्माण केली आणि त्या सांप्रदायिक प्रभावात अखिल भारतभूमी न्हाऊन निघाली, असे म्हणावेसे वाटते.

गोरक्षप्रणीत नाथ संप्रदायाचा उदय श्रीशैल पर्वतावर झाला अर्थातच त्यांचे प्रारंभिक कार्यक्षेत्र दक्षिणेतच होते. आणि त्याला पोषक कथा म्हणजे कदळीबनाच्या योगिनींच्या मेळाव्यात फसलेल्या आपल्या गुरूला मच्छिंद्रनाथाला बाहेर काढण्याचे काम त्यांनी केले.

गोरक्षनाथांच्या चरित्रासंबंधी विविध मते आहेत. गुरू मच्छिंद्रनाथांच्या विभूतीतून गोमयाच्या ढिगातून जन्मलेला सिद्ध पुरुष ही त्यातली प्रचलित कथा. डॉ. मोहनसिंग यांच्या मते गोरक्ष हा हिंदू विधवेचा अवैध पुत्र असावा. 'समाजाच्या खालच्या स्तरातून जन्म घेऊन कर्तृत्वाने क्रांती करणारा महापुरुष' असे त्यांनी मत

मांडले आहे. गोरक्षसिद्धान्त संग्रहात त्याला 'ईश्वर संतान' (अवैध जन्मलेला) म्हटले आहे. 'मतिरत्नाकर' या महानुभावांच्या उत्तरकालीन ग्रंथात असे म्हटले आहे -

आणि गोरक्ष जन्मला क्षुद्रकुळी ।

तो मच्छिंद्राचा शिष्य नाथ ओळी ।

तो जन्मला शिरकमळी ।

हे असत्य ।।   (मतिरत्नाकर, पृ. २५)

डॉ. द्विवेदी मात्र त्याला ब्राह्मणकुलोत्पन्न मानतात. तो दक्षिणेत स्थायिक झालेल्या एखाद्या काश्मिरी ब्राह्मणाच्या (पंडिताच्या) कुळात जन्मला असावा. कारण काश्मिरी शैव परंपरेत मच्छिंद्र-गोरक्ष या दोघांनाही गौरविले आहे. गोरक्ष-अल्लम प्रभु आणि ज्ञानेश्वर यांच्या विचारांवर काश्मिरी शैव मताची छाप आहे असा दावा विद्वान संशोधनातून करतात. स्वत: बसवेश्वरांनी शैवमताच्या उद्घाटनासाठी काश्मिरवरून पंडित आणविले, हा सर्वश्रुत इतिहास आहे.

गोरक्षांची काही वैशिष्ट्ये

- पंडिती परंपरेचा वारसा लाभल्याने दार्शनिक अध्ययाचा लाभ गोरक्षांना झाल्याचे त्यांच्या ग्रंथरचनेतून लक्षात येते.

- गोरक्षांनी लहानपणापासून योगीजीवनाचा स्वीकार करून आजन्म ब्रह्मचर्य पाळले. विषयपरान्मुखता हे आणखी एक वैशिष्ट्य. म्हणूनच ज्ञानदेवांनी त्यांना 'विषयविध्वंसैकवीर' म्हटले आहे.

- त्यांचा देह कांतिमान होता. 'कैसा योगी सौंदरू। साक्षात गोरखनाथू की गा । (लीळाचरित्र, भाग ३, पृ. ३२)

- त्यांनी भारतात सर्वत्र संचार केल्याची चिन्हे दिसून येतात. सर्व भारतीय भाषांतील त्यांचे ग्रंथ सापडतात. भारतभर संचार केल्याचे, नाथ संप्रदायाचा प्रसार केल्याचे पुरावे मिळतात.

- आदर्श गुरुभक्ती, 'पतितपावन' शिष्य असलेल्या गोरक्षांनी, विषयात रुतलेल्या गुरूंना वर खेचून त्यांचे स्थान मिळवून दिले.

- गोरक्षनाथ वादनात प्रवीण असावेत असा पुरावाही त्यांच्या चरित्रात मिळतो.

- त्यांचे विचार अनुभूतीजन्य आहेत. म्हणजेच त्यामध्ये तपस्येची प्रदीर्घ साधना आहे.

- निष्कलंक चारित्र्य, प्रभावी व्यक्तिमत्त्व, हृदयस्पर्शी वाणी यांमुळे ते एक अलैकिक सिद्ध म्हणून गाजले.

- त्यांचे समाधीस्थळ नगर जिल्ह्यात नेवासेजवळ आहे. गिरनार पर्वतावर त्यांनी समाधी घेतली असेही एक मत आहे.
- लोकसाहित्य-कथा-पुराणे यांतून त्यांचे अनेक चमत्कार वर्णिले असून नवनारायणांपैकी हरिनारायणाचा अवतार मानले आहे.

गोरक्षनाथांचा शिष्यपरिवार

अपरिमित शिष्यपरिवार, तोही महान व्यक्तिमत्त्वाचा. महाराष्ट्रात अमरनाथ, गहिनीनाथ, उज्जयिनीचा भर्तृहरी, बंगालचा गोपीचंद, ज्यांच्यामुळे 'गोरक्षोपनिषद' सांगितले गेले, ती विमलादेवी असे काही महत्त्वाचे ज्ञात शिष्य सांगता येतात.

ग्रंथसंभार : गोरक्षनाथांच्या ग्रंथकर्तृत्वाचा उल्लेख संक्षेपाने घ्यावा लागेल. कारण सर्वच ग्रंथलेखन महत्त्वाचे आणि विविध भाषांतील आहे. शिवाय ते वैचारिक-तात्त्विक स्वरूपाचे आहे. त्यामधील संस्कृत रचना अशा -

- अमनस्क (हस्तलिखित बडोदा ग्रंथालयात)
- अमरौघ प्रबोध (७४ श्लोकांचा ग्रंथ)
- अमरौघ शासनम् (हठयोग - काश्मिरी शैविझम)
- गोरक्ष पद्धती (२०० श्लोकांचा)
- गोरक्ष संहिता (ग्रंथ उपलब्ध नाही)
- महार्थ मंजिरी (अपभ्रंश ६९ श्लोकांचा ग्रंथ)
- सिद्धसिद्धान्तपद्धती (गोरक्षांचे सहा उपदेश श्लोक ३५३)
- योगमार्तंड (१८८ श्लोकांचा, हठयोग प्रदीपिकेशी साम्य)
- योग चिंतामणी (बंगाली ग्रंथ)

हिंदी रचना : गोरक्षांच्या हिंदी रचना डॉ. बडथ्वाल यांनी गोरखबानीमध्ये संकलित केल्या आहेत. एकूण चाळीस रचना आहेत. (विस्तारभयास्तव नावे दिली नाहीत.)

सबदी : यामध्ये प्रत्येकी दोन ओळींच्या २७५ विचारकलिका आहेत. ही गोरक्षांची सर्वाधिक अधिकृत रचना मानली जाते.

पदे : या विभागात एकूण ६२ पदे संकलित केली आहेत. यामध्ये मच्छिंद्रांच्या योगिनी कुलातील पतनाच्या सूचक रचना आहेत.

गोरख-बोध : डॉ. सिंग यांनी तत्त्वज्ञानात्मक ५३ प्रश्न आणि त्यांची उत्तरे अशी दिली आहेत. याला औपनिषदिक मूल्य दिले आहे.

याशिवाय ह.भ.प. पांगारकरांनी 'ज्ञानेश्वरांची प्रभावळ' या ग्रंथात गोरक्षनाथांची तीन पदे दिली आहेत. ही पदे मराठी प्रभावित हिंदी भाषेमधून मांडली आहेत. डॉ. मलिक यांच्या संकलनात 'गोरक्ष उपनिषद' नावाची रचना पाहावयास मिळते. 'कबीरगाथा' ग्रंथात गोरक्षांच्या नावावर तीन पदे आहेत.

या सर्व गोष्टींचा विचार केला की गोरक्ष हे एक महापुरुष होते म्हणता येईल. मध्ययुगीन भारतातील एक प्रभावी शक्ती होती. त्यांनी भारतीय साधनपद्धतीचे शुद्धीकरण केले. त्यांचे जीवन-कार्य-रचना या गोष्टी तत्त्वज्ञानाच्या साधनेत एक प्रचंड शक्ती म्हणावी लागेल. त्याचे प्रत्यंतर महानुभावी प्रमुख चक्रधर, वारकरी संप्रदायाचे ज्ञानेश्वर, कबीर, नानक आणि अशा अनेक संतांच्या वाणीतून अनुभवास येते. त्यांना नाथ संप्रदायाचा 'महामेरुमणि'च म्हणावे लागेल.

> ### हठयोग प्रदीपिकेतील सिद्ध नामावली (एकूण २९)
>
> आदिनाथ, मत्स्येंद्रनाथ, शाबरानंद, भैरव, चौरंगीनाथ, मीननाथ, गोरक्षनाथ, विरूपाक्ष, विलेशय, मंथानभैरव, सिद्धबुद्ध, कंथडीनाथ, कोरंटकनाथ, सुरानंद, सिद्धपाद, चर्पटीनाथ, कानेरीनाथ, पूज्यपाद, नित्यनाथ, निरंजननाथ, कपालीनाथ, बिंदुनाथ, काकचण्डीश्वर, अल्लमप्रभुदेव, घोडाचोली, टिंटीणी, भानुकी, नारदेव खंडकापालिक. तत्त्वसार ग्रंथात हीच संख्या ९४ अशी आहे.

अंतरिक्ष नारायण जालंधरनाथ

जालंधरनाथ मच्छिंद्रांचे गुरुबंधू. परंतु तिबेटी परंपरेत जालंधर हे मच्छिंद्रांचे गुरू मानले जातात. तिबेटी परंपरेत नगरभोग देशात ब्राह्मणकुलात जालंधरांचा जन्म झाला. यथावकाश हे उत्तम पंडित बनले. घंटापादाचे शिष्य कूर्मपाद यांच्या संगतीत येऊन त्याचे शिष्य बनले. मच्छिंद्रनाथ, कृष्णपाद, तंतिपा हे त्यांच्या शिष्यांपैकी होत. भोटिया ग्रंथात जालंधरनाथांना आदिनाथही मानले आहे. तनजूरमध्ये यांनी लिहिलेल्या सात ग्रंथांचा उल्लेख आहे. त्यातील दोन राहुलजींच्या मते मगही भाषेत लिहिले आहेत.

१. विमुक्त-मंजरी-गीत   २. हुंकार चित्त बिंदु भावनाक्रम

डॉ. काद्येने यांनी तनजुरातील बौद्धतंत्र ग्रंथांची एक तालिका फ्रेंच भाषेत प्रकाशित केली आहे. तीमध्ये (पृ. ७८) सिद्धाचार्य जालंधरीपाद लिखित एक

टिप्पणीग्रंथाचे नावही आहे. सरोरुहपादाचा प्रसिद्ध ग्रंथ (तंत्राचा) 'हेवज्रसाधन' यावरील या टिप्पणीग्रंथाचे नाव 'शुद्धिवज्रप्रदीप.' ही सर्व पुस्तके कायायोगाशी संबंधित आहेत. असेही प्रसिद्ध आहे की, हा पंजाबात जालंधरपीठ नामक तांत्रिक पीठात उत्पन्न झाला होता. एका दुसऱ्या परंपरेनुसार हा हस्तिनापूरच्या पुरुवंशी राजा बृहद्रथ याच्या यज्ञीय अग्नीतून उत्पन्न झाल्यामुळे याचे नाव 'ज्वालेंद्रनाथ' पडले होते. अशा प्रकारे नगरभोग - हस्तिनापूर आणि जालंधर पीठ अशा तीन स्थानांचा उल्लेख तीन वेगळ्या परंपरा करतात. त्यांच्या जातींसंबंधी असाच वाद आहे. तिबेटी परंपरेनुसार जालंधरनाथ ब्राह्मण होते, बंगाली परंपरेनुसार ते हाडी (हलखोर किंवा भंगी जातीचे) होते, तर योगी संप्रदायविष्कृतीनुसार ते क्षत्रिय होते.

जालंधर नावावरून असे अनुमान करणे शक्य आहे की, जालंधरपीठात यांचा जन्म किंवा साधना झाली असावी. हठयोगातही एका बंधाचे नाव जालंधर आहे. उडीयान बंध हा उड्डीयान पीठाशी संबद्ध असावा. डॉ. भट्टाचार्य यांच्या मते हे उड्डीयान ओडिशात असावे. डॉ. बागची यांच्या मते उड्डीयान वस्तुतः स्वात उपत्यकेतच आहे. आणि ते जालंधरपीठाच्या आसपास आहे. जालंधरांचा या दोन्ही पीठांशी संबंध असावा. कारण उड्डीयानमध्ये ज्वालेंद्र नामक राजा असल्याचा उल्लेख मिळतो. हा राजाच पुढे महासिद्ध बनला. तारानाथाने उड्डीयान देशाचे दोन भाग सांगितले आहेत. संभल व लंकापुरी अशी त्यांची नावे आहेत. अनेक तिबेटी व चिनी ग्रंथांत लंकापुरीची चर्चा येते. संभलपुरीचा राजा इंद्रभूती व लंकापुरीचा ज्वालेंद्र. याच ज्वालेंद्रच्या मुलाशी इंद्रभूमीच्या बहिणीचे लग्न झाले. तरीही ज्वालेंद्र म्हणजे जालंधर असा निर्णय घेणे अवघड आहे.

जालंधरशिष्य 'कण्हपा' हा कापालिक होता. स्कंदपुराणात नवनाथवर्णनात जालंधरांचा उल्लेख आहे. तसेच नवनाथ भक्तिसारात जालंधरकथा आहे. 'गोरक्षसिद्धान्तसंग्रह' या ग्रंथात आरंभी जालंधरांना वंदन केले आहे. जालंधरिपा संप्रदायाचे जालंधर प्रवर्तक होते. जालंधर आणि कण्हपा यांचा पंथ मच्छिंद्र- गोरक्ष यांच्या परंपरेहून भिन्न आहे. परंतु नंतर गोरक्षनाथी परंपरेत जालंधर अंतर्भूत झाले. जालंधर हे अंतरिक्ष नारायणाचा अवतार. वर्णरत्नाकरामधील नाथसिद्धान्तात जालंधरनाथ एकोणिसावे आणि वज्रयान सिद्धांमध्ये सेहेचाळिसावे आहेत. तिबेटी परंपरेनुसार ते देवपाल समकालीन मानले जातात. हाडिपानामक वंग सिद्ध म्हणजे जालंधर असे बंगाली परंपरेत मानले आहे. (सारस्वत भवन स्टडी VI)

जालंधर कापालिक साधन परंपरेतील असून नंतर ते नाथ संप्रदायात प्रविष्ट झाले असावेत. कदाचित गोरक्षांच्या प्रभावकाळात ते हयात नसतीलही. परंतु त्यांचा

पंथ नाथ संप्रदायात समाविष्ट झाल्याने उभय पंथांच्या प्रमुखांची चरित्रे एकत्र जोडली गेली असतील. लीळाचरित्रात गोविंदचंद्राचा उपदेशक म्हणून व कान्हाचा गुरू म्हणून जालंधरांचा उल्लेख आला आहे. गोविंदचंद्राच्या पुतळ्यांना जालंधरांनी भस्मसात केल्याची कथा लीळाचरित्रात आली आहे. तसेच विविध संतमालिकांतून आणि नाथ सांप्रदायिक ग्रंथांतून जालंधरांचा उल्लेख सतत आढळतो.

कृष्णपाद

कृष्णपाद हा जालंधरनाथांचा प्रधान शिष्य होता. हा शिष्य कण्हपा, कान्हपा, कानपा, कानफा इत्यादी नावांनी या संप्रदायात प्रसिद्ध होता. तिबेटी परंपरेच्या आधारे राहुलजी याला कर्णाटदेशीय ब्राह्मण मानले आहे, तर डॉ. भट्टाचार्य यांनी त्याला उडियाभाषी जुलाहा म्हटले आहे. त्याच्या कृष्णवर्णामुळे त्याला कृष्णपाद नाव पडले असावे. देवपालाच्या (इ.स. ८०९-८४९) या काळात कृष्णपाद पंडित भिक्षु होता व अनेक दिवस सोनपुरी विहारात (पहाडपूर, जि. राजशाही, बंगाल) राहत होता. तो पुढे जालंधरांचा शिष्य बनला. नाथ संप्रदाय शिष्यगण परंपरेत कवित्व आणि विद्या या दृष्टीने हा सर्वश्रेष्ठ होता. चौऱ्याऐंशी शिष्यांत याचे सात शिष्य होते. त्यामध्ये कनखला आणि मेखला या दोन योगिनी होत्या.

म.म. हरप्रसाद शास्त्रींनी लिहिले आहे की, कृष्णपादाची ५७ पुस्तके आणि बारा संकीर्तनपदे उपलब्ध आहेत. कृष्णपाद व कृष्णाचार्य या नावाचे अनेक जण होऊन गेले. महाचार्य, महासिद्धाचार्य, उपाध्याय, मंडलाचार्य आदी पदांनी ते सन्मानित होते. (बौ. गा. २४)

राहुलजींच्या कथानुसार तनजूरमध्ये कृष्णपादांचे दर्शनपर ६ आणि तंत्रपर ७४ ग्रंथ आहेत. दर्शन ग्रंथात यांनी शांतीदेवाच्या 'बोधीचर्यावितार' वर 'बोधीचर्यावितार दुःखबोधपदनिर्णय' नावाची टीका लिहिली आहे. त्यातील भाषेवरून याला डॉ. भट्टाचार्य उडियाभाषी, शास्त्रीजी बंगाली भाषी आणि राहुलजी मगहीभाषी समजतात. राहुलजीनी त्यांचे खालील ग्रंथ मगही भाषेत लिहिल्याचे सांगितले आहे -

१. काण्हपाद गीतिका
२. महादुण्ढनमूल
३. वज्रनीती
४. वसंततिलक
५. असंबद्ध दृष्टी
६. दोहा कोश

बौद्ध गान ग्रंथात दोहाकोशमधील ३२ दोहे व त्यावरील संस्कृत टीका छापली आहे. नाथ संप्रदायाच्या साधनमालेत कुरुकुल्ला देवीच्या साधनेच्या प्रवर्तनात कृष्णपादांना स्थान आहे.

चौरंगीनाथ

चौरंगीनाथ हे मच्छिंद्रनाथांचे शिष्य. गोरक्षनाथ प्रमुख असले, तरी चौरंगीनाथही अज्ञात नाहीत. भारताच्या पूर्व भागातील राजाचे पुत्र, पण सावत्र आईच्या अवकृपेने हस्तपादरहित झालेले चौरंगीनाथ. मीननाथ भ्रमण करीत करीत चौरंगीकडे आले. त्यांनी चौरंगीनाथांना दीक्षादान केले आणि त्यांचा सांभाळ करण्याची जबाबदारी एका व्यक्तीवर सोपवली. पुढे हे अपंग बालक चौरंगीनाथ नावाने प्रसिद्ध झाले. चौरंगीनाथांना बारा वर्षांच्या ध्यानावस्थेनंतर सिद्धीलाभ झाला आणि त्यांना त्यांचे हातपाय पूर्ववत प्राप्त झाले अशी कथा आढळते.

डॉ. मोहनसिंगांच्या मते, ते सालवाहनाचे पुत्र व मच्छिंद्र-गोरक्ष यांचे शिष्य होते. पंजाबातील इतिवृत्तानुसार या सालवाहनपुत्राचे नाम पूरणभगत होते.

बंगाली शून्यपुराणात आद्यनाथ, मीननाथ, सिंगा, चरंगीनाथ, दन्तपाणि आणि किन्नरी यांचा उल्लेख आहे.

'गोरक्षविजया'त असा उल्लेख आहे की, अनद्याच्या शरीरातून शिव, मीननाथ, हाडिफा, कानफा, गाभूर, गोरक्षनाथ व गौरी यांनी जन्म ग्रहण केला. गाभूर म्हणजे युवक. या गाभूर सिद्धाचे नाव चौरंगीनाथ होते. मच्छिंद्रनाथांनी म्हटले आहे -

एक शिष्य आछे मोर जाति गोरखाई ।

आरशिष्य आछे मोर गाभूर सिद्धाई ।

सिद्धजन महादेवाच्या घरी जेवायला गेले असता पार्वतीने सर्वांना कामबाणाने विद्ध केले आणि परीक्षा घेतली; पण त्यामध्ये एकटे गोरक्षनाथ उत्तीर्ण झाले. बाकीच्यांना त्यांच्या कामवासनेसाठी अभिशाप मिळाले. गाभूर सिद्धाला देवीच्या शापामुळे विमाताभिलाष दोष प्राप्त झाला आणि हस्तपादविहीन अवस्थेमुळे युवराज पदाला मुकावे लागले.

ज्ञानेश्वरांनी ज्ञानेश्वरीच्या अठराव्या अध्यायात गुरुपरंपरा वर्णन करताना चौरंगीनाथांचा उल्लेख केला आहे.

तो मत्स्येंद्र सप्तशृंगी । भग्नावयवा चौरंगी ।

भेटला की तो सर्वांगी । संपूर्ण जाहला ।। (१८.१७५४)

नवनाथ भक्तिसार या मराठी ग्रंथात त्याचा 'वैदर्भी' देशाचा राजपुत्र म्हणून उल्लेख आढळतो. कृष्णा-तुंगभद्रा संगमाजवळ कौंडिण्यपुरीत शशांगर-मंदाकिनीच्या उदरी याचा जन्म झाला. विमाता भूजवंतीकडून हस्तपादविहीन झाल्यावर मित्राचार्य आणि शरयू या ब्राह्मण पतीपत्नीने त्यांना सांभाळले.

गौरन्नमंत्री या तेलुगु कवीने तेलुगु भाषेत लिहिलेल्या 'नवनाथ चरित्रमु' नावाच्या काव्यात (काळ इ.स. १४२७) सारंगधर नावाच्या नाथाची कथा दिली आहे. याच कथेवर आधारित एक काव्य 'सारंगधर चरित्रमु' चेमकूर वेंकट या तेलुगु कवीने लिहिले आहे. सारंगधर चरित्रमुचा नायक सारंगधर हा राजराज नरेंद्राचा पुत्र मानला जातो. सारंगधरावर विमाता चित्रांगी आसक्त होती. परंतु सारंगधराने या अनुचित प्रेमाचा स्वीकार केला नाही. चित्रांगीचा प्रतिकार केल्यामुळे राजाझेने त्याचे हातपाय तोडले गेले अशी कथा आहे. ही सारंगधराची कथा आणि अशोकपुत्र कुणाल याची कथा समान आहे. 'आंध्रनाटक पितामह' धर्मवर रामकृष्णम्माचार्य यांनी लिहिलेली 'विषाद सारंगधर' ही विख्यात शोकांतिका सारंगधराच्या जीवनावरच लिहिली आहे. तसेच तत्त्वसारात चौरंगीनाथांचा गौरवपूर्ण उल्लेख आढळून येतो.

चर्पटीनाथ पिप्पल नारायण

डॉ. मोहनसिंग यांनी पंजाब विश्व विद्यालयाच्या ग्रंथालयातील एका हस्तलिखितावरून (क्र. ३७४) चर्पटीनाथाच्या नावावरील एक कविता आपल्या पुस्तकात इंग्रजी अनुवादासह प्रसिद्ध केली आहे. तिची सुरुवात अशी आहे.

सुधु फटकि मनु गिआनिरता । ...आतिमा का जोगी चरपटनाथ

यात सांप्रदायिक वेषाचा जोगी होण्याचा निषेध केला आहे. परंतु आत्म्याचा जोगी होण्यास सांगितले आहे. कवितेच्या शेवटच्या भागात बाह्याचार धारण करणाऱ्या अन्य सांप्रदायिकांना त्यांच्या व्यर्थतेची जाणीव दिली आहे.

'काळाचा मेघ मस्तकावर घिरट्या घालू लागला, की श्वेत वा नील वस्त्र, लांब जटा, तिलक वा जानवे उपयोगी पडणार नाही', असे चर्पटीनाथांनी कानफाट्यांना बाह्याचाराविषयीही सावध केले आहे.

श्री संत संपूर्णसिंग प्रकाशित 'प्राणसंगती'तील चर्पटी-नानक संवादातील एका पदात ते बाह्यवेष विरोधी असल्याचे दिसते. ते पद असे -

इकपित पटा इक लंब जटा । इक सूत जनेऊ तिलकठटा ।

इक जंगम कही ऐ भसम घटा । जऊलई नही चीनै उलटीघटा ।

तब चरपट सगले स्वांग नटा ।   (नाथ संप्रदाय पृ. १४३)

चर्पटीनाथ बाह्यवेष विरोधी होते. ते नाथ संप्रदायात राहूनही त्यांच्या शुष्क बाह्य प्रक्रियांना मानत नव्हते. 'वर्णरत्नाकरा'तील सिद्ध मालिकेत चर्पटीनाथांचे नाव आहे. 'प्राणसंगली'तील संवादावरून तो रसायनसिद्धीचा अन्वेषक असावा असे वाटते. वरील पदावरून इतकेच अनुमान निघते. तो गोरक्षनाथाचा थोडा परवर्ती

असून रसायनवादी बौद्ध सिद्धांच्या पंथातून गोरक्ष प्रभावाखाली आला असावा.

चर्पटीनाथाच्या चरित्रविषयी विविध संदर्भ मिळतात. ५९व्या वज्रयान सिद्धाचे नाव 'चरपट' आहे. तिबेटी परंपरेनुसार हे नाथ मीनपाचे गुरू आहेत. परंतु नाथ परंपरेत ते गोरक्षनाथांचे शिष्य आहेत. एका लोकवार्तेतून तो गोरक्ष आशीर्वादातून चर्पटीनाथ उत्पन्न झाला. 'मीनचेतना' ग्रंथात यालाच 'कर्पटीनाथ' म्हटले आहे. याचा 'चतुर्भवाभिवासनाक्रमा'चा तिबेटी अनुवाद उपलब्ध आहे. रज्जबदासाने आपल्या 'सरबंगी' ग्रंथात चर्पटीनाथाला 'चारिणीगर्भोत्पन्न' म्हटले आहे. डॉ. बडथ्वालांनी असे लिहिले आहे की, चंबाराज वंशावळीत याची चर्चा येते. चंबाच्या राजप्रसादासमोर एक चर्पट मंदिर आहे. चंबाच्या 'साहिल्लदेवां'चा गुरू म्हणून चर्पटीचा उल्लेख येतो. 'योगप्रवाह' ग्रंथात काही पदे यांच्या नावावर समाविष्ट झालेली आहेत.

चर्पटीनाथांचे नाव कापालिकांच्या बारा शिष्यांतही आहे. पिप्पल नारायणाचा अवतार म्हणून चर्पटीनाथाचा उल्लेख आढळतो. तसेच 'प्राणसंगली' या शीख ग्रंथात याचा गुरू नानकांशी संबंध दाखविला आहे.

डॉ. मलिक यांच्या संकलनात एक 'चर्पटीजी की सबदी' नावाच्या ग्रंथाचा उल्लेख आणि संग्रह केला आहे. (संदर्भ : सिद्धसिद्धान्तपद्धती आणि इतर रचना नाथ संप्रदायाच्या लेखक मलिक, पृ. ८२ ते ८७)

भर्तृहरी

नाथ संप्रदायात ज्या वैराग्यपंथाचा अंतर्भाव झाला त्या वैराग्य पंथाचा प्रवर्तक भर्तृहरी होय. वैराग्य शब्दाकडे पाहूनच 'वैराग्यशतक'कार भर्तृहरी यांची आठवण होते. त्यांनी 'शृंगारशतक' आणि 'नितीशतक' असे आणखी दोन शतक ग्रंथ लिहिले आहेत. असे सांगतात की पत्नीच्या अनुचित आचारामुळे याला वैराग्य प्राप्त झाले. हे अनुमान वैराग्यशतकाच्या पहिल्या श्लोकावरून बांधले जाते. इत्सिंगने एका भर्तृहरीचा उल्लेख केला आहे. तो सात वेळा बुद्ध भिक्षू बनला आणि पुन्हा गृहस्थ बनला. तो भर्तृहरी म्हणजे 'शतककर्ता' असावा. याचा काळ सातव्या शतकाच्या पूर्वार्धात येतो. अर्थात गोरक्षशिष्य भर्तृहरी ते हे नव्हेत. कारण तिन्ही शतकग्रंथांत गोरक्षनाथांचे कोठेही नाव नाही किंवा हठयोगाचा उल्लेख नाही. कदाचित पूर्ववर्ती भर्तृहरींचे वैराग्यमत गोरक्षानुमोदित होऊन परावर्ती भर्तृहरींच्या नावावर प्रचलित झाले असावे. कपिलायनी शाखा आणि नीमनाथी-पारसनाथी शाखा यांच्याप्रमाणे या शाखेतही योगक्रियांचे बाहुल्य असल्याने गोरक्षांनी त्यांचा स्वीकार केला असावा. भर्तृहरीविषयक दंतकथांखेरीज अन्य काही ऐतिहासिक पुरावा मिळत नाही.

एकदा भर्तृहरी एका मृगदलविहारी मृगाला मारून घरी चालले होते. मृगीच्या विलापाने दयार्द्र राजाचे मन विव्हळ झाले. इतक्यात तेथे गोरखनाथ उपस्थित झाले. राजाला शिष्यत्व स्वीकारण्याची अट घालून त्या मृगाला गोरक्षनाथांनी जिवंत केले. गोपीचंद राजाची बहीण 'मैनामती' ही भर्तृहरीची बहीण होती. भर्तृहरीचा जन्म उज्जयिनी नगरीत झाला. तो इंद्रसेनाचा नातू तर चंद्रसेनाचा मुलगा होता असे भरथरीचरित्रानुसार सांगितले जाते. वैराग्य स्वीकारण्यापूर्वी सिंहल देशाची राजकुमारी समादेई हिच्याशी विवाह करून राजा तेथेच राहिला होता. तिथेच मृगयेच्या वेळी गोरखनाथांची भेट झाली. योग्यांचा 'सिंहल-देश' उत्तर भारतातील होता. सिंहल म्हणजे सिलोन (श्रीलंका) नव्हे.

दुसऱ्या एका कथेनुसार भर्तृहरींची पत्नी पिंगला, जी उत्तम पतिव्रता होती, तिच्या मृत्यूमुळे शोकग्रस्त अवस्थेत गोरक्षनाथांच्या प्रभावाने भर्तृहरींनी वैराग्य पत्करले आणि त्यांचा भाऊ विक्रमादित्यकडे राज्यकारभार सोपवला. उज्जयिनीला विक्रमादित्य नावाचा राजा इ.स. १०७६ ते ११२६ या काळात राज्य करीत होता. भर्तृहरींचा बंधू विक्रमादित्य हाच असेल, तर भर्तृहरी यांचा काळ अकराव्या शतकाचा मध्यभाग ठरतो. भर्तृहरींचे एक नाव 'विचारनाथ' (सिद्धसिद्धान्तपद्धती पृ. ८०) असेही आढळते.

पेशावरचा 'रतननाथ' भर्तृहरींचे शिष्य होते. ते बाह्यमुद्रा धारण करीत नसत. रतननाथ मुसलमान योग्यांत प्रसिद्ध होते. काबूल, जलालाबाद या भागांतही भर्तृहरी यांची तीर्थे आढळून येतात. 'गोरक्षसिद्धान्त संग्रहा'त भर्तृहरीच्या काही दंतकथा दिल्या आहेत. त्यांचे काही संस्कृत श्लोकही दिले आहेत. तसेच 'गोरखबानी'त भरथरीचा उल्लेख केला आहे.

'मान्या सबद चुकाया दंद । निहचै राजा भरथरी परचै गोपीचंद ।'

डॉ. कल्याणी मलिक यांच्या संकलनात 'भरथरीजी की सबदी' म्हणून भर्तृहरींची एक हिंदी रचना आहे. कबीर ग्रंथावलीतही भर्तृहरींविषयी एक कबीराचे पद आहे. त्यामध्ये भर्तृहरींच्या जीवनाची एक स्थूल रेषा सांगितली आहे. त्याची रचना अशी -

भरथरी भूप भया बैरागी ।

बिरह बियोगी बनिबनि ढुढै । वाकी सुरती साहेब सौ लागी ।

हसती घोडा गाव गढ गूडर कनडा पाईक आगी ।

जोगी हुवा जाणी जग जाता सहर उजीणी त्यागी ।

छत्र-सिंघासण चवर ढुलंता राग रंग बहु आगी ।

सेज रमैणी रंभा होती तासौ प्रिति न लगी ।

सूरवीर गाढा पग रोप्या-इहबिधी माया त्यागी ।

सबसुख छाडी भजाइक साहिब गुरु गोरक्ष ल्यौ लागी ।

मनसा बाचा हरि हरि भाखै गंध्रम सुत बडभागी ।
कहे कबीर कुदर भजि करता अमर भणे अणरागी ।।

(कबीर ग्रंथावळी पद २९९)

(डॉ. ढेरे यांच्या संदर्भग्रंथातून कृतज्ञतापूर्वक)

नाथ संप्रदायाच्या काही खंडित परंपरा

शिर्डीचे साईबाबा : जगभर साईबाबांचे भक्तगण पसरले आहेत. शिर्डी महाराष्ट्रातील एक जागृत क्षेत्र समजले जाते. पूज्य साईबाबांचा इतिहास मात्र अजूनही अज्ञात आहे. अलीकडे त्यांच्या जन्मस्थानाबद्दलही (शिर्डी की पाथर्डी) वाद सुरू आहे. बाबांचे निकटवर्ती शिष्य पू. दासगणु महाराज, शिष्य दामोदर आठवले, त्यांचे पुत्र अनंतराव (स्वामी वरदानंद) यांचा कौटुंबिक स्नेह आमच्या मंजूळ घराण्याला पंढरपूर क्षेत्री लाभला. पूज्य अनंतराव आठवले यांच्या पत्नी 'अक्का लिमये' (मिरज) माझ्या मानलेल्या भगिनी. या सर्वांमुळे पू. साईनाथांवर मी बरेच लिखाण केले.

वारकरी संप्रदायात असे म्हटले जाते - '*वर्ण-अभिमान विसरती याती । एकमेका लोटांगणे जाती ।।*' भक्तांनी संतांची जात-धर्म-भाषा-प्रदेश यांचा विचार सोडून भक्ती करावी. मी अमेरिकेत अनेक कुटुंब अशी पाहिली ज्यांच्या देव्हाऱ्यात साईबाबा आहेत.

साईबाबा त्यांच्या वेशातच शिर्डीत चिमटा घेऊन आले आणि सातत्याने धुनी पेटवून अग्निची उपासना करीत राहिले. त्या धुनीला (अग्निकुंडाला) 'सिद्ध धुनी' म्हणतात. आजही धुनीतील भस्म (राख) भक्तांना प्रसाद म्हणून दिले जाते. यावरून कदाचित 'साईबाबा' नाथ संप्रदायी असावेत असे म्हटले जाते. पण त्यांची 'गुरू-परंपरा', इतिहास जाणून घेतल्याखेरीज असे म्हणता येणार नाही. भक्ती ही शुद्धच राहावी.

सोहिरोबा आंबिये : यांचा जन्म शके १६३६मध्ये (इ.स. १७१४मध्ये) सावंतवाडी (गोवा) संस्थानातील बांदेगावी झाला. ते जातीने सारस्वत ब्राह्मण होते आणि गावाचे कुलकर्णी पद त्यांच्याकडे होते. अतिशय सात्त्विक. परंतु जुन्या संस्कृत-प्राकृत ग्रंथांचा अभ्यास करून त्यांनी समाजात विद्वत्तेचे स्थान मिळविले. त्यांच्या साधुत्वाच्या बऱ्याच आख्यायिका आहेत. सावंतवाडीहून एकदा त्यांना न्यायला राजदूत आला. हाती फणस घेऊन निघाले. इनसुली गावाच्या पाणवठ्यावर एका साधूने त्यांच्याकडे फणस मागितला. सोहिरोबांनी तो दिला. फणस खाऊन झाल्यावर साधूने बिया सोहिरोबांना दिल्या आणि मस्तकी वरदहस्त ठेवला. सोहिरोबांना ब्रह्मत्वाचा साक्षात्कार झाला. ते साधू 'गैबीनाथ' होते.

गुरुपदेश झाल्यावर सोहिरोबांनी नोकरी सोडली आणि ते सोप्या भाषेतून प्रवचने करू लागले. पुढे पदे आणि ग्रंथरचनाही करू लागले. कधी काही ते झाडांच्या पानांवर काव्ये लिहीत असत. ते पाहून त्यांच्या मातोश्रींनी ती वाळलेली पाने जाळून टाकली.

शके १६९९मध्ये, वयाच्या साठाव्या वर्षी सोहिरोबा उत्तर भारताची यात्रा करण्यासाठी गोवा सोडून निघाले. शेवटी ते ग्वाल्हेर-उज्जयिनीला आले. दहाबारा वर्षे मुक्काम करून हिंदी पद्यरचना केल्या. त्यांच्या वास्तव्यातील बऱ्याच आख्यायिका प्रसिद्ध आहेत. असे म्हणतात की, उज्जयिनीतून शके १७११मध्ये एकदा मठातून बाहेर पडले ते परतलेच नाही. नातेवाईकांनी, शिष्यांनी खूप शोधले. कोणालाच सापडले नाहीत. सोहिरोबा वेदान्ती होते, तसेच ते योगीही होते. परंतु त्यांचा ओढा निर्गुण भक्तीकडे होता.

सोहिरोबांचा ग्रंथसंभार फार मोठा आणि एक संशोधनाचा विषय आहे. त्यांचे ग्रंथ असे -

१. अक्षयबोध	२. महदनुभवेश्वरी	३. पूर्णाक्षरी
४. अद्वयानंद	५. सिद्धान्त संहिता	

यांखेरीज मराठी-हिंदी पदरचना सुमारे चार हजार इतकी आहे.

चिंदडशंकर : तंजावरकडील नाथपंथी कवी (डॉ. हर्षे यांनी त्यांचा अभ्यास केला आहे.) यांच्या गुरूंचे नाव चिंदडनाथ. त्यांचा मठ तंजावरला 'मराठ्यांचा मठ' म्हणून ओळखला जातो. हे नाथ व्यंकोजीपुत्र शहाजीच्या काळात (१६८०-१७१०) तेथे राहत होते. चिंदडनाथाची परंपरा अशी आहे -

चिंदडनाथ > चिंदडशंकर > अवधूतनाथ > शंकरनाथ > गोविंदनाथ

चिंदडशंकराचा 'स्वानंद सिंधु' नावाचा ग्रंथ असून त्यात २२३ स्फुट ओव्या, ११ अभंग, १ सवाई, ३८ पदे अशा रचना आहेत. त्यांचा आध्यात्मिक अधिकार पुढील पद्यावरून लक्षात येईल.

देह पंढरीचे पुरी । विठो नांदतो श्रीहरि ।।

उन्मनी ते चंद्रभागा । नित्य वाहतसे गंगा ।।

बोध पुंडलिक भक्त । स्वये नांदतो विरक्त ।।

नाथ चिंदड विठोबा । शंकर गगनाचा गाभा ।।

●●●

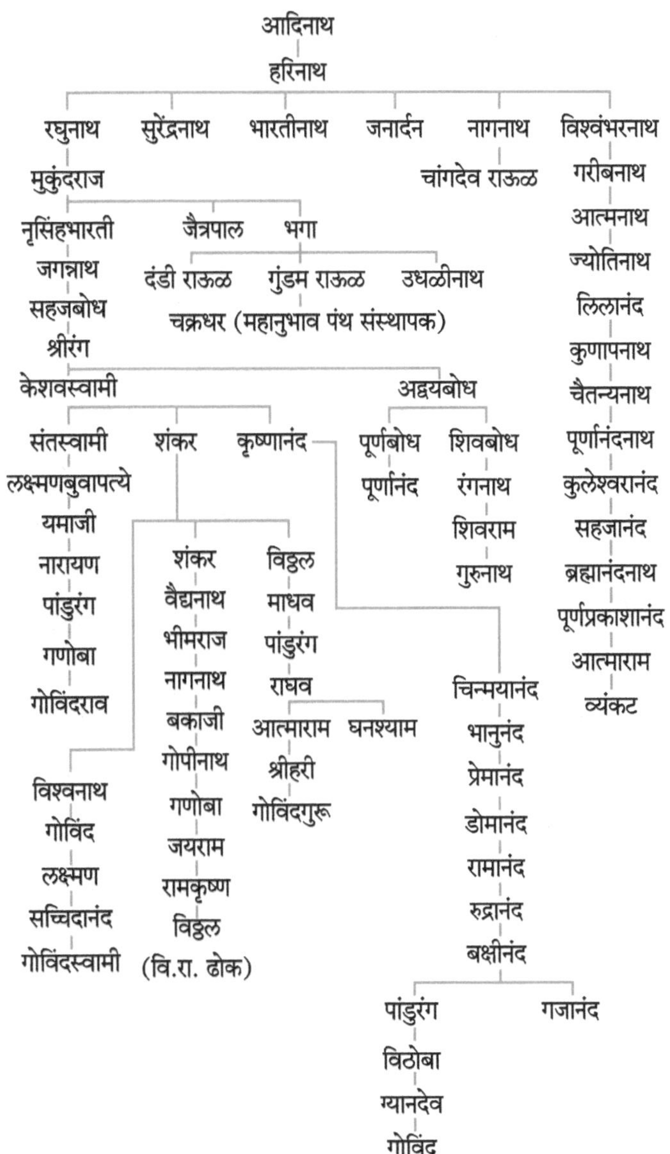

आदिनाथ
हरिनाथ
रघुनाथ
सुरेंद्रनाथ
भारतीनाथ
जनार्दन
नागनाथ
विश्वंभरनाथ
मुकुंदराज
चांगदेव राऊळ
गरीबनाथ
नृसिंहभारती
जैत्रपाल
भगा
आत्मनाथ
जगन्नाथ
दंडी राऊळ
गुंडम राऊळ
उधळीनाथ
ज्योतिनाथ
सहजबोध
चक्रधर (महानुभाव पंथ संस्थापक)
लिलानंद
श्रीरंग
कुणापनाथ
केशवस्वामी
अद्वयबोध
चैतन्यनाथ
संतस्वामी
शंकर
कृष्णानंद
पूर्णबोध
शिवबोध
पूर्णानंदनाथ
लक्ष्मणबुवापत्ये
पूर्णानंद
रंगनाथ
कुलेश्वरानंद
यमाजी
शिवराम
सहजानंद
नारायण
शंकर
विठ्ठल
गुरुनाथ
ब्रह्मानंदनाथ
पांडुरंग
वैद्यनाथ
माधव
पूर्णप्रकाशानंद
गणोबा
भीमराज
पांडुरंग
आत्माराम
गोविंदराव
नागनाथ
राघव
चिन्मयानंद
व्यंकट
बकाजी
आत्माराम
घनश्याम
भानुनंद
गोपीनाथ
श्रीहरी
प्रेमानंद
विश्वनाथ
गणोबा
गोविंदगुरू
डोमानंद
गोविंद
जयराम
रामानंद
लक्ष्मण
रामकृष्ण
रुद्रानंद
सच्चिदानंद
विठ्ठल
बक्षीनंद
गोविंदस्वामी
(वि.रा. ढोक)
पांडुरंग
गजानंद
विठोबा
ग्यानदेव
गोविंद

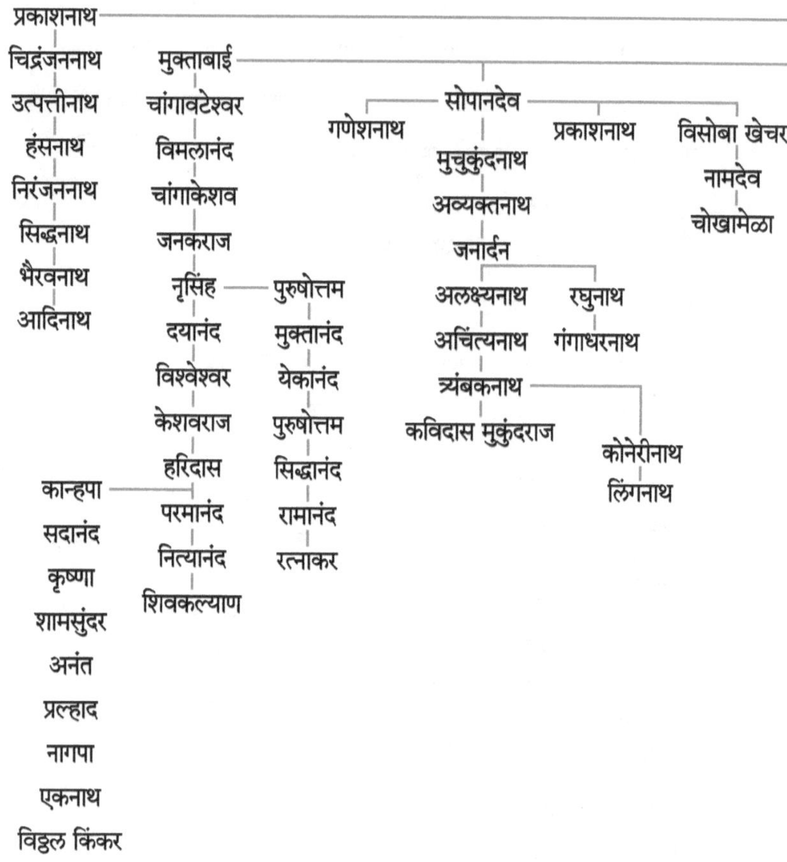
प्रकाशनाथ
चिद्रंजननाथ
उत्पत्तीनाथ
हंसनाथ
निरंजननाथ
सिद्धनाथ
भैरवनाथ
आदिनाथ
मुक्ताबाई
चांगावटेश्वर
विमलानंद
चांगाकेशव
जनकराज
नृसिंह — पुरुषोत्तम
दयानंद मुक्तानंद
विश्वेश्वर येकानंद
केशवराज पुरुषोत्तम
हरिदास सिद्धानंद
कान्हपा — परमानंद रामानंद
सदानंद नित्यानंद रत्नाकर
कृष्णा शिवकल्याण
शामसुंदर
अनंत
प्रल्हाद
नागपा
एकनाथ
विठ्ठल किंकर
सोपानदेव
गणेशनाथ
मुचुकुंदनाथ
अव्यक्तनाथ
जनार्दन
अलक्ष्यनाथ रघुनाथ
अचिंत्यनाथ गंगाधरनाथ
त्र्यंबकनाथ
कविदास मुकुंदराज
प्रकाशनाथ विसोबा खेचर
नामदेव
चोखामेळा
कोनेरीनाथ
लिंगनाथ

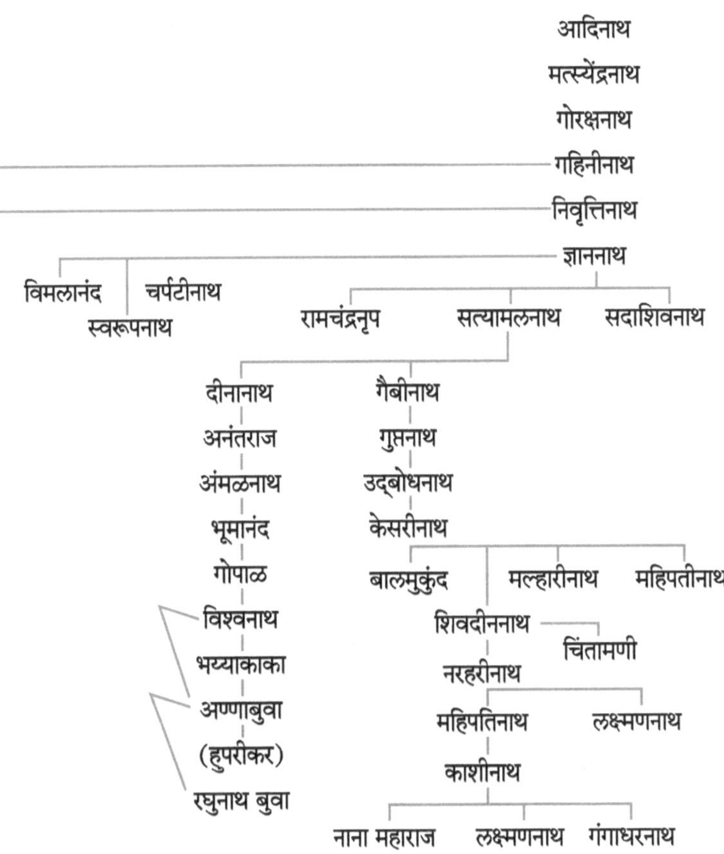

आदिनाथ
मत्स्येंद्रनाथ
गोरक्षनाथ
गहिनीनाथ
निवृत्तिनाथ
ज्ञाननाथ
विमलानंद
चर्पटीनाथ
स्वरूपनाथ
रामचंद्रनृप
सत्यामलनाथ
सदाशिवनाथ
दीनानाथ
गैबीनाथ
अनंतराज
गुप्तनाथ
अंमळनाथ
उद्बोधनाथ
भूमानंद
केसरीनाथ
गोपाळ
बालमुकुंद
मल्हारीनाथ
महिपतीनाथ
विश्वनाथ
भय्याकाका
शिवदीननाथ
चिंतामणी
अण्णाबुवा
नरहरीनाथ
(हुपरीकर)
महिपतिनाथ
लक्ष्मणनाथ
रघुनाथ बुवा
काशीनाथ
नाना महाराज
लक्ष्मणनाथ
गंगाधरनाथ

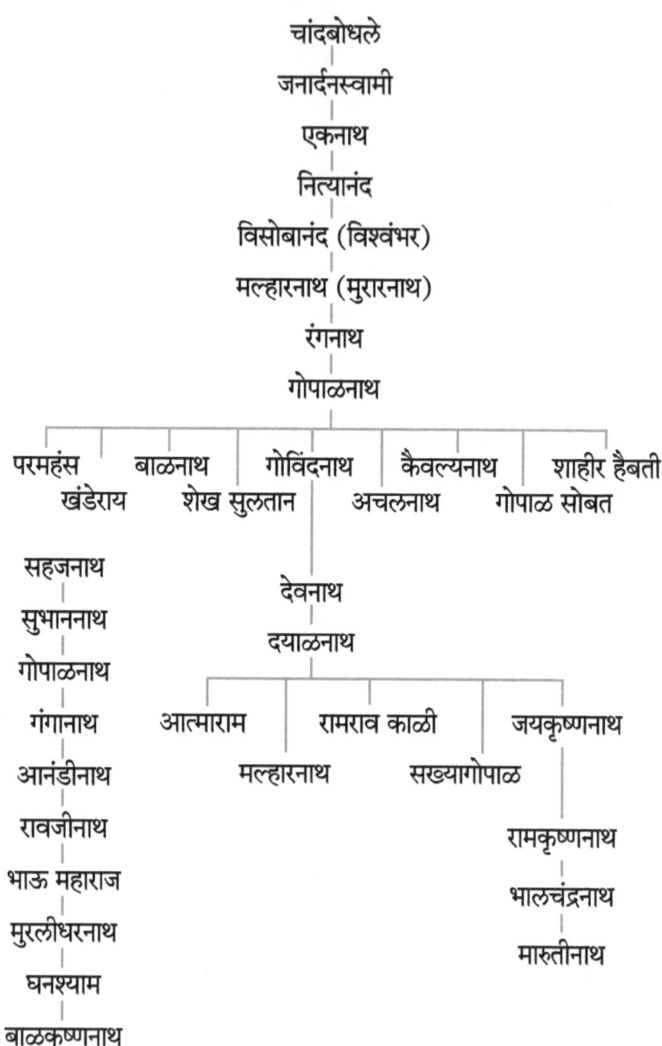

(डॉ. रा.चिं. ढेरे यांच्या सौजन्याने)

नाथ संप्रदायाचे यौगिक तत्त्वज्ञान

कोणत्याही संप्रदायाचा अभ्यास करताना त्यांच्या उपासनेमागील तत्त्वज्ञान, संप्रदाय परंपरा, आणि तत्त्वज्ञानामध्ये भर घालणारे तत्त्वज्ञ यांचा अभ्यास करावा लागतो. नाथ संप्रदायाचा यौगिक तत्त्वज्ञानाचे मूळ स्वरूप योगसाधनेत आहे. आपल्या भारत देशात योग परंपरा वेदकाळापासून चालत आली आहे. प्राचीन वेदांच्या उपनिषदांमध्ये योगाविषयी अनेक संदर्भ पाहावयास मिळतात. ही सर्व उपनिषदे जी योगविषयक तत्त्वज्ञान मांडतात, ती 'अथर्वण उपनिषदे' म्हणून ओळखली गेली. त्यामध्ये चार प्रकार डॉ. डायसन यांनी मांडले आहेत.

१. प्राचीन गद्य उपनिषदे २. प्राचीन छंदोबद्ध उपनिषदे

३. परावर्तित गद्य उपनिषदे ४. अथर्वण उपनिषदे

परंतु अलीकडील अभ्यासकांना आणि नाथपंथीयांना ही संकल्पना मान्य नाही. कारण उपनिषद ब्रह्मयोगामध्ये वीस उपनिषदांचा उल्लेख आढळतो. त्यामध्ये अथर्ववेदाशी संबंध असल्याचा उल्लेख नाही. 'वैदिक संहिता'त प्रामुख्याने दैवतांच्या स्तोत्रांचा अधिक समावेश आहे. नंतर 'ब्राह्मण' ग्रंथ लिहिले गेले. त्यामध्ये यज्ञ-यागादी विषयांचीच चर्चा आहे. नंतर आरण्यके निर्माण झाली. त्यांमध्येही योगविषयक तत्त्वज्ञानाचा समावेश नाही. पण 'उपनिषदे' म्हणजे गुरूसमोर बसून तत्त्वज्ञान शिकणे, गुरुसान्निध्यात विद्या मिळवणे, तद्विषयक गूढ जाणून घेणे इत्यादी. विद्या प्राप्त होत असे म्हणजेच उपनिषदेच योगविद्येचे मूळ स्रोत मानावयास हरकत नाही.

योगज्ञान आणि विद्येचे स्वतंत्र स्वरूप आणि त्यांचा तत्त्वज्ञानाच्या दृष्टिकोनातून असलेला संबंध प्रथम 'पतंजली'नी सूत्ररूपात मांडला. तसेच भगवद्गीतेतही योग तत्त्वज्ञान मांडले आहे. परंतु 'हठयोग' ही यौगिक प्रक्रिया केवळ नाथ संप्रदायात पाहावयास मिळते आणि अशी साधना करणारे नाथ सांप्रदायिक 'हठयोगी' नावाने ओळखले जातात.

योगाच्या क्षेत्रात नाथ सांप्रदायिकांनी 'हठयोग' नावाची स्वतंत्र आणि तंत्रशुद्ध पद्धती निर्माण केली. योगसाधनेत 'कुंडलिनी योगसाधना', जी केवळ गुरुकृपेने

मिळते, ती साधना सध्या महाराष्ट्रात प्रचलित आहे. पूज्य गुळवणी महाराज हे त्याचे अलीकडील प्रवर्तक मानतात. व्यायामासाठी कसरत करणारेदेखील शारीरिक हालचालींना 'योग'च म्हणतात आणि शारीरिक आरोग्यासाठी योगसाधना क्लासेस आज शहरातून बरेच आढळतात. तो योग आणि हठयोग यांमध्ये खूप फरक आहे.

नाथ संप्रदायातील हठयोग आदिनाथ म्हणजे शिवापासून निर्माण झाला. शिवाने पार्वतीला एकांतात ही योगविद्या ऐकवली, त्या वेळी एका मत्स्यापोटी असलेल्या योगी मच्छिंद्रांनी ती ऐकली. मग ती योगसाधना मच्छिंद्रांमार्फत समाजात रूढ झाली, अशी कथा परंपरागत नाथ संप्रदायात सांगितली जाते. 'हठयोग प्रदीपिकेत'

हठविद्याहि मत्स्येंद्र-गोरक्षं आद्यं विजानाते ।

स्वात्मारामोऽथवा योगी जानीते तत्प्रसादात् ।।   (हठयोग प्रदीपिका पृ. ७)

म्हणजे हठयोगाची विद्या मच्छिंद्र आणि गोरक्ष प्रथम जाणत होते. त्यांच्या कृपाप्रसादाने स्वात्माराम योगी (योगविद्या) त्यांचा कृपाप्रसाद म्हणून जाणत आहेत.

'ह-ठ' योगासंबंधी विद्वानांमध्ये बरेच मतभेद आहेत. हा शब्दप्रयोग थोडासा कोड्यात टाकणारा आहे. खुद हठयोग प्रदीपिकेत असे म्हटले आहे -

चंद्रांगे तु समन्यस्व सूर्यांगेपुनरभ्यसेत् ।

यावत् तुल्याभवेत् संख्या ततो मुद्राविसर्जयेत् ।।

हठयोग प्रदीपिकेत हठयोग याचा अर्थ सांगताना असे म्हटले आहे की, 'सूर्यनाडी पिंगला आणि चंद्रनाडी इडा' यांच्या प्राणायामाच्या अभ्यासातून जी शक्ती प्राप्त होते, त्यालाच 'हठयोग' संबोधले जाते.

'सिद्धसिद्धान्तपद्धती'त असे म्हटले आहे -

हकारः कथितः सूर्यः ठकारः चंद्र उच्यते ।

सूर्यचंद्रमसोर्योगात् हठयोगी निगद्यते ।।

यावरून एक लक्षात येते की, सूर्य म्हणजे 'ह' आणि चंद्र म्हणजे 'ठ'. म्हणजेच चंद्र-सूर्य सम्यक् मीलनातून हठयोग निर्माण होतो. अर्थातच चंद्र-सूर्याला एकत्र बांधून हठयोगाच्या निमित्ताने नाथपंथीयांनी सर्वसामान्यांना एका गूढ विचारात टाकले आहे. तरीही हठयोगाचे गुपित ज्ञान किंवा क्रिया ही मात्र गुरुकृपेशिवाय प्राप्त होत

नाही. आणखी एक विचार असा समोर येतो - परंपरेतून भारतीय तत्त्वज्ञानात शिवाला योगी मानले आहे. या योग्याचे स्वरूपही ठरले आहे. पद्मासन घातलेला, व्याघ्रचर्म धारण केलेला, नेत्र झाकून, भस्म धारण करून बसलेला, दोन हात योगासनात तर दोन आयुधांत गुंतलेले, जटा बांधलेल्या, कंठी रुद्रमाळा, जटेत ऊर्ध्वमुखी गंगा, कपाळावर चंद्रकला असे स्वरूप केलेले आढळते. शिवाच्या कपाळी मध्यभागी तृतीय नेत्र जो उघडताच सर्व जग भस्म होते, त्यामध्ये इतकी उष्णता आहे, की या सर्व रूपात भाळीचा चंद्र आणि तृतीय नेत्र म्हणजे 'ह आणि ठ' स्वरूपातच जाणावेत असे भाष्यकार म्हणतात. हठयोग साधनेतून जी शक्ती साधकाच्या शरीरातून बाहेर पडते, ती दिव्य स्वरूपात आणि ज्वालेच्या रूपात असते. ज्या वेळी शिवाचा संयम संपतो, त्या वेळी तो तृतीय नेत्र उघडतो आणि हठयोगातील तृतीय नेत्ररूपी सूर्य जगाचे भस्म करून टाकतो.

जालंधरनाथांनी 'ह-ठ' योगाचा वेगळा विचार केला आहे. जालंधरनाथांनी मैनावतीला गुरुमंत्र दिला असता तिच्या आणि जालंधराबाबत राजाचा गैरसमज होईल, अशी कहाणी राजा गोपीचंदाला त्याच्या राणीने सांगितली. त्यामुळे क्रोधित गोपीचंदाने जालंधराला लिदीच्या खड्ड्यात टाकण्याची आज्ञा केली. सेवकांनी ते काम केले; नंतर बारा वर्षांनी कानिफनाथ गौडबंगालमध्ये गोपीचंदाच्या भेटीसाठी आणि गुरूंचा तपास करण्याच्या उद्देशाने आले. राजाने आपल्या गुरूंची काय अवस्था केली आहे, हे कानिफांना माहीत होते. गोपीचंदाचे धातूचे पाच पुतळे लिदीच्या विविध दिशांना ठेवून कोंडलेल्या जागी कुदळ मारावयास कानिफाने गोपीचंदास प्रवृत्त केले. कुदळीच्या घाव बसताच जालंधरांनी आतून विचारले, 'कोण घाव घालतो?' त्यावर राजा उद्गारला, 'मी राजा गोपीचंद'. असे म्हणून तो पुतळ्यामागे लपला. जालंधरनाथांनी क्रोधित होऊन पुतळा भस्म केला. क्रमश: असे पाच पुतळे भस्म झाले. सहाव्या घावाच्या वेळी जालंधरनाथांना लक्षात आले, की राजाचे रक्षण कोणी हठयोगी करत असला पाहिजे. तसे नसते तर इतक्या वेळा शाप देऊन राजा जगेल कसा? तेव्हा कानिफनाथांनी जालंधरनाथांची प्रार्थना करून दर्शनाची अपेक्षा व्यक्त केली. तेव्हा जालंधर लिदीतून वर आले आणि त्यांनी दर्शन दिले. या गोष्टीतून एक गोष्ट लक्षात येते की, शंकराच्या तिसऱ्या डोळ्याची प्रखरता जालंधरनाथांच्या शब्दांत होती. याचा अर्थ 'ह-ठ'ची बीजे नाथयोग्यांनी आत्मसात करून घेतली होती. हठयोग्याच्या साधनेतून सूर्यासारखी उग्रता आणि चंद्रासारखी शीतलता प्राप्त करता येत होती.

गोरक्षप्रणीत हठयोग

नाथ संप्रदायात गोरक्षनाथांनी हठयोगला आणि त्यांच्या साधनेला शास्त्रशुद्ध बैठक दिली. नाथपंथीय कायम 'अरण्यवास' पत्करीत; कारण हे सांप्रदायिक चिंतनशील असल्याने त्यांना साधनेत व्यत्यय नको असे. ते जनसामान्यांमध्ये मिसळत नसत. पण गोरक्षनाथांनी ठिकठिकाणी मठ स्थापन केल्याने जनसामान्यांच्या संपर्कात नाथपंथ आला आणि 'हठयोगी' लोकसमूहात मिसळला.

नाथ संप्रदाय तत्त्वशील झाला तो समाजाला आपल्यात सामावून घेण्याच्या दृढ भावनेतूनच. बौद्ध आणि जैन धर्माचे समाजामध्ये वर्चस्व वाढू लागले. त्यांच्या तत्त्वांचा अधिक प्रसार होऊ लागला. त्यामुळे आदि शंकराचार्यांनी हिंदू धर्मरक्षणासाठी ठिकठिकाणी, म्हणजे भारताच्या चारही दिशांना प्रवास करून मठस्थापना केली आणि हिंदू धर्माचे तत्त्वज्ञान रेखीवपणे लोकांसमोर मांडून त्याचा प्रसारही केला. हिंदू धर्माला अनुस्यूत संस्कृत भाषाही लोकप्रियतेत पोहोचती केली. षट्शास्त्रांच्या अनुयायांशी वाद-संवाद केले आणि एखाद्या ईश्वरी अवतारी पुरुषाप्रमाणे हिंदू धर्मासाठी समाज जागृत केला. त्याचप्रमाणे नाथ संप्रदायाने बौद्ध आणि जैन धर्माच्या योगसाधनेकडे झुकणाऱ्या समाजाला आपल्याकडे खेचण्याचा प्रामाणिक प्रयत्न केला. त्या काळात बौद्धधर्माला राजाश्रय मिळाल्यामुळे त्या धर्माचा प्रसार झपाट्याने होत गेला. बौद्ध धर्म मूळचा भारतीय, परंतु राजाश्रय आणि तत्त्वज्ञानाचे नावीन्य यामुळे भारताबाहेरही या धर्माचा प्रसार वाढला. गौतम बुद्धाच्या आचरणाचा आणि साधनेचा फार मोठा प्रभाव समाजावर होऊ लागला होता. अशा वेळी नाथ संप्रदायाने योगसाधना हाताशी धरून समाज प्रबोधनाला वेगळ्या मार्गाने योगप्रवीण बनवले. एका दृष्टीने या कार्याने हिंदू धर्माची पिछेहाट थांबविण्यास मदतच झाली. योगसाधनाप्रिय समाज जो बौद्धांचा अनुयायी बनला, त्या समाजाला योगसाधना आणि तत्त्वज्ञानात्मक विचारसरणी देऊन नाथ संप्रदायाने आपल्यात ओढून घेतले. एका दृष्टीने हिंदू तत्त्वज्ञानाला एक प्रकारे मदतच या संप्रदायामुळे झाली. नाथ योग्याचा, त्यातून गोरक्षनाथांसारख्या तत्त्वचिंतक आणि ग्रंथकार योग्याचा हा प्रसार आजवर केला गेला नाही. अलीकडच्या काळाची उपमा द्यावयाची म्हटल्यावर कोलकत्यातून रामकृष्ण परमहंसांचे शिष्यत्व पत्करून योगी स्वामी विवेकानंदांनी हिंदू धर्माच्या उद्धारासाठी इस्लामांचे सावट दूर करण्यासाठी केलेला प्रयत्न अगदी विदेशात, म्हणजे अमेरिकेच्या शिकागोत जाऊन ख्रिश्चन धर्मावर आक्रमण करून हिंदुत्वाला महत्त्व दिले. याचाही विचार व्हायला हवा.

बौद्ध आणि जैन धर्माच्या तंत्रसाधनेचा पगडा समाजाचे निम्न स्तरावरही मोठा पडला होता आणि तो दूर करण्यासाठी नाथ संप्रदायी गोरक्षांनी स्वतःच्या पंथाला तात्त्विक स्वरूप दिले.

नाथ संप्रदायात प्रारंभी एका विशिष्ट अवतारी पुरुषाच्या आचार-विचाराचा मोठा प्रभाव पडला होता. आदिनाथ शिव या संप्रदायाचे मूळ पुरुष असले, तरी नाथ संप्रदायाचे प्रथम काळातील योगी मच्छिंद्र-गोरक्ष-जालंधर-कानिफ आदी नाथांच्या आचारविचारांवर अवधूत संप्रदायाचे मूळ पुरुष गुरू दत्तात्रेयांचा प्रभाव पडला होता. नाथयोगी त्या काळात दत्तात्रेयाला गुरू संबोधत असत. त्यामध्ये विचार असा होता की, दत्तात्रेय मूर्ती ही त्रिगुणात्मक म्हणजे ब्रह्मा-विष्णु-महेश यांचे एकत्रित रूप आहे. त्यामुळे अवधूत संप्रदाय नाथ संप्रदायाचे मूळ स्वरूप होते. पण त्यामागेही एक वैचारिक परंपरा होती. दत्तात्रेयात शिवांची योगसाधना होती. त्यामुळेच त्या वेळी नाथ पंथाचे स्वरूप 'आदिनाथ गुरु सकल सिद्धांचा' असे होते. पण दत्तात्रेयांच्या रूपातून 'योग'साधना शिवाकडून, 'ज्ञान'साधना ब्रह्मदेवाकडून आणि 'भक्ति'साधना विष्णुकडून घेऊन नवनाथांनी एक नवा संप्रदाय निर्माण केला. जो विचार-व्यवहार-कालानुक्रमाने वाढतच राहिला. 'हठयोग प्रदीपिके'त डॉ. परशुराम चतुर्वेदी या अभ्यासकांनी असे म्हटले आहे की, 'कुंडलिनी म्हणजे ब्रह्मग्रंथी, विष्णुग्रंथी आणि शिवग्रंथी जागृत करणारी शक्ती होय. आधुनिक काळात या त्रिगुणात्मक प्रवृत्तीला वेगळ्या नावाने संबोधले जाते.' नाथांनी तीन प्रकारच्या साधनांचा आधार घेतला, ते म्हणजे 'ज्ञान', 'संवेदना', 'संकल्प'. याच विचारातून डॉ. कोयलसिंग सोळंकी (नाथपंथ और निर्गुण संतकाव्य, पृ. १२५) यांनी असे भाष्य केले आहे की, 'भारतीय धर्मसाधनेच्या विकासाच्या ज्या तीन अवस्था आहेत, त्या ज्ञानसाधना, भक्तिसाधना आणि योग कर्मसाधना या होय. यांचा अंतर्भाव नाथ संप्रदायात आहे.'

त्रिगुणात्मक वैचारिकतेचा उत्तम संगम 'भक्ती-ज्ञान-योग' संत ज्ञानदेवांच्या जीवनात दिसून येतो. या तीन प्रकारच्या विचारांच्या प्रवाहाचा संगम संत ज्ञानदेवांच्या ठायी आढळतो. वारकरी संप्रदायाची भक्ती, ज्ञानेश्वरी ग्रंथातील ज्ञान आणि संजीवन समाधीतून जीवनाचा शेवट हे त्रिगुणात्मक जीवन ते जगले. धन्य ते ज्ञानदेव आणि शिष्याच्या या कार्याचा गौरव करणारे नाथ संप्रदायी सदगुरू निवृत्तिनाथ!

वास्तविक नाथ संप्रदायाचे त्रिगुणात्मक तत्त्वज्ञान स्वीकारणे ही काळाची गरज होती; कारण वर्णव्यवस्थेच्या प्रभावाने शूद्रांचे समाजातील स्थान ढळले होते, तर ब्राह्मण समाजाचे कर्मकांड अधिक वाढले होते. समाज एकत्रित, एका समरूपात

आणण्यासाठी तात्त्विक दृष्ट्या आपल्या योगसामर्थ्याने, मंत्रसिद्धीने व गुरुनिष्ठेने समाजावर आपला प्रभाव पाडून नाथ संप्रदायाने शूद्रांनादेखील आपल्यात घेऊन मोक्षमार्गाचे दालन उघडे करून दाखविले.

नाथांनी स्वत: प्राप्त करून घेतलेल्या मंत्रयोग आणि गुरुभक्ती सिद्धीने साधनेचा प्रसार सर्वत्र करून समाजामधील विषमता संपविण्याचा प्रयत्न केला. मात्र हे कार्य करताना कोठेही राजाश्रय घेतला नाही. प्रत्यक्षातच समाजापासून अलिप्त राहून समाजाचे एक अंग असे दाखवून ज्ञानमार्गाचा प्रसार केला. तत्कालीन नाथ संप्रदायाच्या वैचारिक साधनेचे वैशिष्ट्य म्हणजे योगसाधना, वैदिक ज्ञानसाधना, आणि भक्तिसाधना यांमधून समाजातील उच्चनीचता स्वत:कडे ओढून घेऊन सर्वांचे जीवन साधनामय करून दिले.

तंत्रसाधना

त्या काळात तंत्रविद्येच्या साधना कनिष्ठ समाजात खूप लोकप्रिय होत्या. आजही त्या परंपरेतील काही मार्ग जादूटोण्याच्या स्वरूपात दिसून येतात. या तंत्रसाधनेतील टोकाचा मार्ग बाजूला काढून टाकून समाज भयमुक्त करण्याचा प्रयत्न नाथ सांप्रदायिकांनी आपल्या तत्त्वज्ञानाने करण्याचा प्रयत्न केला. तत्कालीन समाजात शाक्तपंथाचा फार मोठा प्रभाव होता. नाथपंथीयांनी त्याचाही स्वीकार करून त्याला तात्त्विक स्वरूप दिले. 'षोडशनित्य' तंत्रांमध्ये शिवांनी असे म्हटले आहे की, मी आदिनाथ स्वरूपात वर्णिलेले तंत्रच नाथांनी स्वीकारले आणि त्याचाच प्रचार त्यांनी जनसामान्यात केला.

शाक्त मतानुसार खालील चार आचार प्रमुख मानले गेले आहेत.

१. वामाचार, २. दक्षिणाचार, ३. सिद्धांताचार, ४. कौलाचार

यांविषयी अधिक विचार 'षोडश नित्यतंत्र' या ग्रंथात केला आहे. वैदिक आचारापेक्षा वैष्णव आचार श्रेष्ठ आहे. त्यापेक्षा गाणपत्य नंतर सौर, शैव व शाक्त असे क्रमश: श्रेष्ठत्व दाखविले आहे. तसेच शाक्त आचारांतही वाम, दक्षिण, सिद्धान्त आणि कौल हे आचार क्रमश: श्रेष्ठ असे प्रतिपादन केले आहे. त्यामुळेच नाथ सांप्रदायिकांनी कौल ज्ञानसाधनेचा अंगिकार केला आहे असे मच्छिंद्रनाथांनी त्यांच्या 'कौल निर्णयसागर' ग्रंथात म्हटले आहे. हे कौलज्ञान त्यांनी साधनेच्या स्वरूपात मांडले आहे. मच्छिंद्रनाथांच्या या ग्रंथात कुल-अकुलचा विचार करताना त्यांनी तात्त्विक आणि वैचारिक साधनेचा स्वीकार केला. कुल म्हणजे शक्ती, याअर्थी तर अकुल म्हणजे शिव; म्हणजेच शिवाचा शक्तीबरोबरचा संबंध दाखवून शिवज्ञान

प्राप्त करून घेणे म्हणजे कौलज्ञान प्राप्त करणे होय असे मानले गेले. कौलाचार नाथपंथीयांनी जेव्हा स्वीकारला, त्या वेळी तो सत्कार्यवादी विचार, तत्त्व म्हणून तो आत्मसात केला. कारण या सिद्धान्तात शिवाच्या कार्याचे व्यक्त आणि अव्यक्त अवस्था, हे कार्य आणि त्याचे कारण या स्वरूपात निगडित आहे. या विचारसरणीत शिव सगुण स्वरूपात आणि शक्तीसह आढळून येतो. ज्या वेळी शिवतत्त्वाला सृष्टी निर्माण करण्याची इच्छा झाली किंवा गरज भासली, त्या वेळी त्यांनी शक्तीची साथ घेतली. ती सृष्टी तात्त्विक स्वरूपाची आहे असा दृढ समज कौलज्ञानी नाथयोग्यांनी आपल्या सिद्धान्तात मांडला असून जालंधरनाथांनी कापालिक तत्त्वज्ञानाच्या आपल्या साधनेतून हेच प्रतिपादित केल्याचे मांडलेले आढळून येते.

कापालिक तत्त्वज्ञान

कापालिक तत्त्वज्ञानाचे सुसंस्कृत स्वरूप जालंधरनाथांच्या साधनेत आढळते. या तत्त्वज्ञानाला प्राधान्य देऊन अस्तित्वात आले. वास्तवात कापालिक हे नरबळी देणारे, राक्षसी वृत्तीचे लोक मानले गेले. जालंधरनाथांनी कापालिक तत्त्वप्रणालीला समाजहिताच्या जवळ नेण्यासाठी तिला बौद्धिक अधिष्ठान देऊन, योगसाधनेद्वारा हे तत्त्वज्ञान शक्तिस्वरूपात मांडून कापालिकांची मूळची क्रूर साधना नष्ट केली असे मत काही नाथ सांप्रदायिकांनी मांडले आहे. कारण जालंधरनाथ मुळातच हठयोगी कौलज्ञानीच होते. त्यांनीदेखील शाक्त मताला प्राधान्य दिले होते यात संशय नाही; कारण शक्तिउपासना अखेर शिवसाधनेची एक दिशा मानली जाते. परंतु जालंधरांनी या शिवसाधनेत जी शक्तिउपासना आणली, ती केवळ कापालिकांच्या वाईट रूढींना- चालीरितींना चांगले स्वरूप देण्यासाठीच! जालंधरनाथांचे उपास्य दैवत वज्रेश्वरी होते. तिची उपासना करताना शिव हे शक्तीला मातेच्या स्वरूपात स्वीकारत. जालंधरांनी शिवशक्तीला त्रिशक्तीचे स्वरूप दिले. 'त्रिपुरा', 'काली' आणि 'तारा' या शक्तीच्या तीन अवस्था त्यांनी मान्य केल्या. त्यामुळे नाथ जालंधर यांच्या पीठातच अंबिका, जालपा, ज्वालामुखी, आशापूर्णा, चामुंडा, तारिणी, अष्टभुजा अशा देवतांची स्थापना झाली. तसेच केदारनाथ, वैद्यनाथ, सिद्धनाथ, महाकाल अशी आदि शिवस्थानेही निर्माण केली. तसेच जालंधर संप्रदायाने व्यास, मनु, जमदग्नी, परशुराम आदींची मंदिरे आणि त्यांची उपासनादेखील परंपरेने सुरू केली. मात्र वज्रेश्वरीला मुख्य अधिष्ठान दिले.

त्या दृष्टिकोनातून जालंधरनाथांचे जीवनकार्य जवळून पाहावयास हवे. जालंधर हे मच्छिंद्रांचे गुरुबंधू; पण तिबेटी परंपरेत ते मच्छिंद्रांचे गुरू मानले जातात. तिबेटी परंपरेत नगरभोज देशातील ब्राह्मणकुलात त्यांचा जन्म झाला. वेदाध्ययनाने ते पंडित

बनले. घंटापादाचे शिष्य कूर्मपाद यांच्या संगतीत येऊन ते त्यांचे शिष्य झाले. तिबेटी परंपरेनुसार मच्छिंद्रनाथ, कृष्णपाद आणि तंतिपा त्यांचे प्रमुख शिष्य होते. (या पूर्वींच्या प्रकरणात नवनाथ चरित्रात जालंधरनाथ चरित्र दिले आहे.)

जालंधराच्या उत्पत्तीचा विचार यासाठी केला की, नाथ संप्रदायात साधनेचे दोन वेगळे मार्ग म्हणजे कौल साधना आणि कापालिक साधना असे मानले गेले आहेत. कौलसाधना गोरक्षनाथांनी योगनिष्ठ केली आणि ती करताना त्यांना गुरूंशी वाद घालावा लागला. तर शक्तिसाधनेत जालंधरांचे शिष्य कानिफनाथ यांनी योगसिद्धता संप्रदायात आणली. मच्छिंद्रनाथांनी तत्कालीन शाक्तमतवादी समाजाला जवळ केले, तर जालंधरनाथांनी शक्तिउपासकांना जवळ केले. शक्तिउपासकांना समाजात निकृष्ट जातीतील मानले जात असे. कापालिक साधनेत (जालंधरनाथांच्या) बळीची अवस्था आणि वामाचाराची पद्धत जालंधरांचे शिष्य कानिफ यांनी ब्रह्मचर्य साधनेला अधिक महत्त्व देऊन ही परंपरा बाजूला सारली. साधनेतील मंत्रसिद्धीकडे नेण्याचा वापर नंतरच्या या मार्गाच्या लोकांनी केला. त्यामुळे शक्तिउपासनेला गौण स्थान मिळाले. बळीची प्रथा बंद पडली. वैष्णव आचरणासाठी मंत्रसिद्धीचा आश्रय देऊन कापालिकांची बळीसंख्या बंद केली. साधकांना संप्रदायात राहूनच साधनशुचिता करावी लागली.

नवनाथांनी समाजातील विकृत साधना अंगिकारून त्यातील विकृती दूर करून साधनेचे मूळ स्वरूप पार बदलून टाकल्याची काही उदाहरणे 'नवनाथ कथासारा'त सापडतात.

मच्छिंद्रनाथांचे स्त्रीराज्यात जाणे व गोरक्षनाथांनी त्यांना स्वरूपाची जाणीव करून देऊन तेथून बाहेर काढणे, या कथेत मच्छिंद्रनाथांनी कौलज्ञानातील तंत्रसाधना स्त्रीराज्यात केली होती, असे मत प्रदर्शित केले आहे. हजारीप्रसाद द्विवेदी या कथेवर भाष्य करताना म्हणतात, ''मच्छिंद्रनाथांनी स्त्रीराज्यात कौलज्ञानाची तांत्रिक साधना करताना 'मीननाथ' हे नाव धारण केले. म्हणजे मच्छिंद्रनाथ-मीननाथ एकस्वरूप आहेत, पितापुत्र नव्हेत. तांत्रिक साधनेसाठी हे नाव त्यांनी धारण केले. ती संपल्यावर पुन्हा ते मच्छिंद्र झाले. मच्छिंद्रांची तांत्रिक कौलज्ञानी स्त्रीसाधना आणि त्यातून मुक्तीची कथा रूपकात्मक मांडली असावी. कारण गोरक्षनाथ तंत्रसाधनेच्या विरोधात होते. ते अवधूत साधनेचे कर्ते होते. योगसाधनेतील सिद्धान्त हे योग्यांचे अपत्यच असते आणि शारीरिक त्वचेसारखे ते काढून टाकून शुद्धता प्राप्त करता येते. तसेच या रूपकातून कौलज्ञान विद्येला-साधनेला संजीवनी सामर्थ्य प्राप्त करून दिले आहे.''

नाथ संप्रदाय हा मध्ययुगीन काळातील तंत्रविद्येला शह देण्यासाठी निर्माण झाला. त्याविषयीचे विचार जालंधरांमुळे कापालिक विचाराशी, साधनेशी जोडले गेले. स्मशानात जळणाऱ्या चितेवर त्राटक साधना करून हे कापालिक तांत्रिक अनुष्ठान करून भैरवशक्तीला जागृत करीत, नरबळी देत. शिवाच्या भैरव स्वरूपाची, अघोरी रूपाची साधना करून नरबळी देत. या साधनेला जालंधरांनी योगसिद्धीचे प्राबल्य देऊन जालंधर संप्रदायातील अघोरी विद्येचा नाश केला आणि विश्वकल्याणाचा, जगत्स्वास्थाचा मंत्र जपून सिद्धतेला प्राधान्य दिले. जालंधराचा संप्रदाय अघोरी विद्येचा प्रशंसक, अनुयायी असता, तर मैनावती राणीने गुरुदीक्षा घेतली नसती आणि कानिफनाथांकडून दीक्षा घेण्याची इच्छा मैनावतीपुत्र गोपीचंदाने व्यक्त केली नसती. गोपीचंदावर कानिफनाथांच्या राजयोगसिद्धीचा मोठा प्रभाव पडला होता. कानिफनाथ स्वत: राजयोगी म्हणूनच वावरत. शिष्यमंडळींच्या भेटीस घोड्यावरून जात. अंगाला सुगंधी अत्तर लावीत, भगवी-रेशमी वस्त्रे, सुवर्णाची कुंडले, खडावा धारण करीत. जरी ते स्वत:ला कापालिक आचार्य म्हणवून घेत असले, तरी अंगावर स्मशानातील भस्म आणि नरमुंडमाळा धारण करणारे ते सुसंस्कृत, राजेशाही योगी वाटत. म्हणूनच कापालिक-कानिफांना अनेक राजे शरण जात. त्यांचे शिष्यत्व स्वीकारत. कापालिकांतील क्रूरता, घृणास्पद वागणूक नष्ट करून समाजाला आपल्या साधनेतून जवळ केल्याचे हे दुसरे उदाहरण नाथ संप्रदायाच्या नवनाथ भक्तिसारात आढळून येते. कानिफनाथ आणि गोरक्षनाथ यांनी आपल्या आचरणातून हा संप्रदाय सुसंस्कृत आणि लोककल्याणाचा आहे हे दाखवून दिले.

पंच 'म'कार

नाथ संप्रदायातील पंच 'म'कार क्रमश: 'मद्य-मांस-मत्स्य-मुद्रा-मैथुन' आक्षेपार्ह मानले गेले. नाथपंथाने समाजासमोर मांडलेल्या कल्पनांमध्ये शक्तियुक्त शिव ही प्रमुख कल्पना आहे. ब्रह्मपिंडात असलेल्या शिवशक्तीला जागृत करून साधकाला साधनेतून 'साध्य' सहज मिळवून देणे हा नाथ संप्रदायाचा महत्त्वाचा विचार होय. ही साधना नंतर पंचतत्त्वात्मक झाली. 'पिंड-ब्रह्मांड' एकत्र आणण्यासाठी या संप्रदायाने समाधी साधनेची तांत्रिक जडणघडण घडवून आणली. हे करीत असताना 'वामाचारा'तील पंच 'म'काराची ओढ असणारे व नाथ संप्रदायातील सरळ साधना न पेलवणारे नाथ या पंचतत्त्वाच्या मार्गाकडे झुकू लागले. वास्तविक वामाचारातील कठीणता समजावून न घेणारे किंवा तेवढी वैचारिक पात्रता नसलेले या पंच 'म'कारी मार्गाला अनुसरू लागले आणि स्वत:ला 'वामाचारी' नाथ मानून घेऊ लागले. बौद्ध धर्माच्या वज्रयानीतूनच या

पंच 'म'कारांचे प्रस्थ वाढवले गेले. पंच 'म'काराने सर्व संप्रदायांत एक प्रस्थ निर्माण केले. ते सर्व साधनेशी निगडित होऊ लागले. पंच 'म'कारांच्या या 'भैरव चक्रा'मध्ये सर्व साधक एक होते. या साधनेत स्त्री-पुरुष असा भेदभाव नव्हता. तसा वर्णभेद, जातिभेदही नव्हता. (सिद्ध साहित्य पृ.१२९) 'प्रवृत्ते भैरवी चक्रे सर्वे वर्णाः द्विजातयः' अशी प्रथा होती. परंतु या साधनेत वीर-राजा आणि देव असे भेद होते. 'आगमसार' ग्रंथामध्ये पंचमकारांचे सांकेतिक अर्थाचे श्लोक असे -

१. मद्य :   सोमधरा क्षारेद्पातु ब्रह्मरंध्रात वरानने ।

             पीत्वा नंदनमयीन तां यः स एव मद्य साधकः ।।

२. मांस :   मा शब्दात् रसनाज्ञेया तदंशान् रसनाप्रिये ।

             सदा यो भक्षयेत द्वेषी स एव मांस साधकः ।।

३. मत्स्य :   गंगा यमुनायोर्मध्ये मत्स्यौ द्वौ चरता सदा ।

             तौ मत्स्यौ भक्षयेत यस्तु स भवति मत्स्य साधकाः ।।

४. मुद्रिका :   सहस्रारे महापद्ये कर्णिका मुद्राचरेत् ।

             आत्मा तत्रैव देवेशी केवलं पारदोपमम् ।।

             अतीव कमनियंच महाकुंडलिनी युतम् ।

             यत्र ज्ञानोदयस्तत्र मुद्रा साधक उच्यते ।।

५. मैथुन :   मैथुनं मरमतत्त्वं सृष्टी स्थित्यंत कारणम् ।

             मैथुनात् जायते सिद्ध ब्रह्मज्ञान स दुर्लभम् ।।

वरील श्लोकांवरून स्पष्ट होते की, या साधनेत काही गर्भितार्थ भरलेला आहे. आणि या अर्थाचा तंत्रदृष्ट्या उलगडा नाथ संप्रदायात केला गेला आहे. केवळ मांस, मद्य, मुद्रा, मत्स्य यांच्या आणि मैथुनाच्या साधनेतून जर मनुष्य सिद्ध झाला असता, तर आजवर वर्षानुवर्षे पंच 'म'कार सेवन करणारे सगळेच 'महात्मे' झाले असते.

कौलाचारातील साधनेच्या या पंच 'म'कारांचा गूढ अर्थ मच्छिंद्रनाथांनी स्पष्ट केला आणि सिद्धान्तही मांडला, की हा मार्ग अत्यंत अवघड आहे. (कदाचित जनसामान्यांच्या वैचारिक श्रद्धेतून त्याज्य असा) हा खडतर तपाचरणापेक्षा दुर्गम आहे. गोरक्षनाथांनी स्पष्टपणे या मार्गाचा विरोध करून त्याला निषिद्ध मानून नाथांच्या कौलाचारातून या अनाचाराला काढून टाकले. म्हणून गोरक्ष संप्रदायाचे शिष्य या मार्गाकडे फिरकले नाहीत. सगुण आणि निर्गुण उपासनेतून त्याचा (योगमार्गाचा) स्वीकार केला. याचे उत्तम उदाहरण म्हणजे निवृत्ती-ज्ञानदेवांची परंपरा जी आदिनाथांपासून गहिनीनाथांपर्यंत चालत आली. यातून ज्ञानदेवांच्या अभंगरचनेतून लक्षात येते.

तुज सगुण म्हणू की निर्गुण रे । सगुणनिर्गुण एकु गोविंदु रे ।
अळुमानेना अळुमानेना । श्रुती नेतिनेति इति कहति रे ।।

महाराष्ट्रातील नवनाथांनी आपल्या सांप्रदायिकांना सगुण-निर्गुण उपासनेचे बाळकडू पाजल्याने त्यांच्या कार्याची महती लक्षात येते. यौगिक तत्त्वज्ञानाची महती आणि सामाजिक कार्याची भक्तिमार्गाद्वारा केलेली महतीही लक्षात येते. सगुण भक्तीचा स्वीकार केल्यावर ज्ञानदेवांनी 'श्रुती नेति' हे वेदांचे 'तो नव्हेच' हे वचन बाजूला सारले. परंतु वेदोक्त योगयागापेक्षाही भक्तीचा मोठेपणा व्यक्त करताना ज्ञानदेव 'हरिपाठात' म्हणतात -

योग-याग-विधी । येणे नोहे सिद्धी ।

वायाची उपाधी । दंभ धर्म ।।

हरिमुखे म्हणा । हरिमुखे म्हणा ।

पुण्याची गणना । कोण करी ।।

संत तुकोबारायांनीदेखील श्रुतिवचन बाजूला सारून विठ्ठलाची सगुण भक्ती स्वीकारली. ते म्हणतात -

वेद अनंत बोलला । अर्थ इतुकाची साधला ।

विठोबाशी शरण जावे । निजनिष्ठा नाम घ्यावे ।

कांदा-लसुण खाणे वर्ज्य करा असे सांगणाऱ्या वैदिकांना संत सावता माळीने आपल्या भाषेत छान उत्तर दिले आणि कर्मठपणावर आघात केला ते म्हणतात -

कांदा मुळा भाजी । अवघी विठाबाई माझी ।

लसुण मिरची कोथिंबरी । अवघा भरलासे हरि ।

अगदी अठराव्या शतकात कवी रामजोशींना, ते लावणीकार होते म्हणून मंदिरात कीर्तन करायला नाकारले, त्या वेळी त्यांनीही असेच म्हटले. त्यांनीही वारकरी संप्रदायाच्या कर्मठपणाची निंदा केली -

हटातटाने पटा रंगवुनि जटा धरिसि का शिरी ।

मठाची उठाठेव का करी ।

गळ्यात घालुनि तुळशीची लाकडे ।

ही काय भवाचे दूर करतील साकडे ।

बाहेर मिरविशी परि आत हरिशी वाकडे ।

... सदा हरि कविरायावर फिदा ।।

एकंदरीत भक्ती विचारधारेत उलटसुलट उदाहरणेही सापडतात.

•••

नाथ संप्रदाय आणि यौगिक विचारसरणी

नवनाथांनी हिंदू समाज साधनेला यौगिक तत्त्वज्ञानाचे अमोल लेणे दिले. नाथांचा योग हा 'नाथसिद्धान्त' नावाने परिचित आहे आणि हा विचार वैज्ञानिक मानला गेला आहे. नवनाथांनी 'हठयोग' स्वरूपात जगाला एक अत्यंत तर्कशुद्ध अनुभूतीद्वारा अजमावलेले तत्त्वज्ञान दिले. हा यौगिक विचार वेगळा आहे. त्याचे स्वरूप अबाधित आणि कालातीत मानले गेले. उदाहरण देताना असे विद्वान सांगतात की, ज्ञानदेवांच्या ग्रंथावर अनेक विद्वानांनी, विविध पंथीय भाष्यांतून ज्ञानाची उकल केली असली, तरी कै. बाबामहाराज आर्वीकर यांनी म्हटल्याप्रमाणे ज्याच्या अंगी हठयोग बाणला आहे, त्यालाच ज्ञानेश्वरीचे खरे मर्म कळू शकेल. हठयोगाची दृष्टी असल्याखेरीज सिद्धांची सिद्धान्ती भाषा कळणे अवघड आहे.

नवनाथांनी प्रथमत: जो तर्कशुद्ध विचार मांडला, तो होता मोक्षाचा. उपासनेत साधकाची धडपड का चालते, त्यातून त्याला काय हवे असते? या प्रश्नाचे उत्तर आहे मोक्ष. मोक्ष कोणाला? देहाला की आत्म्याला? आत्मा हा ब्रह्मस्वरूप आहे, तर त्याला मोक्ष कशाला? आत्मा ज्या देहात ब्रह्मरूपाने वास करतो, त्या देहाला मोक्ष हवा. आत्मा शुद्धच आहे. मग तो शरीरातील वास्तव्याने मलीन कसा होतो? खरे म्हणजे ब्रह्मरूप आत्म्याला मलीनता येणे शक्य नाही. शरीराची मलीनता त्याला बाधू नये म्हणून शरीर 'पिंड-ब्रह्मांड' शुद्ध होऊन शिवरूप होऊ शकते. हीच ती सामरस्य सिद्धी की ज्या सिद्धीसाठी हठयोगी योगाचा मार्ग अवलंबतात. योगाचरणाने सामरस्य सिद्धी प्राप्त होते.

नाथांचा हा तात्त्विक विचार अत्यंत महत्त्वाचा मानला गेला आहे. शुद्ध, तात्त्विक विचारसरणीवर तो आधारलेला आहे. शरीराच्या त्यागानंतर प्राप्त झालेल्या मुक्तीपेक्षा नाथप्रणित देहमुक्ती निश्चित वंद्य आहे, आचरणीय आहे. देहभाव ठेवूनही

मुक्तीचा आनंद म्हणजे वेगळेपणा आहे. हा मार्ग अत्यंत प्रभावी आहे याबद्दल शंकाच नाही. हा दृष्टिकोन इतर कोणत्याही पंथाने किंवा मोक्ष-मुक्तीच्या साधकांनी केलेला नाही. त्यामुळेच नाथांच्या या विचारसरणीचा आणि नाथ संप्रदायाचा वेगळेपणा आजवर टिकून राहिला आहे. श्री गोरक्षनाथ 'गोरखबानी'त म्हणतात, 'शरीर शुद्ध झाले की, मुक्तीचे दार उघडले जाते.' ते म्हणतात -

अवधूत न घाटी रोकिले वाट

बाई वणिजे चौसटी हाट ।

काया पलट अविचल विध ।

छाया बिंबरजित निपजै सिध ।। (गोरक्षबानी ५०)

(जर शरीराची नऊ द्वारे बंद केली आणि वायूचा येण्याजाण्याचा मार्ग बंद केला, तर त्याचा वापर चौसष्ट नाड्यांत होईल आणि मग कायापालट होईल.)

हठयोग साधनेचे हेच मर्म आहे. प्राणायामाने शरीरातील सुप्त नाड्यांना सजीव करून त्यांना अमृतवाहिन्या केल्या, तर मनुष्य सदेही असता चिरंजीवपद प्राप्त करून घेऊ शकतो. मग अन्य आटापिटा करण्याची गरज नाही. दुसरी कोणतीही साधना करण्याची गरज नाही.

हा विचार 'पातंजल योगशास्त्रा'पेक्षा वेगळा आहे. परंतु परंपरेने पातंजल योगशास्त्राला महत्त्व दिल्याने हठयोगी प्रणाली नाथ संप्रदायापुरती मर्यादित राहिली. हठयोगाचा आचार-विचार वेगळा, अगदी पातंजल योगापेक्षाही प्रभावी आहे. पतंजली योगाच्या अष्टांग योगापेक्षा या योगाचरणात वास्तवता आहे. वास्तवतावाद आणि शरीरभाव, कर्मसाधन करून ते कर्मातीत केले असता शक्तीरूप प्राप्त होते.

नाथांचा हा योगसिद्धान्त कर्मव्यापी आहे, पण त्यामध्ये कर्मठता नाही असे सांप्रदायिक ठासून सांगतात. तरीही या हठयोगाची दीक्षा गुरुपरंपरेतून मिळते, म्हणजे सांप्रदायिक कर्मठपणा थोडा त्यामध्ये आहे हे मानावे लागेल. साधकाला साध्यप्राप्तीसाठी गोरक्षनाथ आपल्या उपदेशातून 'साधकास मंत्रयोग, लययोग, हठयोग, राजयोग या चार साधनावस्थेतून भ्रमण करावे लागेल' असे म्हणतात. ही चारी योग-अंगे साधकाने गुरुसान्निध्यात राहून, गुरुकृपा प्राप्त करून घेतल्यास त्याला - त्या साधकाला खरी यौगिक सिद्धी-समृद्धी प्राप्त होते. 'शिवयोग दर्पण'मध्ये गोरक्षनाथ म्हणतात -

हठं विना राजयोगो राजयोगं विना हठः ।

न सिद्धयति युग्मं तत्त्वे मनिषीतत् समभ्यसेत् ।।

(हठयोगाशिवाय राजयोग आणि राजयोगाविना हठयोग सिद्ध होत नाही. तरी ज्याला हे जाणून घ्यायचे असेल, त्याने ह्या दोन्ही प्रणालींचा अभ्यास करावा.)

परंतु हठयोगी व्हावयाचे असेल, तर 'केवळ कुंभक' ही अवस्था साधकाने साध्य करून घ्यायला हवी. गोरक्षनाथ म्हणतात -

भवेद् अष्टांग मार्गेण मुद्राकरण बंधनेन: ।

यथा केवल कुंभेन हठयोगी वशानिल: ।। (शिवयोगासार)

नाथ संप्रदायात केवळ कुंभक योग गुरुकृपेनेच प्राप्त होतो. त्यासाठी आसन-प्राणायामाची नियमित साधना नसेल तरीही चालते. केवळ कुंभक ही अवस्था प्राप्त झाल्यावर साधक शिव-जीव-सामरस्य सिद्धी प्राप्त करू शकतो.

गुरोर्यस्य प्रभावेन सिद्धी केवल कुम्भके ।

यदि किंकरणैमुंद्रा बंधनैरेवमादिभि: ।।

योगी गुरूंच्या प्रभावामुळे साधकाचा केवळ कुंभक सिद्ध होतो. हे माहीत असताना अन्य प्रकारची बंधने आणि यौगिक मुद्रा करण्याचे प्रयोजन काय? जेव्हा योगीचा कुंभक केवळ विशदरूपाने सिद्ध होतो, आणि वायू शिवपदामध्ये (शिवस्थान-सहस्त्रारामध्ये) पोहोचतो, त्या अवस्थेत जीवात्मा आणि परमात्मा यांची एकता होते. शिव-जीव सामरस्य सिद्धी होते. सामरस्य किंवा 'सायुज्यमुक्ती' हे नाथ संप्रदायाच्या साधनेत महत्त्वाचे ध्येय असल्याने साधकाला हठयोगातून हे सर्व प्राप्त होते. म्हणून त्या पद्धतीची साधना आवश्यक असते. देहाला शिवपद प्राप्त करून घेण्यासाठी मंत्रयोग, लययोग, हठयोग आणि राजयोग या चार अवस्थांतून आपला साधनाक्रम ठेवावा लागतो.

मच्छिंद्रनाथ-गोरक्षनाथ-कानिफनाथ यांसारख्या अनुभवी संप्रदायगुरूंनी लिहिलेल्या ग्रंथांचा अभ्यास केला असता असे आढळून येते की, नाथ संप्रदायाचा, यौगिक संप्रदायाचा भाग किंवा सिद्धान्त अनुभूतीवर आधारलेला आहे. म्हणजेच ते स्वानुभूतीचे प्रमाण आहे. त्यामुळे हे नाथ संप्रदायी तत्त्वज्ञान जास्त प्रभावी आहे. उगीचच वादविवाद करून, शब्दच्छल करून, भाष्य करून ते मांडण्यापेक्षा 'स्वानुभूती घ्या आणि मग दुसऱ्यास अनुभूती द्या' असे सडेतोड तत्त्व मांडणारा नाथ संप्रदाय एका महान अशा सिद्धान्ताची गंगोत्री आहे. साधक या पवित्र गंगेत नाहत राहिल्यास 'सामरस्य' सिद्धी प्राप्त होईल आणि सदेह मुक्तीही शक्य आहे, असे म्हटले जाते.

नाथांचे तत्त्वज्ञान

नाथ संप्रदायाचा अभ्यास करताना, म्हणजेच नवनाथांच्या योगसाधनेचा व सिद्धान्ताचा अभ्यास केला असता असे लक्षात येते की, 'सम्यक' (साम्यक)

दृष्टिकोन हा नाथांचा बाणा आहे. म्हणूनच 'नाथपंथ का बाणायारी । सब दुनिया से न्यारा है.' 'नाथ सिद्धान्त डिण्डिम'मध्ये असा एक श्लोक आहे.

द्वैतं-विशिष्टाद्वैतं वा शुद्ध द्वैतं द्वयाद्वयम्।

परमद्वैतमित्येषां ऐक्यं सिद्धान्त डिण्डिमः।। (गोरक्ष उपनिषद पृ. ८७)

कोणी द्वैत, कोणी विशिष्टाद्वैत, कोणी शुद्धाद्वैत तर कोणी द्वैताद्वैत अथवा कोणी परम अद्वैत मानतात. या सर्वांचा समन्वय, सम्यक ऐक्य ज्या नाथब्रह्मात होते, त्यालाच केवळ नाथ योगियांचा दार्शनिक अवधूत सिद्धान्त मानले जाते. वरील श्लोकावरून पुन्हा एक गोष्ट लक्षात येते की, नाथ सांप्रदायिक योगी दार्शनिक तत्त्वज्ञान मानत होते.

षड्दर्शनात सांख्य तत्त्वज्ञानाचा विचार केला गेला आहे. नाथांच्या दार्शनिक तत्त्वज्ञानाचे रूप सांख्यामध्ये दिसून येते. सर्व विश्व सांख्याप्रमाणे तीन वर्गांत विभागले गेले आहे. **प्रकृती, जीव, ईश्वर.**

या त्रिगुणात्मक तत्त्वांचा अधिक विचार असा -

प्रकृती : जी शक्ती दृश्य भावाने महान जगाला निर्माण करते, ती प्रकृती त्रिगुणात्मक आहे.

जीव : सूक्ष्म वा अतिसूक्ष्म प्राणिमात्रांत जी चेतना असते, त्या चेतनाशक्तीला जीव संबोधले जाते. या चेतनाशक्तीने प्राणिमात्र जिवंत राहतात आणि विविध अवस्था प्राप्त करून घेतात.

ईश्वर : सांख्य तत्त्वज्ञानाचा हा तिसरा टप्पा म्हणावा लागेल. हा ईश्वर प्रकृती आणि जीव यांवर प्रभुत्व गाजवतो. तोच जगाचा सूत्रधार आणि विविध रूपांमधून साधकाचा उपास्य म्हणावा लागेल.

सांख्य तत्त्वज्ञानाच्या त्रिदलीय स्थूल विचारांतून विश्वाची चोवीस तत्त्वे निर्माण झाली. ती अशी -

१. अव्यक्त, २. महानर, ३. अहंकार, ४. पंचमहाभूते (पृथ्वी, आप, तेज, वायू, आकाश) ५. पंचतन्मात्रा, ६. अकरा इंद्रिये (पाच ज्ञानेंद्रिये + पाच कर्मेंद्रिये + एक मन) = २४ तत्त्वे.

ही सर्व तत्त्वे सांख्य जीवाला चैतन्य, विभु, अनेक, असंग आणि भोक्ता असे मानतात. आणि हे संपूर्ण जग त्रिगुणात्मक प्रकृतीचे आहे हे सांख्यमत आहे. षड्दर्शनाच्या वैदिक परंपरेत 'सांख्य' दर्शनाची गणना होते. हे सर्वज्ञात आहे. म्हणूनच नाथयोगी या विचारधारेला 'ज्ञानकाण्ड' मानतात. केवळ या तत्त्वावर न विसंबता विविध विचारधारांतील अनेक उच्च, शाश्वत तत्त्वेही नाथांनी घेतली आहेत.

सांख्य तत्त्वज्ञान चोवीस तत्त्वांचे आहे, तर नाथ संप्रदायाचे नाथ सांख्य पंचवीस तत्त्वांचे आहे. म्हणजे 'ईश्वर' हा चोविसांत एक घेतला नाही, तर तो 'चोविसावेगळा' म्हटल्याप्रमाणे पंचविसावे तत्त्व आहे. म्हणजेच ईश्वर स्वतंत्र तत्त्व मानले आहे. नाथ जीवाला कर्ता मानतात, सांख्य जगत कारण केवळ त्रिगुणात्मक प्रकृती मानतात. तर नाथ संप्रदायी प्रकृतिरूपाबरोबरच ईश्वररूपाला प्रेरक मानतात. सांख्य तत्त्व आणि नाथ संप्रदाय या दोन्हींमध्ये साम्य एवढेच आहे की, दोघेही परिणामवाद मानतात. याचा अर्थ द्वैतवादही मानतात. प्रत्यक्ष, अनुमान आणि आगम या तिन्हींना मानतात.

'नाथसिद्धान्त डिण्डिम'मध्ये - (गोरक्ष उपनिषद, पृ. ८७)

सांख्यानां प्रकृतिः कर्त्री निर्लेपोही परः पुनाम् ।

पुं प्रकृत्योभिर्यो योग इति सिद्धान्त डिण्डिमः ।।

सत्यंब्रह्मैव मायायं मिथ्येत्यन्वेषिणः परे ।

सत्यमिथ्यो उभयोन्वेषी योगी सिद्धान्त डिण्डिमः ।।

वरील श्लोकावरून असे लक्षात येते की, सांख्य हा 'ज्ञानयोग' आहे, तर 'नाथतत्त्व' कर्मयोग आहे. उपासनेत सांख्यबीजाची अनुभूती घेऊन जे सत्य आहे, त्याचा अंगिकार करण्यात नाथयोगी कधीच मागेपुढे पाहत नाहीत. केवळ तात्त्विक वादविवाद करून विषयाची (कोणत्याही) चिकित्सा होत नाही. असा नाथयोगींचा दृष्टिकोन आहे. ते म्हणतात.

द्वैत वादेरता विप्राः अद्वैते भिक्षवोरताः ।

द्वैताद्वैतोर्ध्वगे तत्त्वे सिद्धाः सिद्धान्त डिण्डिमः ।।   (गोरक्षोपनिषदात पृ. ८७)
(विप्र द्वैतवादात रमतात. भिक्षु अद्वैतवादात रमतात. सिद्धयोगी द्वैताद्वैतविलक्षण नाथतत्त्वात आपले अस्तित्व ठेवतात, असा सिद्धान्ताचा डिण्डिम आहे.)

द्वैत-अद्वैत : सांख्य विचारात, परंपरेत द्वैत-अद्वैत परंपरेचा एक संघर्ष होता. द्वैताचे अद्वैताशी नाते शत्रुत्वाचे होते. असा भास निदान वैदिक तत्त्ववेत्त्यांच्या आचरणाने लक्षात येत असे. परंतु 'हठयोगी' नाथ संप्रदायाने जगाला दाखवून दिले की, द्वैत-अद्वैत शत्रुत्व नसून तो वैचारिक मतभेद आहे, जो योगसाधनेतील व्यक्त-अव्यक्त भाग आहे. हे दोन्ही विचार साधकाला साधनेमधूनच प्राप्त होतात आणि मग त्यानंतर साधकाला मोक्ष प्राप्ती होते.

जालंधरनाथ नेहमी म्हणत, 'आम्ही नाथपंथी द्वैत-अद्वैत या दोहोंपासून वेगळे आहोत. जर सर्वंगत देव स्थिर आहे आणि पूर्ण व निरंतर आहे, तर 'द्वैत-अद्वैत' ही कल्पना एक प्रकारचा मोहच आहे. ते म्हणतात -

अद्वैत केचित् इच्छन्ति द्वैतमिच्छन्ति चापरे ।

सम तत्त्वं ना जानाति द्वैताद्वैत विलक्षणम् ।।

यदि सर्वगतो देव: स्थिर: पूर्णो निरंतर: ।

अहो माया महामोहो द्वैताद्वैत विकल्पना ।।

नाथतत्त्वाच्या या बीजाची लागवड भक्ती संप्रदायाचे आदिपुरुष ज्ञानदेवांनीही आपल्या विचारात मांडले आहेत. ते म्हणतात -

तैसे माझिये साक्षात्कारी । सरे अहंकाराची वारी ।

अहंकार लोपी अवधारी । द्वैत जाय ।।   (ज्ञानेश्वरी अ.११, श्लो. ६९४)

तत्त्वज्ञानाचे असेच आहे. एखाद्या गोष्टीची जोपर्यंत अनुभूती येत नाही, तोपर्यंतच तर्क-वितर्काला वाव असतो. अनुभूतीतून प्रचिती आल्यावर 'हे द्वैत, हे अद्वैत' असे मनात येत नाही. असा अनुभूतीतून सिद्धान्त मांडणारा नाथ संप्रदाय महत्त्वाचा मानावा लागेल. त्यामुळेच नाथ संप्रदायाचे तत्त्वज्ञान अनुभूतीप्रधान मानावे लागेल. त्यामुळे काही नाथ सांप्रदायिकांचे मत असे आहे की, आमच्या ग्रंथरचना सिद्धान्तावर आधारित म्हणजे विज्ञाननिष्ठ आहेत. ज्ञानदेव आपल्या एका अभंगातून यावर भाष्य करतात.

अंजनी अंजन साधिले निधान ।

द्वैताद्वैत धन विज्ञानेसी ।।१।।

सारिलेसे द्वैत अद्वैत सकल ।

निर्गुण निर्मळ निवळले ।।२।।

साध्य साधक वस्तु आलिया पाहतां ।

मुरडोनि पाहता वस्तुमय ।।३।।

ज्ञानदेवी साध्य अज वस्तुचे ।

देही देह साचे नुरे तरी ।।४।।

या अभंगावर भाष्य करण्यापेक्षा त्यातील मर्म जाणून घेणे महत्त्वाचे आहे. डोळ्यांत बोधाचे अंजन घालून मी हरिप्राप्तीचा ठेवा साधून घेतला, त्यामुळे द्वैत-अद्वैताच्या पलीकडचे धन, परमात्मा मी साध्य केला. द्वैत-अद्वैताच्या विचारापलीकडची निर्मळ वस्तू मी स्वीकारली. साध्य करायची वस्तूच हाती लागल्यावर वळून पाहिल्यावर परमात्मस्वरूपच दिसते. ज्ञानदेव म्हणतात, 'मला या देहीच परमात्म लाभले, तर आता देहाचे काय? देहाचे सत्यत्व उरणार नाही.'

हा अभंग ज्ञानदेवांच्या 'संजीवन समाधी'चे कारण म्हणावे लागेल. वयाच्या एकविसाव्या वर्षी केवळ जीवनाची सुरुवात होत असताना, जीवनात आता काही

राहिले नाही असे मानून ईश्वर आणि सहप्रवासी साक्षी ठेवून मृत्यूच्या दारी जाणे ही कल्पना विलक्षण म्हणावी लागेल. त्यांना असे का वाटले? मनीचे ते विचार भावंडांनी का तोडून टाकले नाहीत? ज्या ईश्वराची त्यांनी भक्ती केली, त्याच ईश्वराने समाधीद्वार उघडून दिले. हे असे संतसाहित्यात अपूर्व आणि विलक्षण घडलेच कसे? कोणत्या विचारांनी त्यांना घेरले होते? शेकडो वर्षे लोटली तरी या महान संतांचे तत्त्वज्ञान काव्यातून वाचताना हा गहन प्रश्न डोळ्यांसमोर उभा राहतो.

द्वैत विचारसरणीपेक्षा अद्वैत अवस्था सर्वश्रेष्ठ आहे. याबद्दलचे एक प्रमाण ज्ञानेश्वरांच्या एका अभंगात आढळून येते -

मृत्युचेनि मापे जे जे गेले आम्ही ।

तयाची शिराणि यम करी ।।

यम नेम धर्म आम्हा नाही कर्म ।

अवघेची ब्रह्म होऊनी ठेलो ।।

द्वैत भाव ठेला अविनाश संपन्न ।

आपोआप जनार्दन येईल ।।

ज्ञानदेव म्हणे काज सरले संसारी ।

चारीही मापारी गिळुनि ठेलो ।।   (ज्ञानदेव अभंगगाथा, क्र. ५२१)

(मृत्युच्या मुखात जे जे प्राणी गेले, त्यांच्या बऱ्यावाईट कर्माप्रमाणे त्यांना यम वागवत असतो. या कर्मधर्माचे किंवा यमाचे भय आम्हास नाही. कारण आम्ही ब्रह्मरूप होऊन गेलो. द्वैत भाव बाजूला सारून अविनाशी आणि संपन्न अशा परमेश्वराला आम्ही जवळ केले. हा जनार्दन आपोआप आमच्या घरी येईल. ज्ञानदेव म्हणतात सांसारिक जीवनाचे आता कामच उरले नाही. अशा विचारसरणीचे मूल्यमापन करणारे चारही वेद आम्ही गिळून बसलो आहोत.)

वेद गिळून, धर्मकर्माचे भय न बाळगता अद्वैत, ब्रह्मरूप आम्ही झालो असा प्रचंड आत्मविश्वास येथे ज्ञानदेव दाखवतात.

एकंदरीत नाथ संप्रदायात शिव-शक्तीरूप होण्याचा मार्ग दिला आहे. त्यामध्ये यौगिक तत्त्वज्ञान हाच वारसा आहे. हठयोगाचे मर्म या सामरस्यसिद्धीत आहे. द्वैत-अद्वैतापलीकडची ही अवस्था आहे. या अवस्थेला अनुभूती आणि योगाची साथ हवी.

•••

नाथसिद्धांचे वाङ्मय

नाथ संप्रदायी वाङ्मयाची महाराष्ट्रात जी अध्ययन परंपरा चालू आहे, तिचा स्थूल स्वरूपात विचार करणे गरजेचे आहे. सांप्रदायाचा प्रसार वाढला, तसा त्यावरच्या ग्रंथनिर्मितीचा वेगही वाढला. महाराष्ट्रात अशी एक विचारसरणी आहे की, ज्ञानदेवांनी भगवद्गीतेवर एक अतिशय मोलाची भावार्थदीपिका टीका लिहिली. आणि त्यामुळे महाराष्ट्रात - मराठी मुलुखात - भागवत धर्माचा पाया घालून दिला. बहेणाबाईंनी म्हटले आहे -

ज्ञानदेवे रचिला पाया । उभारले देवालया ।।

तुका झालासे कळस । भजन करा सावकाश ।।

या भागवत धर्माच्या वारकरी संप्रदायाच्या लाटेत इतर संप्रदायांचे अंशत: कार्य उरले. डॉ. ढेरे अलंकारिक भाषेत म्हणतात, 'ज्ञानदेवांनी गीतेवर टीका लिहून भागवत धर्माला बैसका प्राप्त करून दिल्यावर इथल्या भक्तीच्या भीमरथीत (चंद्रभागेत) योगाची गौतमी (गोदावरी) पूर्णत: लुप्त झाली.' गौतमी त्र्यंबकेश्वराचे प्रतीक, तर भीमरथी पंढरीचे प्रतीक म्हणून त्यांनी वापरले. अर्थात नाथ संप्रदायाचा प्रवास गहिनीनाथ-निवृत्तिनाथ-ज्ञाननाथ असा त्र्यंबकेश्वरपासूनच सुरू झाला. पण नंतरच्या काळात भक्ती-वारकरी संप्रदायाचा महापूर एवढा आला, की त्यामध्ये अन्य विचारधारा पार बुडून गेल्या. नंतरच्या काळात त्यांच्या काही सावल्या हळूहळू मठाधिपती महाराजांच्या निर्मितीतून दत्तसंप्रदाय, समर्थ संप्रदाय, महानुभाव संप्रदाय, साईसंप्रदाय असे काही पुन्हा उदयाला आले.

महाराष्ट्रात असाही एक समज आहे की, येथे ज्ञानदेव-गीता-भागवतादी वैष्णवप्रिय ग्रंथांची असाधारण प्रतिष्ठा वाढल्यानंतर आद्य नाथपंथी ग्रंथांची परंपरा खंडित झाली. पण हे दोन्ही समज तितकेसे खरे नाहीत. तरीही भक्ती संप्रदायाचा मूळ ग्रंथ ज्ञानेश्वरी यावर अनेक विद्वान, सांप्रदायिक आणि विविध जाणकारांनी इंग्रजी, मराठी, हिंदी, कन्नड या भाषांत, अगदी जपानी या विदेशी भाषेतसुद्धा भाष्य करून ज्ञानेश्वरीची लोकप्रियता वाढवली. तसेच श्रीमद्भागवत मूळचा संस्कृत ग्रंथ. त्याच्या

अकराव्या स्कंधावर एकनाथांनी मराठी ओवीबद्ध भाष्य केले. कृष्णदयार्णवांनी दशम स्कंधावर ४२ हजार ओव्यांचा ग्रंथ लिहून विक्रमच केला. एकंदरीत भागवतावर मराठी संत सांप्रदायिकांचे वीस ग्रंथ आज उपलब्ध आहेत. हे सगळे ध्यानात आल्यावर वारकरी संप्रदायाची ग्रंथसंपदा केवढी मोठी आहे लक्षात येते.

हा विचार स्वीकारूनही निवृत्ती-ज्ञानदेव आणि गहिनीनाथांच्या अन्य शिष्यांचीही नाथपंथी परंपरा आजच्या काळापर्यंत टिकून राहिली, तीही अध्ययन-अध्यापन-लेखन स्वरूपात. याचे कारण म्हणजे शैव-अद्वैताची गौतमी महाराष्ट्रातच त्र्यंबकेश्वराच्या मस्तकावरून प्रवाहित झाली आहे आणि तिच्या उगमापासूनच अनेक विशाल तीर्थेही याच भूमीत निर्माण झाली आहेत. दूरवरच्या काश्मीरमध्ये उगम पावलेला 'प्रत्यभिज्ञा' संप्रदाय आणि पूर्वेकडील कामरूपात गाजलेला 'योगिनी कौल' संप्रदाय म्हणजे महाराष्ट्राच्या त्र्यंबकमठिकेतून उगम पावलेल्या शैव-अद्वैताच्या प्रवाहाच्याच धारा होत. ज्ञानदेवाच्या नाथ संप्रदायाची विचारधाराही भारतव्यापी प्रगत प्रवाही धारा होती.

आदिनाथ - मच्छिंद्रनाथ - गोरखनाथ - गहिनीनाथ - निवृत्तिनाथ या क्रमाने ज्ञानदेवांना लाभलेला नाथ संप्रदायाचा वारसा त्यांनी आपल्या वाणीच्या मुशीतून परिष्कृत करून समृद्ध केला आणि संपूर्ण महाराष्ट्राला तो प्रसादरूपे वाटला. नाथ संप्रदायाची विचारधारा इतकी विशाल आणि गतिमान होती, की सांप्रदायिकांचे छोटे-मोठे विचार, बंधारे फुटून मोकळे झाले. गीतेचा प्रवक्ता श्रीकृष्ण हादेखील 'चैतन्यशंभू'च सर्वांना वाटू लागला.

ज्ञानेश्वरीत (१५.५४५) माऊली म्हणतात -
मज चैतन्य शंभूचा माथा । जो निपेक्षु होता पार्था ।
तेया गौतमु जालासि आस्था । निधी तुं गा ।।
आणखी एका ठिकाणी ज्ञानदेव म्हणतात,
एया गीता शास्त्राची थोरी । स्वयं शंभूविवरी ।
जेथ भवानी प्रश्नु करी । चमत्कारौनि ।।
तेथ हरु म्हणे जेवि नेणिजे । देवी जैसे का स्वरूप तुझे ।
हे नित्यनूतन देखीजे । गीता तत्त्व ।। (ज्ञा. १.७०-७१)
गीता तत्त्वज्ञानाची नित्यनूतनता प्रत्यक्ष शक्तीला शिव सांगत आहेत. ज्ञानदेवांच्या मते गीता ही साक्षात् भगवती असून तीच सातशे श्लोकांच्या मंत्रांचे

प्रतिपाद्य बनली आहे आणि मोहमहिषाचा बळी घेऊन (महिषासुरमर्दिनी) आनंदली आहे. नाथ संप्रदायाची पार्श्वभूमी असलेल्या ज्ञानेश्वर माऊलींनी भक्ती संप्रदायात ही ती विचारसरणी जपली आहे.

ज्या महान विभूतींमुळे नाथ संप्रदायाचा प्रसार भारताच्या कानाकोपऱ्यात जाऊन पोहोचला, ज्यांच्या ग्रंथामुळे या संप्रदायाला आचार-विचारांची बैठक प्राप्त झाली, त्या गोरक्षनाथांचे मूलस्थान कोणते या विषयी विद्वानांत मतमतांतरे आहेत. भारताच्या विविध प्रदेशांनी अभिमानाने आणि चढाओढीत त्यांना आपले मानले. ज्याच्या गौरवगाथा भारतातील सर्व भाषांत रचल्या गेल्या, त्या महान योगी पुरुषाच्या जीवनलीला कथन करण्यात भाषिक आजही आनंद मानतात. त्यांच्या नावावर अनेक संस्कृत ग्रंथ आहेत. त्याचप्रमाणे विपुल हिंदी रचनाही पाहावयास मिळतात. मराठी भक्तांना अभिमानाची गोष्ट अशी आहे की, ज्या गोरक्षबानीवर अनेकांनी प्रेम केले, तिच्यामध्ये मराठीचा प्रभाव बराच आढळून येतो. गोरक्षांची हिंदी हस्तलिखिते पूर्ण स्वरूपात लोकांना उपलब्ध झाली नसून राजस्थान, पंजाब (जयपूर, जोधपूर, पतियाला) इत्यादी ठिकाणी उपलब्ध झालेली 'गोरखबानी'तील हिंदी रचना त्यांचीच आहे असे खात्रीने सांगता येणार नाही. परंतु ती रचना गोरक्ष विचार आणि संप्रदायाची आहे हे नक्की. ते म्हणतात -

हिंदू ध्यावै देहुरा । मुसलमान मसित ।

जोगी ध्यावै परमपद । जहा देहुरा ना मसिद ।।

(थोडक्यात, नाथ योगी ज्या परमपदाचे ध्यान करतात, त्यांना मंदिराची किंवा मशिदीची गरज नाही.) अशी आणखी काही उदाहरणे देता येतील, जी अलीकडील म्हणजे प्रक्षिप्त असू शकतील. गोरखबानीत एक पद तर मराठीतच आहे. ते असे -

कैसे बोलौ पंडिता देव कौने ठाई ।

निज तत निहारतां अम्हे-तुम्हे नाही ।

पाषाणाची देवली, पाषाणाचा देव।

पाषाण पूजिला कैसे फिटीला सनेह ।।१।।

सरजीव तोडीला निरजीव पूजिला ।

पापाची करणी कैसे दूतर तिरीला ।।२।।

तिरथी तिरथी सनान करिला ।

बाहेर धोये कैसे अभितरीला भेदिला ।।३।।

आदिनाथ नाती मच्छिंद्रनाथ पूता ।

निज तत निहारै गोरपा अवधूता ।।४।।

दुसरीकडे अशीच मराठी रचना आढळते.

आपणही मच्छ-कच्छ आपणही जाल ।

आपणही धीवर आपणही काल ।

गोरखबानीतील विचार मराठी वैचारिक आणि भाषिक नाते सांगते हे लक्षात येते. एकूण काय, गोरक्षनाथांचा मराठीचाही अभ्यास होता.

विवेकदर्पण (आद्य मराठी नाथ ग्रंथ)

पूर्वी अपूर्ण अवस्थेत सापडलेला गोरक्षनाथ-अमरनाथ संवादात्मक ग्रंथ जो मराठीत होता, तो अलीकडे पूर्ण स्वरूपात मिळाला असून त्याचे नाव 'विवेकदर्पण' असे आहे. गोरक्षनाथांच्या काळाला जुळेल आणि अगदी जवळचे असे मराठी गोरक्षनाथ विचारांचे पहिले अवतरण या दृष्टीने हे महत्त्वाचे आहे. नाथ संप्रदायाचा वारसा जो परिष्कृत आणि परिशुद्ध करून वाढवलेला, या सत्यातील पहिले मालिकेतील फूल म्हणजे हा विचारग्रंथ होय. एकूण एकवीस प्रकरणे असलेला आणि प्रत्येकाची समाप्ती *'इति श्री गोरक्षनाथ वचनी अमरनाथ कथयेती सिव लक्षण बीजविचारे ।।'* यासारखी मुद्रा वापरून अध्यायसमाप्ती असलेला हा गद्य ग्रंथ होय.

या ग्रंथात शिवलक्षण, जीवलक्षण, पिण्डोत्पत्ती, षट्चक्रलक्षण, चंद्रसूर्यविवेक, आत्मविवेक, शरीरविवेक, ब्रह्माण्डविवेक, आत्मज्ञान, ... अष्टांगयोग इत्यादी विषय या ग्रंथात आहेत. गोरक्षनाथांच्या संस्कृत ग्रंथातील विचारांशी जुळणारे असे हे विचार आहेत. कदाचित उत्तरकाळात या ग्रंथाचे ओवीबद्ध रूपांतर झाले असावे असे मानण्यासाठी आधार आहे. विवेकदर्पणातील मराठी गद्याचे औपनिषदिक वैभव त्यातील विचारातील नेटकी मांडणी पाहण्यासारखी आहे. उदाहरणार्थ, पाप-पुण्य आणि सुख-दुःख या संदर्भात विवेकदर्पण काय म्हणतो ते पाहू -

येकेचि लावणीची झाडे, एक वाढे एक न वाढे,

तेणे कवन पुण्य केले? एकेची मातिची रचली मडकी,

येके ठाई घालिजे दूध, येके ठायी पडे कांजी,

तेणे कवन पाप केले, तैसे सदैव निर्दैव बोलणे,

हे सहजे देहासि प्राप्ती   (२ : जीवलक्षण)

परमार्थ साधनेतील अनन्य गुरुमहिमा या ग्रंथात सूत्ररूपाने मांडला आहे. पण तो प्रभावी शैलीत आहे.

'ये संवसारी समुद्री सद्गुरुपरता तारू, सके ऐसा दुसरा नाही' असे गुरुमहिमान गाऊन *'जो परमार्थ साधौनि शिष्यासी नि:संशये करी तो सद्गुरु म्हणिजे'* अशी

सद्गुरुची व्याख्याही येथे केली आहे. (गुरुशिष्य लक्षण-१४) विवेक दर्पणाचे थोडक्यात असे स्वरूप आहे.

सिद्धसिद्धान्तपद्धती – मराठी भाष्य

सिद्धसिद्धान्तपद्धतीवरची एक संक्षिप्त टीका डॉ. ढेरे यांना 'ज्ञान प्रदीपिका' ग्रंथात मिळाली. एकूण चौदा प्रकरणे आणि २१६५ ओव्यांचा हा ग्रंथ कोण्या सहजानंद साधकाने रचला आहे. आणि त्यांनी काही उदाहरणेही दिली आहेत -

'शके पंधराशे सासष्टी शकु । मार्गशीर्ष शुक्ल चतुर्थी ग्रहनायकु ।

तद्दिनी ब्रह्मविवेकु । संपूर्ण जाले आत्मज्ञान ॥

पूर्वी सर्व शास्त्रे सिद्धची होती । तेचि मथन केले प्राकृती ।

परोपकारार्थ संतजनाप्रती । हा उपाय योजिला ॥

संत जनाकारणे । चक्रधरे केले बोलणे ।

महाराष्ट्र कथा करूनि नमने । पुसदग्रामी ॥   (ज्ञान प्रदीपिका १, ९५-९७)

सहजानंदांचे मूळ नाव चक्रधर. वृत्तीने ज्योतिषी, राहणार नांदेडच्या वायव्येस, यवतमाळ जवळच्या पुसद गावचे. त्यांच्या गुरूचे नाव बल्लाळ. मार्गशीर्ष शु॥ ४ रविवार शके १५६६ या दिवशी ग्रंथारंभ झाला. सहजानंद संत तुकाराम समकालीन ठरतात. सहजानंदानी गणेशकृपेचा आणि कोणा जयदेव नावाच्या ग्रंथप्रेरकाचा उल्लेख प्रारंभी गौरवपूर्वक केला आहे. तसेच स्वतःविषयी कमीअधिक माहिती या ग्रंथकाराने वेळोवेळी सांगितली आहे. दुसऱ्या प्रकरणाच्या अखेरीस -

श्रीगुरु पूर्णानंद । जयदेव प्रसिद्ध ।

त्याणे सहजानंद । नाम ठेऊनि पूर्ण केले ॥

या ग्रंथामध्ये सहजानंदाने अनेक संस्कृत ग्रंथांचा उल्लेख केला आहे. योग-वेदान्तादि विषयाचे उत्तम विवरणही केले आहे. ग्रंथात भगवद्गीता, कपिलगीता, गुरुगीता, अवधूत गीतादि ग्रंथांचा उल्लेख आणि उदाहरणे आढळतात. २१६५ ओव्यांच्या या ग्रंथामध्ये कवीने एकूण ४५० संस्कृत उद्धरणांचा उल्लेख केला आहे. नाथपंथीय ग्रंथ अमनस्क आणि 'सिद्धसिद्धान्तपद्धती' या गोरक्षनाथकृत ग्रंथांचा आधार सहजानंदांनी घेतला आहे. मच्छिंद्रनाथ आणि गोरक्षनाथ यांच्या बरोबर अन्य नाथपंथीयांची नावे सहजानंदांनी उद्धृत केली आहेत. ते म्हणतात -

श्रीकृष्णें अर्जुना उपदेशिले ज्ञान । तेथे दत्त गोरक्षि जाले संतपूर्ण ।

भर्तृहरि गोपिचंद राजे झाले निपुण । देह विदेहस्छ अमर जाले ॥

(ज्ञा. प्र. ११.११६)

एका ठिकाणी आदिनाथ, उदयनाथ, स्कंदनाथ, दंडनाथ, उदंडनाथ, सत्त्वनाथ, कर्मनाथ, मच्छिंद्रनाथ अशा परंपरेने नाथ नामावली दिली आहे. आणि त्यासाठी अकुलोपनिषदाचा आधार घेतला आहे. राजयोग हा या ग्रंथाचा मुख्य विषय आहे. पुन:पुन्हा सांगणाऱ्या सहजानंदांनी ग्रंथाचे शेवटचे व चौदावे प्रकरण 'सिद्धसिद्धान्तपद्धती'वर आधारलेले आहे असे म्हटले आहे.

ऐका श्रीदत्त गोरक्षी संवाद । सिद्धसिद्धान्त पद्धती विषद ।

आध्यात्मिक आत्मशुद्ध । साधक सज्जनि परिसावे ।।

इतकेच नव्हे, तर आपण मांडलेले विचार या ग्रंथाद्वारेच मांडले आहेत.

एवं सिद्धसिद्धान्त पद्धती । प्रकट केली ये क्षिती ।

कळावया भाविक साधकाप्रति । दत्त गोरक्षि वदति ते वदलो ।।

विवेकमार्तंडदीप आणि गोरक्षगीता निरूपण

गोरक्षनाथांच्या एका गाजलेल्या ग्रंथावर ज्ञानदेवांची परंपरा सांगणाऱ्या एका साधूने केलेली ओवीबद्ध रचना अलीकडे उपलब्ध झाली आहे. ती रचना अद्यापि अप्रकाशित आहे. ही रचना 'विवेकमार्तंड' नावाच्या मूळ ग्रंथावर 'विवेकमार्तंडदीप' नावाचे भाष्य (टीका) आहे. हे भाष्य कविदास मुकुंदराज नामक साधूने केले आहे. या ग्रंथात मूळच्या १३५ श्लोकांवर मराठीतून ७७५ ओव्यांची ही रचना केलेली आहे. कविदास मुकुंदराज यांनी आपली परंपरा देताना (ओवी ७५८-७७५) गुरूसहित अशी दिली आहे. आदिनाथ > मच्छिंद्रनाथ > गोरखनाथ > गहिनीनाथ > निवृत्तिनाथ > ज्ञानदेव > सोपानदेव > मुचकुंदानंद > अलक्ष्य > अचिंत्य > अव्यक्त > त्र्यंबकनाथ > कविदास मुकुंदराज अशी दिली आहे. गोरक्षनाथांचा विवेकमार्तंड हा ग्रंथ योगमार्तंड या नावानेही प्रसिद्ध आहे. त्याच्या हस्तलिखित विविध प्रतींत वेगवेगळ्या श्लोकसंख्या आहेत. परंतु गोरक्ष ग्रंथमालेत प्रसिद्ध झालेल्या आवृत्तीत या ग्रंथाची श्लोकसंख्या २०३ असून संपादकांनी अन्य ठिकाणच्या प्रतींत आढळणाऱ्या अधिक श्लोकांची नोंद परिशिष्टात केली आहे. गोरक्षनाथांनी या ग्रंथाची सुरुवात आपले गुरू 'मीननाथ' यांना वंदन करून केली आहे. हे मीननाथ म्हणजेच मच्छिंद्रनाथ असे ग्रंथकारांचे मत आहे. ते असे -

असो या प्रकारे अनुशुतु । तो वंदुनिया मीनानाथु ।

बोलो आदरिला ग्रंथु । श्रीगोरक्षनाथे ।।

तो विवेकमार्तंड नावे एणे । सप्रेम ग्रंथ अनुभवणे ।

निशेश हरिती बंधने । श्रोतियांची ।।   (ओवी ३१-३२)

गोरक्षगीता निरूपण

याच परंपरेतील गंगाधरनाथांनी 'गोरक्षगीते'चे विवरण १२१ ओव्यांनी केले आहे. या रचनेला ते 'गोरक्षगीता निरूपण' असे नाव देतात. कविदास मुकुंदराजांची आणि गंगाधरांची गुरुपरंपरा एकच आहे. परंतु गंगाधरांनी दिलेल्या नामावलीत कुठे नामरूपात आणि नामक्रमात भेद आढळून येतो आणि दोन नावे अधिक आहेत. त्या ओव्या अशा -

गहिनीनाथ निवृत्तिनाथ । ज्ञाननाथ सोपाननाथ ।

मुकुंदनाथ आवृतनाथ । दीनबंधु दयाळू ।।

अच्युतनाथ नरसिंहनाथ । अलक्षनाथ जनार्दननाथ ।

सद्गुरु माझा श्री रघुनाथ । पतितपावन परमात्मा ।।

आषाढ शुक्ल पंचमी शके १७२१ सिद्धार्थ नाम संवत्सरे या दिवशी 'गोरक्षगीता निरूपणा'ची समाप्ती झाली. या उल्लेखिलेल्या काळाच्या आधारे गंगाधरनाथ परंपरेतील पूर्वसूरी जो कविदास मुकुंदराज त्याच्या काळाचे अनुमान करता येते. कविदास मुकुंदराज आणि गंगाधरनाथ यांनी गोरक्षनाथांच्या ग्रंथांचे मराठीत अनुवाद करण्याचे कार्य केले, त्यामधून ज्ञानदेवी नाथपंथी परंपरेचे सातत्य सिद्ध करणारी आहे, असा निष्कर्ष निघू शकतो. एकीकडे भागवत संप्रदायी ज्ञानेश्वर, तर दुसरीकडे नाथ संप्रदायी ज्ञाननाथ असा मेळ आजकालही लोकांसमोर मांडता येतो. याला कारण हे दोन ग्रंथ होत.

आदिनाथ भैरवांचा नाथपंथ ग्रंथाभ्यास

आद्य नाथ वाङ्मयाची परंपरा टिकून राहिली आणि आजही लोकांच्या अध्ययनात या संप्रदायाचे ग्रंथ आहेत. याचे मोठे उदाहरण म्हणजे आदिनाथ भैरव लिखित 'नाथलीलामृत' हा ग्रंथ सांगता येईल. एकोणिसाव्या शतकाच्या प्रथमार्धात (चैत्र शुद्ध नवमी, गुरुवार, शके १७५६) रचला गेलेला हा ग्रंथ परंपरेच्या सुदृढ आधारावर आजही लोकप्रिय आहे. एकूण २८ अध्याय आणि ५४९३ ओव्यांच्या या ग्रंथात नाथसिद्धांची चरित्रे वर्णिली आहेत. तसेच त्या चरित्रांना नाथ विचारांचे अधिष्ठान प्राप्त करून दिले आहे. पुण्यापासून १५ मैलांवर असलेले निघोजे (ता. खेड) या गावाचे आदिनाथ भैरव हे गहिनीनाथांच्या परंपरेतील दीक्षित साधू होते. (समाधीकाल वैशाख वद्य ११ शके १७६७) त्यांची गुरुपरंपरा आदिनाथ > मच्छिंद्रनाथ > गोरक्षनाथ > गहिनीनाथ > प्रकाशनाथ > चिद्रंजननाथ > उत्पत्तीनाथ > प्रवृत्तीनाथ > हंसनाथ > निरंजननाथ > सिद्धनाथ > भैरवनाथ > आदिनाथ अशी आहे. त्यांच्या ग्रंथरचनेत बऱ्याच संस्कृत-प्राकृत ग्रंथांचा उल्लेख संदर्भ आढळून येतो. आदिनाथ भैरवांनी नाथपूर्वकालीन 'पातंजल योगसूत्र'पासून हठयोग प्रदीपिकेपर्यंत योगग्रंथाची दखल (५.११) घेतली असून गुरु

गोरक्षनाथ हे नाथमालिकेमधील 'कौस्तुभमणि' असून त्यांच्या ग्रंथांचा अभ्यास भैरव आदिनाथांनी करावा हे स्वाभाविकच आहे.

'सिद्धसिद्धान्तपद्धती', 'अमनस्कयोग', 'विवेकमार्तंड', 'गोरक्षशतक', 'गोरक्षबोध' इत्यादी गोरक्षनाथांच्या ग्रंथांचा वापरही त्यांनी आपल्या लेखनात केला आहे. त्याशिवाय गुरुगीता, केदारकल्प, गुरुकल्प खंड, मत्स्येंद्रसंहिता हे नाथ संप्रदायाचे प्रिय असलेले तत्त्वज्ञानात्मक ग्रंथही त्यांनी अभ्यासले आहेत. विशेष म्हणजे आदिनाथ भैरवांनी मच्छिंद्रनाथ आणि गोरक्षनाथ यांची 'जन्मवेळ'ही नोंदवली आहे. ही नोंद संस्कृतमधून घेतली आहे, पण कोणत्या पूर्वग्रंथातून घेतली, याचा उल्लेख मात्र केला नाही. (३.१६६) आपल्या ग्रंथाचा दुसरा आणि तिसरा अध्याय त्यांनी सांप्रदायिक ग्रंथाच्या भरीव पायावरच उभा केला आहे. ते म्हणतात -

सिद्धसिद्धामृत ग्रंथी । तेचि धरुनी सत्संगती ।

आदिनाथ लीलामृती । यथामति अनुवादे ॥

अमनस्क ग्रंथ सारांश । वामदेव कथिती महेश ।

गुरुकल्पखंडिचा इतिहास । उभयाध्यायी कथियेला ॥   (३.२२१-२२२)

'योगाबिजनी सरोवर - विषयविध्वंसैकवीर'

गोरक्षनाथ आणि अन्य नाथांच्या ग्रंथांच्या अध्ययनाची ही मराठी परंपरा सातत्याने चालू राहिली आहे. याचे पुरावे आपणाला दिसून येतात. ज्ञानदेवांच्या वैष्णव नेतृत्वामुळे नाथ परंपरा खंडित झाली असेल, असे वाटणे साहजिक आहे. याउलट आळंदी क्षेत्राच्या आसपास विख्यात अठरा शिवस्थाने, निवृत्तिनाथांनी बांधवांना दिलेली दीक्षा, सिद्धेश्वर मंदिरातील ज्ञानेश्वर माउलींची संजीवन समाधी आणि ज्ञानेश्वरी या महान ग्रंथाचा परामर्श घेतल्यावर लक्षात येते, की 'अलंकापुरी' हे क्षेत्र शैव संप्रदायाचे आगर होते. पण माउलींनी पंढरीच्या विठ्ठलाची भक्ती सुरू केली. पंढरीची वारी, वारकरी भक्तांची तत्कालीन मांदियाळी पाहिल्यावर वैष्णव संप्रदायही आळंदीत दाखल झाला. आणि इंद्रायणी काठची आळंदी हे 'शैव-वैष्णवांच्या समन्वया'चे एक महान तत्त्व ठरले. (अलीकडेच प्रसिद्ध झालेल्या माझ्या आळंदी माहात्म्यावरील सारग्रंथाची पूर्वपीठिका शोधताना हे महान तत्त्व सापडले.) असे मत सर्वांनी स्वीकारले आहे की, ज्ञानदेवांच्या वैष्णव नेतृत्वामुळे त्यांची नाथ परंपरा खंडित झाली नव्हती तर ती अबाधित स्वरूपात चालू होती. श्री. शंभुराव भटांनी 'सिद्धसिद्धान्तपद्धती'चे मराठी रूपांतर ज्या प्रेरणेने केले, ते ब्रह्मलीन श्री स्वामी स्वरूपानंदही (श्री क्षेत्र पावस) ज्ञानदेवांच्या नाथ संप्रदायी परंपरेचे पाईक होते.

महाराष्ट्रात नाथपंथाचे जे सातत्य नांदत राहील, ते योगी आणि संत परंपरेतून; जोगींच्या परंपरेतून नव्हे किंवा त्यांच्या भिक्षेसाठी भटकंती करण्यामुळे नव्हे. स्वतः गोरक्षनाथांनी त्यांच्या पूर्वकाळी उदयास आलेल्या, वाढलेल्या आणि काही प्रमाणात विकृत बनलेल्या अनेक साधनप्रवाहांना आपल्या समर्थ नेतृत्वाने एकत्र आणले. गोरक्षनाथांचे नेतृत्त्व मान्य करून, त्यांच्याविषयी श्रद्धाभाव व्यक्त करून आणि नाथ संप्रदायाची नाममुद्रा स्वीकारून एकत्र आलेले पूर्वसंस्कारित लोक जे साधनप्रवाह विकृतीतून आणि विपरीत आचारापासून मुक्त झाले नव्हते, त्यांनी आपले दुराचार नाथ संप्रदायाच्या नावावर पुढे चालू ठेवले होते. त्यामुळेच सिद्धसिद्धान्तपद्धतीच्या अखेरच्या उपदेशात एकाच परमानुभवाच्या परिभाषेत पाशुपत-कापालिक-कालामुख इत्यादी पूर्व संप्रदायाची बाह्य लक्षणे स्पष्ट करून त्यांचा महासमन्वय साधण्याचा प्रयत्न केला आहे.

प्रत्यक्ष गोरक्षनाथांच्या नावावर प्रचलित असलेल्या कथा-गाथांत आणि लोकभाषेतील वचनांतही हे (लोकसंस्कार) पूर्वसाधनासंस्कार आढळून येतात. 'ऊर्ध्वरेता तो गोरक्ष' अशी गोरक्षनाथांची ख्याती सर्वत्र पसरली होती. ऊर्ध्वरेता हे योग्याचे ब्रीद तांत्रिक योगिनीकडून अनेकदा आव्हानाचा विषय बनल्याचे वामाचारी तांत्रिकांच्या इतिहासात दिसून येते. स्त्रीसंबंध करूनही जो पुरुष आपल्या रेताचे रक्षण करतो, तोच खरा 'ऊर्ध्वरेता' होय. अशी ऊर्ध्वरेता योग्याची परीक्षा होती. ही रूढी कायम चालत आली होती. 'गोरखबानी'मधील एक वचन असे सांगते -

भोगकरंता जो ब्यंद राषै:।

तो गोरक्षका गुरुभाई ॥

भग मुषि ब्यंद अगनि पुषीपारा ।

जो राषे सोगुरु हमारा ॥   (सबदी १४१-१४२)

(सारांश : असा जो भोग करताना बिंदुरक्षण करतो, तोच गोरक्ष गुरुबंधू होय. भगमुखात बिंदू आणि अग्निमुखात पारा सुरक्षितच तो ठेवतो.)

बिंदुरक्षणाची प्रक्रिया वामाचारी तांत्रिकाच्या मेळाव्यातली आहे. ज्ञानदेवांनी गोरखनाथांचे असाधारण व्यक्तित्व स्वीकारले. ते या सर्व प्रकारांपासून मुक्त आहे. विरोधीही आहे. त्यांच्या दृष्टीने गोरक्षनाथ 'योगाब्िजनी सरोवर' आणि 'विषयविध्वंसैकवीर' आहेत. परंपरेतील आद्यनाथांची चरित्रे स्वीकारून आपल्या परिशुद्ध विचारांत मांडली, म्हणून ज्ञानदेवांमुळे नाथ संप्रदाय महाराष्ट्रात उदात्त ठरला.

•••

नाथ संप्रदायाची ग्रंथरचना

ज्ञानकैवल्य

ज्ञानेश्वरांच्या नाथ संप्रदायी शिष्यपरंपरेतील शिष्य आणि 'ज्ञानकैवल्य' ग्रंथाचे कर्ते होते एकनाथ चिंतामणि. नाथ संप्रदायाच्या परमार्थावर वाटचाल करणाऱ्या साधकांसाठी गुरुसेवेचे विधीविधान सांगणारा हा विवरणात्मक असा ग्रंथ आहे. तसाच तो नाथ संप्रदायाच्या अभ्यासकांना महत्त्वाची शिदोरी पुरवणारा आणि महाराष्ट्रातील नाथ संप्रदायाच्या इतिहासाचा एक साधन-ग्रंथ म्हणूनही त्याचे महत्त्व वाढेल असा आहे. भारतीय इतिहासात नाथ संप्रदायाचे स्थान अनन्य असे तर आहेच; परंतु महाराष्ट्राच्या समाजाच्या आंतरिक जीवनाच्या विकासात या संप्रदायाने केलेले कार्य वर्णनातीत मानावे लागेल. 'योगब्िजनी सरोवरु । विषयविध्वंसैकवीरु'. अशा श्री गोरक्षनाथांच्या अद्वयानंद वैभवाचा वारसा गहिनी-निवृत्तिनाथांकरवी जेव्हा ज्ञानदेवांकडे आला, तेव्हा त्यांनी परमार्थाची सहस्रकमले प्रज्ञा-प्रतिभा-प्रचिती या त्रिवेणी तीर्थात आंतरिक रंग-रूप-गंधाने फुलविली. या दिव्य कमळांच्या परागांचे सेवन आजवर असंख्य साधकांनी, सिद्धांनी केले असून असंख्य सिद्ध-साधकांची मांदियाळी त्यावर तुष्ट-पुष्ट झाली आहे आणि पुढच्या काळातील अनेक परमार्थी भ्रमरांना, सिद्ध साधकांना हा चारा मिळत राहील हे सत्य आहे. याच अलौकिक परंपरेतील 'ज्ञानकैवल्य' हा ग्रंथ नाथ संप्रदायाचे अलौकिकत्व सांगण्यासाठी निर्माण झालेला आहे.

'ज्ञानकैवल्य' हे श्री चिंतामणिनाथ यांच्या प्रस्तुत ग्रंथाचे नाव पाहता मनात येते की, हा ग्रंथ तत्त्वविवेचक स्वरूपाचा असला पाहिजे. ज्ञानकैवल्य नामोच्चार करताच 'ज्ञानदेव तु कैवल्यम्' (ज्ञानानेच कैवल्यप्राप्ती होते.) या आचार्यांच्या वचनाची आठवण होते. ज्ञान हे कैवल्यस्वरूपच आहे असा बोध या नामातून सूचित होतो. परंतु प्रत्यक्षात हा ग्रंथ तसा तत्त्वविवेचक नाही. यामध्ये सद्गुरुसेवेची महती, सद्गुरुसेवेची रीती विस्ताराने विवरणस्वरूपात सांगितली आहे.

सद्गुरुसेवकाला गुरुपरंपरेचे ज्ञान असावयालाच हवे; म्हणून ग्रंथकाराने सेवाविषय बनलेल्या सद्गुरुचेच केवळ नव्हे, तर समग्र गुरुपरंपरेचे लीळाचरित्र संक्षेपाने पण श्रद्धेने गायले आहे.

जंव नेणे गुरु संतती । तव न पाहे अज्ञान राती ।

न प्रगटे स्वयंज्योती । ज्ञानसूर्यो ।।

वेदशास्त्र पुराण । तेया बोले अधःपतन ।

जेया नाही ज्ञान । गुरुपरंपरेचे ।।   (विवेकसिंधु १८.३०)

गुरुपरंपरा जाणून घेणे किती महत्त्वाचे आहे याचे विवेचन आदि कविराज 'मुकुंदराज' यांचे उद्गार बोलके आहेत. त्यांच्या मते गुरुसंततीचे म्हणजे गुरुपरंपरेचे ज्ञान ज्याला नाही, त्याचे जीवनात अधःपतन हमखास होते. जीवनातील अज्ञानाचा काळोख सरत नाही आणि ज्ञानाचा सूर्य किंवा त्याच स्वयंज्योतीचा दिव्य प्रकाश अनुभवायला मिळत नाही. असे तत्त्व महाराष्ट्रातील नाथ संप्रदायाच्या महासिद्धाने निश्चयाचे स्वरूपात सांगितले आहे. 'गुरुरेव परब्रह्म' हा पारमार्थिकांचा प्रचिती देणारा सिद्धांतीरूप ध्यानी विचार घेता सद्गुरूविषयक ग्रंथाला चिंतामणीनाथांनी 'ज्ञानकैवल्य' नाव देणे औचित्यपूर्ण वाटते.

केवळ प्रकरणाच्या पुष्पिकेमध्येच नव्हे, तर ग्रंथामध्येही (१.५, ६.१) इत्यादी ठिकाणी ग्रंथकर्त्याने ज्ञानकैवल्य नावाचे स्पष्ट निर्देश दिले आहेत. परंतु ते या संज्ञेचा व्यापक अर्थांनी अनेकदा वापर करून श्लेष रूपाने ग्रंथनाम सूचीत करतात. उदाहरण द्यावयाचे म्हटल्यास -

१.   (६.१२)   आदिनाथ महाजोगी। जो ज्ञानकैवल्याचा योगी।

२.   (६.२५)   तया म्हणिजे देवाधिदेवा। सांगिजे ज्ञानकैवल्य ठेवा।

३.   (९.२)   ज्ञान कैवल्याचे रहस्य। केसरीनाथ सामरस्य।

४.   (९.१२६) शिवदिन सद्गुरू माझा। ज्ञान कैवल्याचा जो राजा।

या सर्व संदर्भातून 'ज्ञानकैवल्य' या शब्दाने ज्ञान हेच कैवल्य हा भाव ग्रंथकाराला अभिप्रेत असून सद्गुरू आणि गुरुपरंपरेतील सर्व सिद्धपुरुष हे त्या ज्ञानकैवल्याच्या साम्राज्याचे चक्रवर्ती आहेत अशी त्यांची श्रद्धा आहे. या श्रद्धेच्या भूमिकेवरूनच 'ज्ञानकैवल्य' या ग्रंथनामाचे महत्त्व जाणून घ्यावयाचे आहे.

ग्रंथकार : श्री चिंतामणिनाथ : ग्रंथकाराने आपल्या या ग्रंथात, स्वतःच्या नावाशिवाय कसलीही अन्य माहिती दिली नाही. 'चिंतामणी गात कीर्ति' (३.८३), चिंतामणाचे पुरे आर्त (५.३३), चिंतामण चिंतनकळा (९.२०२) अशा प्रकारे चिंतामण किंवा चिंतामणि हा नामोल्लेख प्रकट होतो. परंतु हे आपले नाव चिंता +

मन अशा प्रकारे त्याची फोड करून श्लीष्ट अर्थाने आपल्या नावाची अप्रत्यक्षही नोंद केली आहे. उदाहरणार्थ,

शिवदिन महाराजा । सिद्धी नेईल सर्व काजा ।

चिंता मनीची त्याजला योजा । तोचि पूजा एकाग्रा । (४.१८)

मूर्ती ध्यानी नित्य सिवाची । चिंता मनाची राहील कोठे । (६.१८५)

गुरुकृपाबळाने ज्याच्या मनातील चिंतांचा निरास झाला आहे असा ग्रंथकार.

हे ज्ञानकैवल्यकार स्वतःला 'चिंतामण' म्हणवून घेत असले, तरीही त्यांचा निर्देश 'चिंतामणिनाथ' म्हणून करायला हवा. सांप्रदायिक पूर्ण नाव असावयास हवे. चिंतामणिनाथ हे शिवदिन केसरी यांचे शिष्य होते. त्यांच्या ठायी अनन्य गुरुभक्ती वसत होती. यापलीकडे त्यांच्याविषयी काहीही विधान करायला आधार मिळत नाही. त्यांनी रचलेले एक 'शिवदिनाष्टक' प्रकाशित झाले आहे. गुरूविषयीची अनन्य निष्ठाच ही रचना दाखवते. अन्य काही त्यातून मिळत नाही.

चिंतामणिनाथांनी 'ज्ञानकैवल्या'ची रचना त्यांचे गुरू देहस्वरूपात अस्तित्वात असताना, म्हणजे शिवदिन केसरींच्या हयातीत आणि पैठणच्या मठातच केली. शिवदिन केसरी शके १६९६च्या महाशिवरात्रीस समाधिस्थ झाले. या घटनेच्या अगोदर चौदा वर्षे पूर्व ज्ञानकैवल्याची रचना झाली.

सके सोळाशे ब्यांसित । मार्गशीर्ष मासां आंत ।

श्री शुक्ल चतुर्दशीचा अंत । पौर्णिमेची समाप्ती ।

विक्रम नाम संवत्सरी । आर्द्रा नक्षत्र रविवारी ।

(ज्ञान) कैवल्याख्यावसरी । ग्रंथ कैवल्य संपला । (९.११७-९८)

(हा दिवस इंग्रजीतील २१ डिसेंबर १७६१ असा येतो.)

ग्रंथाची व्याप्ती

ज्ञानकैवल्यामध्ये एकूण नऊ प्रकरणे असून ओवीसंख्या एकूण ७३६ इतकी आहे. प्रकरणांचा विस्तार कमीअधिक स्वरूपात आहे. चौथे आणि दुसरे प्रकरण फक्त १८ आणि २४ ओव्यांचे आहे, तर सहाव्या आणि नवव्या प्रकरणाची ओवीसंख्या १८५ आणि २०४ अशी आहे. रचना छंदोबद्ध असल्याने त्याच्या काव्यमय स्वरूपाचा विचार न करता एका गुरुभक्ताने गुरुचरित्राचे जे सांप्रदायिक स्वरूप गुरुसेवेच्या स्वरूपात सादर केले, त्याचा उपयोग अभ्यासकांना त्यातून होणार आहे.

चिंतामणिनाथांना आपल्या गुरुपरंपरेचा सार्थ अभिमान आहे. ते त्यांच्या निर्दे

शांच्या रचना नाथपंथ, आदिनाथ पंथ, सिद्ध संप्रदाय इत्यादी पर्यायी नामांनी करतात. ते म्हणतात -

यथा संप्रदाई रिघाला । तो सायुज्यपदा योग्य जाला।

आता न धरी संशयाला । निश्चयेसी सांगतो ।।   (६.१५७)

अशी निश्चयात्मक ग्वाही देताना त्यांच्या शब्दाशब्दामध्ये महान परंपरेने पोसलेला बोधाचा वारसा आहे. ज्ञानकैवल्यकाराची परंपरा फारच महत्त्वाची मानली जाते. ती अशी -

आदिनाथ > मच्छिंद्रनाथ > गोरखनाथ > गहिनीनाथ > निवृत्तिनाथ > ज्ञाननाथ > सत्यामलनाथ > गैबीनाथ > गुप्तनाथ > उद्बोधनाथ > केसरीनाथ > शिवदिननाथ > चिंतामणीनाथ अशी आहे.

शिवदिनांनी महाराष्ट्राच्या सीमा ओलांडून नाथ संप्रदायाच्या बोधाची वृष्टी केली, तर त्यांचे प्रशिष्य महिपतिनाथ यांनी मध्यप्रदेशात ग्वालेर-उज्जयिनी परिसरात परमार्थाचे अमाप पीक उत्पन्न केले.

शिवदिननाथांनी आपल्या 'ज्ञानदीप' ग्रंथाचे अखेरीस ३६० ओव्यांत (ओवी क्र. ८९६-१२५६) आपल्या गुरुपरंपरेचे विस्तारपूर्वक वर्णन केले आहे. प्रस्तुत ज्ञानकैवल्य ग्रंथामध्ये पहिल्या प्रकरणाच्या शेवटी (ओवी २३-३३) त्यांच्या परंपरेतील सिद्धांची नामावली दिली आहे. तसेच प्रकरण ६ ते ९ या चारी प्रकरणांत पाचशेहून अधिक ओव्यांत सिद्धांच्या विशेषत: उद्बोधनाथ, केसरीनाथ, शिवदिननाथ यांच्या चरित्र कथा गायल्या आहेत. 'ज्ञानकैवल्य' आणि 'ज्ञानप्रदीप' यातील अन्य स्फुट संदर्भ जे चरित्रविषयक आहेत, ते अभ्यासल्यावर लक्षात येते की, ह्या चरित्रकथा क्रमश: काळानुसार पुन्हा व्यवस्थित अन् संशोधनपूर्वक मांडल्या, तर महाराष्ट्राच्या साहित्यामध्ये नाथ संप्रदायाच्या परंपरेचे आणि कथांचे एक भव्य दालन उभे राहील आणि पुढच्या पिढीला हे सत्पुरुष काहीतरी प्रेरणा देऊन जातील. पण नाथ संप्रदायाविषयी आत्मीयता, संशोधनाची हातोटी आणि साधनसंपत्तीची विपुलता यांची गरज त्यासाठी लागेल.

तूर्तास चिंतामणिनाथांनी त्यांच्या ग्रंथातून चरित्रगाथा मांडताना विशेष नोंदी केल्या आहेत. त्या पाहू या.

स्त्री राज्याचे स्थान : गौतमीतीर

महायोगी मच्छिंद्रनाथ ज्या स्त्रीराज्यात काही काळ विसावले होते, ते मैनावतीचे अस्तित्व असलेले ते स्त्रीराज्य नेमके कोठे होते? अभ्यासकांत याबद्दल टोकाचे

मतभेद आहेत. कोणी हिमालयाच्या पादप्रदेशात तर कोणी आसामात असल्याचा दावा सांगतात. कोणी ते गंगेच्या मुखप्रदेशात, तर कोणी दक्षिणेतील श्रीशैल मल्लिकार्जुनाच्या प्रदेशातील कदळीवनात आहे असे सांगतात. ज्ञानकैवल्यकार हे स्त्रीराज्य गौतमीकाठी म्हणजे गोदातटी (गौतमीकाठी) असल्याचे विधान करतात. गौतमी-गोदावरी तटी, त्र्यंबकेश्वरी गोदावरी उगम पावते आणि आंध्रामध्ये राजमहेंद्रीजवळ पूर्वसागरी संगम साधते. म्हणजेच चिंतामणिनाथांच्या मतानुसार 'स्त्रीराज्य' - स्त्रियांचा प्रदेश आंध्रामध्ये कोठेतरी गोदावरीचे तटापाशी होता. अनेक सांप्रदायिक कथांमध्ये वर्णिलेले योगी योगिनीचे समूह आंध्र प्रदेशात गोदातटी कदलीबन (कदळीबन) येथेच होते मान्य करावे लागेल. कारण 'कदलीबन' आंध्रातच श्रीपर्वताच्या परिसरात गोदातीराच्या काहीसे दक्षिणेला आहे. ही वस्तुस्थिती 'ज्ञानकैवल्या'तील उल्लेखावरून लक्षात येते.

परिमळा राणी

गौतमी तीराच्या स्त्रीराज्याचे वर्णन प्रसंगातच आणखी काही गोष्टींचा उल्लेख आढळतो, त्याचाही विचार येथे उपयुक्त ठरेल!

पृथ्वी हिंडता मछंद्र व्यक्ती । स्त्रियादेश पाहिला निगुती ।

त्यात मुख्य परिमळा सती । तिच्या सेवेशि तुष्टला ।।

स्त्री या देशाची मुख्य राणी परिमळा नावाची होती. काही ग्रंथांमध्ये मैनावती असेही नाव येते. गहिनीनाथाच्या परंपरेतील आदिनाथ भैरव यांनी आपल्या 'नाथलीलामृत'मध्ये स्त्रीदेशाच्या राणीचे नाव परिमळा दिले आहे. गोरक्षनाथ अथवा महेश्वरीनंद यांच्या महार्थमंजरीतही जो ग्रंथ महाराष्ट्री अपभ्रंश भाषेतील ग्रंथाची स्वोपज्ञ टीका संस्कृतमध्ये आहे, त्या टीकेला त्यांनी 'परिमळा टीका' नाव दिले आहे. आपण महार्थमंजरी हा ग्रंथ चोल देशातील सिद्धयोगिनीच्या कृपापूर्ण आदेशाने रचल्याची माहिती महार्थमंजरीमध्ये दिली आहे. या सर्वांचा शोधपूर्ण विचार केल्यावर हे लक्षात येते की, महार्थमंजरीच्या परिमळा टीकेतही 'परिमळा' नावाच्या स्त्रीराज्याच्या योगिनीची स्मृती अमर केली आहे.

गैनीनाथ की मेनीनाथ

ज्ञानकैवल्यमध्ये गैनीनाथाचे चरित्र वृत्त अगदी वेगळे असे आढळते. (६.५३-६५) स्त्रीराज्यातून आपल्या गुरूना - मच्छिंद्रनाथांना मुक्त करण्यासाठीचा एक उपाय म्हणून गोरक्षनाथांनी परिमळेचा पुत्र मारून टाकला. ती शोकाकूल झाल्यानंतर मच्छिंद्रांच्या आज्ञेने गोरक्षांनी गौतमीची प्रार्थना करून एकसारखे शंभर पुत्र निर्माण केले. या मायाविद्येने परिमळा आणखी संभ्रमित झाली. तिच्याकडून गुरू

मच्छिंद्रांच्या मुक्तीचे वचन घेऊन एक पुत्र ठेवून बाकी सारे नष्ट केले. गौतमीपासून पुन्हा जन्मलेला हा मुलगा म्हणजेच 'गैनीनाथ' होय, असे चिंतामणिनाथांचे म्हणणे आहे. 'नाथलीलामृत'कारसुद्धा परिमळा-मच्छिंद्रपुत्राचे नाव गैनीनाथ असेच देतात. एकंदरीत ज्या गहिनीनाथांनी निवृत्ति-ज्ञानदेव शिष्य संप्रदायातून नाथपंथ महाराष्ट्रात प्रचलित केला त्या गहिनीनाथांची चरित्रकथा हा एक संशोधनाचा विषय होऊ शकतो.

निवृत्तिनाथ-ज्ञानदेवांचा पंथ स्वीकार

निवृत्ती-ज्ञानदेवांच्या नाथपंथ स्वीकृतीचा कालखंड चिंतामणिनाथांनी वेगळा दिला आहे. त्यांच्या मते घटना पैठणच्या विजययात्रेनंतर घडून आली. या संदर्भात त्यांनी म्हटले आहे -

चतुर्वर्णांचा शोधला आचार । म्हणतियात होईल अनाचार ।
यास्तव सिद्धनाथ पंथ साचार । हाचि सर्वोत्कर्ष मानला ।
ऐसे मानुनी नमिले द्विजाशी । पूर्ण विचार करुनी मानसी ।
शरण गेले गैनीसी । नाथ दीक्षेसी अंगिकारले । (६.९०-९१)

पैठणच्या ब्राह्मण मंडळींनी ज्ञानदेवादी भावंडांचे अलौकिक स्वरूप पाहून, अनुभवून शरणागती पत्करली, तरी त्यांना विप्रकुलात स्थान देण्याची प्रामाण्य गोष्ट मिळाली नाही. वर्णव्यवस्थेत स्थान देणे अवघड वाटले. त्यामुळेच सिद्धांचा नाथपंथ स्वीकारणे हाच त्यांना सर्वोत्कृष्ट मार्ग वाटला. 'नाथलीलामृत'कारांनीही ज्ञानेश्वर चरित्र संदर्भातच नाथपंथाचा गौरव करताना याच्याशी संवादी उद्गार काढले आहेत.

शास्त्राश्रय न देति जयाप्रती । तेचि वंद्य केले त्रिजगती ।
नाथ संप्रदायांची धन्य ख्याति । तेथ श्रुतिशास्त्र मौनावे ।

सत्यामलनाथ : ज्ञानदेवांचे अप्रत्यक्ष शिष्य (नाथलीलामृत २८.१७९)

ज्ञानदेव ते शिवदिननाथ या काळात ज्ञानदेवानंतर सत्यामल गैबीनाथ, गुप्तनाथ, उद्बोधनाथ, केसरीनाथ आणि शिवदिननाथ असे सहाच सत्पुरुष होऊन गेले. हा काळ मात्र त्यांच्या मानाने फार दीर्घ आहे. ज्ञानदेव शके १२१८मध्ये समाधिस्थ झाले आणि शिवदिननाथ शके १६९६मध्ये समाधिस्थ झाले. हे अंतर ४७८ वर्षांइतके प्रदीर्घ आहे. सहा सत्पुरुषांचा काळ (जीवनकाळ) आणि पावणे पाचशे वर्षांचे अंतर हा हिशोब निश्चितच असंभाव्य वाटणारा आहे. वंशपरंपरेतील क्रमापेक्षा गुरुपरंपरेतील पिढिगणना वेगळी धरावी लागते हे जरी खरे असले, तरी योगी व्यक्तीचे आयुर्मान इतरांपेक्षा अधिक असते हे गृहित धरूनही सुमारे दोनशे वर्षांचे अंतर या हिशोबात अधिक वाटते.

या बाबतीत अभ्यासक आजवर दोन प्रकारची अनुमाने मांडतात. त्यांच्या मते विस्मरणाने परंपरेतील काही योग्यांची नावे गाळली असतील किंवा कोणत्या तरी पुरुषांच्या काळात खंड पडला असावा. आणि तोही दीर्घ. यांपैकी पहिले अनुमान खरे ठरणार नाही. कारण यातील प्रत्येक नाथांनी आपली गुरुपरंपरा नोंदवताना तोच क्रम दिला आहे. त्यामुळे त्याबाबत संशय नसावा. दुसऱ्या अनुमानाला 'नाथकैवल्य' पुष्टी देते. ज्ञानदेव चरित्र कथन संपताच ते म्हणतात -

त्यासि सत्यामळ भितरे नवस केला । म्हणे ज्ञानेशा पुत्र देई मजला ।
तो अर्पिन शिष्य तुजला । तो सत्यामळनाथ स्वये शंभू ।। (६.९५)

याचा अर्थ सत्यामलाच्या जन्मापूर्वी त्यांच्या आई-वडिलांनी ज्ञानदेवाना असा नवस केला होता की, 'आम्हाला पुत्र द्या; तो शिष्य म्हणून तुम्हाला अर्पण करू.' हा नवस फळाला आला. त्या दांपत्यास जो पुत्र झाला, तोच ज्ञानदेवशिष्य 'सत्यामलनाथ' होय. नवस करण्याचा विधी ज्ञानदेवांच्या समाधिस्थ झाल्यानंतर त्याच परिसरात झाला असावा. हे संभवनीय आहे. याचा अर्थ हाच की, दोनशे वर्षांचे अंतर ज्ञानदेव व सत्यामलनाथ यांच्यात पडले. हे काळाचे अनुमान खरे आहे. सत्यामलनाथांचा काळ शके १४००च्या सुमारास येतो. म्हणजेच सत्यामल ज्ञानदेवांचे अप्रत्यक्ष शिष्य ठरले जातील. अप्रत्यक्ष हा शब्द भौतिक अर्थाने वापरला जातो, पारमार्थिक किंवा गुरुबोधाच्या दृष्टीतून नव्हे. यातून असाही अर्थ निघतो की, समाधीनंतर ज्ञानदेवांनी अनेक गोष्टी घडवून आणल्या असाव्यात आणि याचे महत्त्वाचे उदाहरण म्हणजे पावसचे स्वामी स्वरूपानंद. ज्ञानदेवांचे शिष्य आणि काळाचे अंतर फार मोठे आहे. असो. त्यामुळे याविषयी अधिक चर्चा करणे उचित ठरणार नाही.

आणखी काही

नाथ संप्रदायाच्या परंपरेतील सत्पुरुषांची चरित्रे जाणून घेण्यासाठी उपयुक्त अशी काही माहिती, मग ती महत्त्वाची असो वा सामान्य स्वरूपाची, चिंतामणिनाथांनी कथनाच्या ओघात जाताजाता सांगितली. काही गोष्टी सूचित केल्या, त्या लक्षवेधक आहेत हे निश्चित -

■ केसरीनाथांच्या चरित्रात त्यांनी सरकारी नोकरीचा त्याग करून, सद्गुरूंचा निरोप घेऊन प्रथमच नरसिंहपुरास आल्याची नोंद आहे. त्यामध्ये नरसिंह कुलदैवत असल्याचे त्यांनी म्हटले आहे. (८.८५-८६) तसेच केसरीनाथांचे मूळ नाव 'केशव' असल्याचे लक्षात येते. मग केसरी कसे? तर केसरी म्हणजे सिंह; आणि नरसिंह हे एक पर्यायी नाव असे डॉ. ढेरे म्हणतात.

■ चिंतामणिनाथांनी आपल्या गुरूंचा 'शिवदिन' असाही उल्लेख केला आहे. 'शिव'पुढे 'दीन' लावण्यामागे एक कथा आहे. 'जर्जरीबक्ष' नावाच्या मुस्लीम भक्ताने त्यांचे कीर्तन ऐकून तुम्ही साक्षात 'दीन' म्हणजे धर्मच आहात म्हटले. त्या मुस्लीम साधूची स्मृती म्हणून शिवपुढे दीन लावले. शिवदिनी म्हणजे शिवरात्रीला शिवदिन समाधिस्थ झाले, म्हणूनही कदाचित शिवदिन म्हणून 'शिवरात्री' महंत म्हणून हे नाव स्वीकारले असेल.

'ज्ञानकैवल्याचे' महत्त्व : नाथ संप्रदायाचा महाराष्ट्रातील इतिहास सांगणारा साधनभूत ग्रंथ म्हणून आजवर याकडे लोकांनी पाहिले; परंतु या ग्रंथाचे साधकांचे दृष्टिकोनातून जे महत्त्व आहे, ते गुरुभक्तीच्या दृष्टिकोनातून म्हणावे लागेल. या ग्रंथाच्या पहिल्या पाच प्रकरणांत गुरुसेवेचा विधी विस्ताराने सांगण्याचा प्रयत्न केला आहे. काया-वाचा-मन या त्रयींच्या सर्वस्वअर्पणाने गुरुसेवा कशी करावी हे सांगण्यासाठीच ज्ञानकैवल्य ग्रंथाची रचना झाली असे म्हणावे लागेल. गुरुसेवेच्या साधनेमधील बारीकसारीक तपशील चिंतामणिनाथांनी दिले आहेत. 'गुरुपाद' गवसल्याविना महत्सुखाची सोय लागणे शक्य नाही. स्वानुभवातून ते सतत असा इशारा देतात. ते म्हणतात, *'मन रंगे आत्मरंगी। ऐसा उपाय सांगतो'.* म्हणूनच मनाच्या अर्पणाची 'हातवटी' ते सांगतात -

मने करावे गुरुध्यान । मने सद्गुरुचे वंदन ।
मने तीर्थप्रसाद सेवन । मन एकाग्र गुरुपायी ।।
मने करावी धारणा । मने आत्मयोग विचारणा ।
मन जावे निरंजना । विचारपंथे करोनिया ।।
मने करावी मानसपूजा । मने ध्यावा श्री गुरुराजा ।
ऐसा देव नाही दुजा । म्हणोनि योजा मन तेथे ।।
ऐसे करिता साधन । सहजचि जाले मन अर्पण ।
म्हणोनि कायावाचामन । देऊन गुरु संतोषवी ।।

गुरुसेवेचे कायिक-वाचिक-मानसिक त्रिविध विधी विस्ताराने सांगताना गुरू भक्ताने प्रत्येक क्षणी कसे वागावे याचे काटेकोर मार्गदर्शन चिंतामणिनाथांनी केले आहे.

'गुरुभक्तीची गीता' आणि 'नाथसिद्धांची चरित्रगाथा' या दोन महत्त्वाच्या विषयांमुळे हा लघुग्रंथ अभ्यासनीय आहे. यामध्ये नाथपंथांच्या 'कथनी'चा (तत्त्वज्ञानाचा) ऊहापोह नसला, तरी 'रहणी'चा (आचारधर्माचा) सविस्तर विचार आला आहे. सहाव्या प्रकरणात ओवी १७ ते २३मध्ये नाथवेषाचे आणि नाथलक्षणांचे वर्णन पारमार्थिक अर्थातून आले आहे. नाथ संप्रदायाचा दुसरा विशेष

'हरि-हर' ऐक्याचा. याची जाण ज्ञानकैवल्यातून सहज होते. या नाथ संप्रदायाचे मूळ प्रवर्तक आदिनाथ, म्हणजे शिव असले, तरी प्रथम शिष्य मच्छिंद्रनाथ विष्णूचे अवतार मानले जातात. नाथ संप्रदायाचा उपासनापथ रामउपासनेचा आहे याची नोंद चिंतामणिनाथ करतात. रामनामाबरोबर कृष्णनामही केसरीनाथ घेत. म्हणजेच 'राम-कृष्ण-हरि' जोडल्यावर हा विषय वारकरी संप्रदायाकडे येतो.

नाथलीलामृत : तत्त्वगर्भ सिद्धकथा

नाथ संप्रदाय प्राचीन कालापासून आजतागायत धार्मिक, सामाजिक, वैचारिक क्षेत्रांत आपला प्रभाव पाडत आला आहे. नवनाथ, त्यांची संक्षिप्त जीवनकथा आणि मूळच्या संहितेत लोककथांची पडलेली भर यांमुळे नवनाथांखेरीज इतर नाथांच्या जीवनाविषयी सर्वसामान्य लोकांना फारसे ज्ञात नाही. नाथांचे जीवन जाणून घेण्यासाठी एक प्रमाणभूत ग्रंथ आज लोकांना हवा आहे. त्या दृष्टीने आदिनाथ भैरवाचा 'नाथलीलामृत' हे एक महत्त्वाचे साधन आहे.

नाथ संप्रदाय हा मध्यकालीन भारताच्या सांस्कृतिक इतिहासामध्ये महनीय स्थान पावलेला संप्रदाय आहे. इसवी सनाच्या अकराव्या शतकाच्या अखेरीस मच्छिंद्रनाथ शिष्य गोरक्षनाथ यांनी या अद्वैताधिष्ठित आणि योगप्रधान संप्रदायाचे दृढ संघटन करून त्याला अखिल भारतीय स्वरूप दिले. गोरक्षनाथांच्या योगाधिकारांत आणि करुणामय तेजस्वितेमुळे विविध पंथांचे अनेक पारमार्थिक पथिक त्यांच्याकडे आकर्षित झाले. त्यांच्या दिग्दर्शनात काम करू लागले. गोरक्षनाथांचे हे एक अनन्यसाधारण कार्य आहे. त्यांनी नाना मतांतील सत्त्वांश ग्रहण करून, त्यातील हीनता जाळून टाकून भारतीय साधनवृत्तीचे शुद्धीकरण केले. हा त्यांच्या जीवनातील प्रचंड संघर्ष म्हणावा लागेल. त्यांच्या पूर्वीच्या सिद्धांच्या साधनविशेषांचा आणि विचारधनाचा त्यांनी विवेकाने स्वीकार केला आणि भारतीय धर्मजीवनात क्रांती घडवणाऱ्या प्रतीती-प्रामाण्याला मोकळी वाट करून दिली. त्यामुळेच चौऱ्याऐंशी सिद्धांबरोबरच गोरक्षांबरोबर असलेल्या नवनाथांच्या कथा-गाथांनी सर्व भारतीय भारावून गेले. काश्मीरपासून कन्याकुमारीपर्यंत आणि काया-अवरोहणापासून कामरूपापर्यंत साऱ्या भारतीय लोकभाषांतील वाङ्मयात गोरक्षनाथ आणि त्यांचे सहगामी-अनुगामी यांच्या सिद्धीच्या कथा गूढतेने गायलेल्या दिसतात. त्यांच्याच विचारांचे अनुवाद केलेले आढळून येतात.

महाराष्ट्राने तर गोरक्षनाथांचा वारसा हातोहात सांभाळला आहे. ज्ञानदेवांद्वारे

नाथ संप्रदायाची वैभवी साधना एका आगळ्या समृद्धीने सह्याद्रीच्या दऱ्याखोऱ्यांत बहरली आणि संतसाधकांची-ईश्वरनिष्ठांची मांदियाळी मराठी जनांना अनवरत भेटत राहिली.

'नाथलीलामृता'चे कर्ते आदिभैरवनाथ, याच महिमामय नाथ संप्रदायाचे थोर वारसदार. त्यांचा हा ग्रंथ नाथसिद्धांच्या कथा कवनकुशलतेने रचणारा-गाणारा असून त्यामध्ये नाथविचारांचे विवरण जागोजागी आले आहे. एकोणिसाव्या शतकाच्या प्रथमार्धात रचला गेलेला हा ग्रंथ सुदृढ आधारावर उभा असल्याने त्याचे या साधनेच्या इतिहासात महत्त्व आहे.

अठ्ठावीस अध्यायांचा आणि ५४९३ ओव्यांचा हा ग्रंथ दुर्दैवाने आजवर उपेक्षित राहिला. याच विषयाच्या अन्य मराठी ग्रंथांपेक्षा हा ग्रंथ अनेक परिश्रेष्ठ असून, त्याची उपेक्षा व्हावी ही खेदाची बाब आहे. या लेखात 'नाथलीलामृत' - त्याचा काळ, लेखक आणि त्यातील तत्त्वज्ञानाचा विचार एवढेच आपण करणार आहोत. नाथांची चरित्रे आपण तेराव्या प्रकरणात संक्षेपाने पाहिली आहेत.

'नाथलीलामृता'चे नाथ संप्रदायाच्या दृष्टीने महत्त्वाचे स्थान असल्याने यापूर्वी हा ग्रंथ दोनदा प्रकाशित झाला. 'रा. विनायक भिकाजी टिल्लू वैडर अलिबागकर यांनी हा ग्रंथ प्रयत्नपूर्वक मिळवला आणि शुद्ध करवून सखाराम भिकूशेट खातू यांच्या शिलायंत्र छापखान्यात छापविला.' या उद्धृत प्रथम प्रकाशनाचा काळ आहे वैशाख वद्य ११ शके १७९१ (७ मे १८६९). त्यानंतर जवळजवळ तीस वर्षांनी मिती चैत्र शुद्ध १ शके १८२० (२३ मार्च १८८९) या दिवशी हा ग्रंथ मुंबई रा. गोपाळ नारायण आणि कंपनीचे मालक यांचेकरिता रामकृष्ण पिंगे वरेरकर यांनी गोपाळ नारायण आणि कंपनीच्या छापखान्यात छापून प्रसिद्ध केला. नंतरच्या पाऊण शतकात या ग्रंथाकडे आणि साधनेच्या दृष्टिकोनातून कोणी लक्ष दिले नाही. पुढे १९७२मध्ये डॉ. रा.चिं. ढेरे यांनी प्रामुख्याने पिंगे यांची प्रत वापरून आणि संदिग्ध स्थळांच्या स्पष्टतेसाठी टिल्लू प्रतीचा वापर करून या ग्रंथाची 'नाथलीलामृत'ची सुसंपादित प्रत मुंबईत छापून आणली.

नाथलीलामृत रचना - स्थळ आणि काळ

ग्रंथकाराने २८ अध्यायांच्या शेवटी स्थलकाळविषयीचा तपशील पुढीलप्रमाणे दिला आहे -

नर्मदेच्या उत्तरतीरी । विक्रमशकाचे माझारी ।

श्रीभैरव वरदे वैखरी । आदिनाथ नमतसे ।।

संवत अठराशे नव्वद । विधावसु (नाम) संवत्सर प्रसिद्ध ।

विटपक्षेत्री ग्रंथ अगाध । सिद्ध झाले गुरुकृपे ।।

शके सत्राशे छप्पन्न । गुरुवासर परमसुदिन ।

जयंति संवत्सर नाम निधान । ध्रुवज पद श्रोतयां ।।

मासोत्तम चैत्र मास । रामजयंति पुण्य दिवस ।

शुद्ध पक्ष माध्यान्हास । ग्रंथ समाप्त पै झाला ।।

ग्रंथाचे स्थलवर्णन करताना 'विटप' क्षेत्र म्हणून उल्लेख केला आहे. हे 'विटप' म्हणजे सांगली जिल्ह्यातील, खानापूर तालुक्यातील 'विटे' गाव असावे असे मत डॉ. ढेरे यांनी दिले आहे. हे गाव भैरव अवधूत ज्ञानसागर या दत्तोपासकांच्या घराण्यामुळे प्रसिद्ध आहे. नाथलीलामृताच्या रचनेचे वेळी विटे येथे भैरव अवधूत ज्ञानसागर हे विद्यमान होते. रेवण सिद्धेश्वर डोंगराचे सान्निध्य, नाथ संप्रदायाचे प्रिय दैवत असलेल्या दत्तात्रेयाचे वास्तव्य आणि साधुसंतांचा सहवास यामुळे ग्रंथकर्ता रचनेचे वेळी विटे येथे असावा. नर्मदेच्या उत्तरतीरी हा उल्लेख 'विक्रम संवत'साठी असावा, असेही मत डॉ. ढेरे यांनी मांडले आहे.

ग्रंथकाराने रचनाकालाची नोंद विक्रम संवत आणि शके शालिवाहन अशी दुहेरी केली आहे. 'चैत्र शुद्ध नवमी (रामनवमी) गुरुवार शके १७५६ जयनाम संवत्सर या दिवशी 'नाथलीलामृता'ची सांगता झाली.' या वेळी विक्रम संवत १८९० चालू होते. या तिथीला १८ एप्रिल १८३४ ही इंग्रजी तारीख येते. ग्रंथामध्ये उल्लेखिलेला कालनिर्देश बहुतांश बरोबर आहे. मात्र संवत्सर नाव 'जयंति' दिले आहे. ते 'जय' असावे. (मोडक जंत्रीमध्ये वारही शुक्रवार दिला आहे.)

टिल्लू प्रतीतील पाठभेदांनी रचनाकाळाच्या संदर्भांत थोडा गोंधळ निर्माण केला आहे. या प्रतीतील शकसंवत्सराचा मेळ जमत नाही. या दोन्ही प्रतींतील नोंदींवर उपाय शोधणे प्रत्यक्ष हस्तलिखित हाती आल्याखेरीज खरे नाही, असे डॉ. ढेरे म्हणतात.

ग्रंथकार आदिनाथ भैरव

नाथलीलामृताचे कर्तें आदिनाथ भैरव हे निघोजे (ता. खेड, जि. पुणे) या गावचे. पुणे-नाशिक मार्गावर पुण्यापासून पंधरा मैलांवरील मोशीपासून डावीकडे तीन मैलांवर हे गाव. या ठिकाणी क्षेत्रपाल भैरवाचे एक गाजते ठाणे आहे. आदिनाथांचे घराणे गुरवाचे असल्यामुळे पिढ्यान्पिढ्या भैरवनाथाच्या उपासनेत रंगले होते.

त्यांच्या पित्याचे नावही 'भैरवनाथ' असेच होते. मार्तंड भैरव (खंडोबा) आणि तुळजाभवानी ही त्यांची कुलदैवते.

शैव संस्कारांनी संपन्न असलेल्या घराण्यात आदिनाथांचा जन्म झाला. पिता भैरवनाथ नाथ संप्रदायाचे दीक्षित होते. आदिनाथांना दीक्षा पित्याकडूनच प्राप्त झाली. सद्गुरूंचे वत्सल छायाछत्र आदिनाथांना दीर्घ काळ लाभले असावे. नाथलीलामृत रचनेची प्रेरणा त्यांना सद्गुरूकडून लाभली. परंतु ग्रंथसिद्धीचा सोहळा मात्र त्यांना पाहावयास मिळाला नाही. *'ते जे करविला हा ग्रंथ। परि ग्रंथापूर्वी ते समाधिस्थ'* (२८.३१२) असा विषादपूर्ण उद्गार लेखकाने काढला आहे.

आदिनाथ भैरव हे प्रतिभासंपन्न नाथयोगी होते. हा पैतृक वारसा त्यांनी स्वतःच्या प्रतिभेने, साधनासमृद्धीने पुष्ट केला. शके १७५६मध्ये नाथलीलामृताची रचना करून आपल्या परीने एक प्रकारची साधना पूर्ण केली आणि ग्रंथनिर्मितीनंतर अकरा वर्षांनी शके १७६७, वैशाख वद्य एकादशी या दिवशी नाशिक क्षेत्री कृतज्ञतेने समाधीचा स्वीकार केला. रामनवमीचा मुहूर्त साधून ग्रंथाची सांगता करणाऱ्या या भक्ताने रामक्षेत्री निर्वाण केले.

आदिनाथ भैरवांचे घराणे निघोजे गावी आजही नांदत आहे. परंतु घरातील संपूर्ण हस्तलिखित संग्रह नष्ट झालेला आहे. एवढे मोठे लेखन करण्यासाठी जी साधनसामग्री गोळा केली असेल, त्याचा मागमूसही लागला नाही ही दुःखाची गोष्ट आहे. पुण्याच्या भारतीय इतिहास संशोधक मंडळात बाडांक ४६४मध्ये निघोजे येथील भैरवनाथच्या उपासनेत वापरले जाणारे स्तोत्रे-आरत्या असलेले बाड श्री. गणेश सखो कुलकर्णी यांचेकडे मिळाले. त्यामध्ये अगदी अलीकडे लिहिलेल्या (१३ सप्टें.१८९५) या बाडात भैरवनाथ स्तोत्रे, आरत्या, श्लोक, पदे वगैरे आहेत. परंतु या ग्रंथातील रचना अप-पादांनी भरल्या आहेत. उदा. निघोजच्या भैरवनाथाला 'निघोज मल्ल' म्हटले आहे.

प्रस्तुत बाडामध्ये 'नेमाचे अभंग' या शीर्षकाखाली या भैरवभक्त असलेल्या आदिनाथ भैरवाचे दोन अभंग दिले आहेत ते असे -

धावे पावे नाथ नारायणा । भक्तवत्सला सखया ।।

दिनानाथा दिनबंधु । कृपासागर करुणासिंधु ।।

तूचि माझी जनकजननी । कोण पाहे तुज वाचोनि ।।

शरणागताची माऊली । भैरव दासाते पावली ।

शरण तुझे तुज आले । आता सांभाळावे भले ।।

सर्व सत्ता तुझी नाथा । देवा योगेश्वरी कांता ।।

तू जडमूढा उद्धरीसी । कृपा हस्ते तू तारिसी ।।

रोगाविण नामस्मरणी । रत झाला भैरवचरणी ।।

आदिनाथाला पित्याकडून लाभलेला वारसा जो परमार्थ परंपरेचा आहे, हा केवळ महाराष्ट्राचाच नव्हे, पूर्ण भारतीय परंपरेचा वारसा आहे. एका दिव्य इतिहासधारेशी निगडित आहे. आदिनाथ भैरव हे गहिनीनाथांच्या अलक्षित परंपरेतील अधिकारी शिष्य होते. गहिनीनाथांनी निवृत्तिनाथांच्या द्वारा प्रवाहित केलेल्या विचारधारेने महाराष्ट्राचे अंग भिजवून टाकले. पण गहिनीनाथांच्या शिष्याच्या दुसऱ्या एका धारेत आदिनाथ भैरव तीर्थरूपात पावले. ही गुप्त सरस्वती धारा केवळ आदिनाथ भैरवांच्या नाथलीलामृतामुळे प्रकट झाली. 'नवनाथ भक्तिसार', 'नवनाथ कथासार' आणि (नव) नाथलीलामृत असे ग्रंथ मराठी मुलखात नाथ संप्रदायाची प्रचंड परंपरा निर्माण करण्यासाठी उपयोगी पडली आहे. यातील काही ग्रंथ केवळ 'पारायण' ग्रंथ झाले, तर आदिनाथ भैरवांचा हा ग्रंथ नाथ संप्रदायाच्या परंपरेचा समग्र इतिहास पुरवितो. उदाहरणार्थ,

मुख्य आदिनाथ उमारमण । तेथून मत्स्येंद्रा प्राप्त गुह्यज्ञान ।

मत्स्येंद्रे गोरक्षा उपदेशून । नाथपंथ विरुढाविला ।

जेणे नव्याण्णव कोटी भूप । उद्धरीले निज प्रतापे ।

तेणे घेऊन सकृप । उपदेशिले गहिनी ते ।।

सकृप होऊनि गहिनीनाथ । प्रकाशनाथाले उपदेशित ।

तेणे अनुग्रहिला चिद्रंजननाथ । अद्भुत प्रताप जयाचा ।।

जो सत्‌चिदानंद चिद्घन । तो चातक उत्पत्तीस वर्षे जीवन ।

त्या उत्पत्तीनाथा पासून । प्रवृत्तीनाथ लाभले ।।

प्रवृति पासाव हंसनाथ । हंसे निरंजना केले सनाथ ।

तेथून सिद्धनाथाचा निजगुह्य प्राप्त । पुढे भैरव निजगुरु ।।

(२८.२८०-८१ / ३०२-३०९-१०)

'या गुरुराज मालिका स्मरणी'मधील रत्नमण्याच्या नाथपंथीयांचा क्रम वाचकांच्या लक्षात आला असेल. यामध्ये गहिनीनाथापर्यंतची परंपरा आपल्या लक्षात येते. गहिनीनाथांचे शिष्य प्रकाशनाथ यांची कथा आदिनाथांनी दिली आहे. जयपूरच्या राजा सोमयांचे ते पुत्र. मूळ नाव 'स्वप्रकाश'. पत्नीच्या मुखातून आत्मतत्त्वाची जाण त्यांना आली. एका देवीला प्रसन्न करून गोरक्षभेटीचा मार्ग विचारला. देवीने म्हटले, 'मी कपोत पक्षी होऊन ज्याच्या शिरावर छाया धरेन, ते गोरक्षनाथ. त्यांना तू शरण जा.' गंगेच्या तटी मनकर्णिका घाटावर गोरखनाथ स्नानाला आल्यावर सावली

धरली. प्रकाशनाथ शरण गेले. गोरक्षांनी शिष्यत्व दिले. प्रकाशनाथाचे जयजयपूर कोठे होते, याचा पत्ता लागत नाही.

आदिनाथ भैरव शिवोपासक कुलात जन्मलेले. पण त्यांच्या पांडित्याचा प्रकर्ष नाथलीलामृतातही दिसून येतो. नाथलीलामृतात प्राचीन मराठी संत-पंत वाङ्मयाचे दर्शनही त्यांनी घडवले आहे. अरूपाला रूप देण्याचा प्रभाव ज्ञानदेवाच्या वाणीत दिसतो तसाच आणि मुक्तेश्वराची मराठी कवनकुशलता त्याच्या वाणीत दिसते. मराठीबरोबर संस्कृतचा अभ्यासही त्यांच्या व्यासंगात होता. हे त्यांच्या लेखनशैलीतून जाणवते. आपल्या विषयविवेचनाच्या पुष्टीसाठी श्रुतिप्रमाणांचा त्यांनी वापर केला आहे. अद्वैत वेदान्ताच्या समर्थनात त्यांनी योगवासिष्ठ, भगवद्गीता आणि भागवत यांचे साक्षात संदर्भ वापरले आहेत. शंकराचार्यांच्या चरित्राचे कथन करताना शांकर दिग्विजयाबरोबर 'हस्तामलक', 'मनीषापंचक', 'कालभैरवाष्टक' इत्यादी कृतींचा वापर त्यांनी केला आहे, तर आदि शंकराचार्यांच्या वज्रसूचि उपनिषदाचा अनुवादही त्यांनी केला आहे. याशिवाय संस्कृत सुभाषिते, धर्मग्रंथ, काव्यग्रंथ, न्यायादि शास्त्रे याचीही उदाहरणे वापरली आहेत. त्यांच्या संस्कृत अभ्यासाचे ते प्रतीक मानावे लागेल.

'नाथलीलामृत'कार भैरवनाथांच्या परंपरेतील आदिनाथ असल्याने मुख्यत्वे नाथ परंपरेचा त्यांच्या लेखनावर परिणाम झालेला दिसतो. आदिनाथांनी पातंजल योगसूत्रापासून हठयोग प्रदीपिकेपर्यंत योगग्रंथांची दखल घेतली आहे. गुरू गोरक्षनाथ हे नाथ संप्रदायामधील श्रेष्ठ पुरुष. त्यामुळे त्यांच्या रचनांचा संदर्भ अधिक आढळून येतो. उदाहरणार्थ, सिद्धसिद्धान्तपद्धती, अमनस्कयोग, विवेकमार्तंड, गोरक्ष शतक, गोरक्षबोध, गुरुगीता, केदरकल्प, गुरुकल्पखंड, मत्स्येंद्र संहिता इत्यादी नाथ परंपरेला भूषणावह असणारे ग्रंथही त्यांनी वापरले आहेत. त्यातील संदर्भ आणि उद्धरणे जागोजागी आढळतात.

संस्कृत आणि प्राकृत ग्रंथांचा वापर करून नाथ संप्रदायाचे महत्त्व सांगणारा हा ग्रंथ केवळ अभ्यसनीय नसून सामान्यांचे मनाला फुलवणारा, वाचनीय असा आहे. अशा प्रकारे आदिनाथांनी संस्कृतचा पैतृक वारसा आपल्या वाणीतून दाखविला आहे.

ध्वनि वज्रसूचिचा

आदिनाथांच्या प्रगाढ अभ्यासात 'वज्रसूचिकोपनिषद' हे जन्मजात श्रेष्ठतेवर आधारलेले उपनिषदिक तत्त्वचिंतन आहे. ग्रंथकर्ता परंपरेने आदि शंकराचार्य आहेत. या ग्रंथाचे एक संस्करण, कदाचित ते मूळ रूप असेल बौद्धधर्माच्या

वातावरणात अश्वघोषाच्या नावावर प्रचलित होते. आदिनाथांनी नाथलीलामृताच्या सत्ताविसाव्या अध्यायात वज्रसूचिक उपनिषदाचा उल्लेख आदिशंकराचार्यांचे चरित्र सांगतानाच केला आहे. (२७.२५३-७४) दिग्विजय प्राप्त करून शंकराचार्य काशीला आल्यावर क्षेत्रपाल भैरवाने आचार्यांची परीक्षा पाहण्यासाठी चांडाळाच्या रूपाने देवतेला पाठवले. शंकराचार्यांनी तो चांडाळ जवळ येताच त्याला 'जा, जा' म्हणून हाकलले. त्याप्रसंगी चांडाळ देवतेने आचार्यांना छेडले. आदिनाथांनी चांडाळामुखी जे उद्गार टाकले, ते वज्रसूचिकोपनिषदातले विचार संक्षेपाने अनुवाद करणारे आहेत. उदाहरणार्थ, मूळ वज्रसूचिकोपनिषद आणि आदिनाथ भैरवांचे त्यावरचे भाष्य नमुन्यादाखल पाहू या -

ब्रह्म क्षत्रि वैश्यशूद्रा इति चत्वारो वर्णस्तेषां ब्राह्मण एव प्रधान इति वेदवचनानुरूप स्मृतिभिरप्युक्तम्। तत्र चोद्यस्ति कोवा ब्राह्मणोनाम। किं जीव: किं देह: किं जाति: किं ज्ञानं किं कर्म किं धार्मिक इति। - आदिनाथ म्हणतात.

तुज ब्राह्मणाचा अभिमान । तरी मी करितो तू ते प्रश्न । अष्टोविकल्पी समाधान । करि माझे सुजाणा । प्रथम मुख्य चार वर्ण । त्यात श्रेष्ठत्व ब्राह्मण: । ज्ञान की जीव की देह की वर्ण । धर्मज्ञान की पांडित्य । जीव ब्राह्मण म्हणसि जरी । तरी जीवसृष्टीच हे निर्धारी । चांडाळादि देहधारी । ब्राह्मण कैसेचि ते होती ।

संत तुकारामांना गुरू करण्यात संत बहेणाबाईंनी याच कृतीचा आधार घेतला होता. एकोणिसाव्या शतकात घडलेल्या प्रबोधनामध्ये या कृतीचा वारा महत्त्वाचा आहे. अर्थात नाथलीलामृतकार आदिनाथ हे गुरव समाजात जन्मलेले असून आणि वज्रसूचिकोपनिषदाच्या विचारांचे पुरस्कर्ते असूनही ब्राह्मणश्रेष्ठत्वाच्या संस्कारातून ते सुटले नव्हते. त्यांनी ग्रंथाच्या अखेरीस म्हटले आहे -

कीं अष्टादश वर्ण । त्यात श्रेष्ठ जेवी ब्राह्मण ।

तो भ्रष्ट असो परि श्रेष्ठ जाण । तयासि नमन करावे ।। (२८-३२०)

ज्यांना शास्त्राने (श्रुतिविद्येने) आश्रय नाकारला, त्या उपेक्षितांना नाथ संप्रदायाने आश्रय देऊन तिन्ही लोकांत धन्य केले. ही त्या नाथ संप्रदायाची लौकिकता आणि थोरवी होय. असा नाथ संप्रदायाचा यथार्थ गौरव ज्ञानदेवांच्या चरित्र संदर्भात आदिनाथांनी केला आहे. ज्ञानदेव गोरक्षनाथांइतकेच प्रिय वाटतात, मोठे आहेत असे ग्रंथकाराला जाणवते. बाविसाव्या अध्यायात लेखकाने गुरुसेवनाचे जे लोभस वर्णन केले आहे (ओवी १००-११५), ते ज्ञानेश्वरीच्या तेराव्या अध्यायातील 'आचार्यो पासने'वरील भाष्याचे स्मरण घडविणारे आहे. *'पिंडे पिंडाचाहि ग्रास । हा तो नाथ संप्रदायी दंश ।।'* (२०.७७) हे आदिनाथाचे वचन म्हणजे ज्ञानेश्वरांच्या *'पिंडे पिंडाचा*

ग्रासु । तो हा नाथ संकेतिचा दंसु ।' या वचनाचा सरळसरळ प्रतिध्वनी आहे. तसेच ज्ञानदेवांच्या हरि-हर ऐक्याचे, त्या विचारसरणीचे आदिनाथ भोक्ते आहेत. दत्तात्रेय-गोरक्ष भेटीस (अ-२६) ते म्हणतात -

मूळ दत्तनाथ संप्रदाय । पाहता असती अद्वय ।

एका स्थळीचे मार्ग उभय । परि अवसानि एकचि ।।

मुख्य स्मार्त भागवत । शैव तरी तो वैकुंठनाथ ।

परमवैष्णव उमाकांत । एवं हरिहर ऐक्य पै ।।

एकंदरीत, हा ग्रंथ विचार, रचना, आधार, संदर्भ या सर्वच दृष्टींनी वाचनीय आणि रोचक बनला आहे. या कथांतून ऐतिहासिक सत्याची बीजेही विखुरली आहेत. उदाहरणार्थ, परिमळा राणीचे 'मल्याळी' देशातील स्त्रीराज्य, त्यात मच्छिंद्रांचा प्रवेश या गोष्टी ऐतिहासिक दृष्टीने विचारणीय आहेत. गोरक्षनाथांच्या 'महार्थमंजरी'मध्ये मच्छिंद्रनाथांचा चौल देशाशी सांगितलेला संबंध आणि महार्थमंजरीच्या स्वोपज्ञ टीकेत 'परिमला'मध्ये हे सांगितलेले नाव या दोहोंचा विचार करावा लागेल. एकूणच नाथ संप्रदायाचा इतिहास आणि त्या संप्रदायाची विचारसरणी अभ्यासण्यासाठी उपयोगी पडणारा एक अप्रतिम असा ग्रंथ, समृद्ध वैचारिक असा आदिनाथ भैरवांचा 'नाथलीलामृत'चा नामनिर्देश करावा लागेल.

श्री नाथलीलाविलास

श्री नाथलीलाविलास या ग्रंथात ज्याचे लीलागान केलेले आहे, ते लेखक गोपालनाथ संत एकनाथांच्या नाथपंथी संप्रदायाचे एक प्रभावशाली सत्पुरुष होते. त्यांनी प्रबोधलेल्या अनेक व्यक्तींनी बृहन्महाराष्ट्रात त्यांचा पारमार्थिक वारसा सांभाळला; तसेच नाथ संप्रदायाचा विस्तारही केला. त्यांच्या परंपरेतील मठ पुण्यापासून नागपूरपर्यंत, संपूर्ण महाराष्ट्रभर विखुरलेले आहेत. अशा थोर सांप्रदायिक संतांच्या चरित्रविषयक सामग्री एकत्रित करून, त्यांचा संशोधनात्मक अभ्यास करून निखळ ग्रंथ निर्माण होणे या दृष्टिकोनातून त्रिपुटी (सातारा) येथील गोपाळनाथ मठाचे अधिपति श्री. विश्वनाथ भाऊसाहेब घोलप यांनी प्रस्तुत 'नाथलीलाविलास' ग्रंथ भाविकांच्या समोर आणला.

श्री. घोलप हे त्यांच्या परंपरेतील म्हणजे गोपालनाथांच्या ज्येष्ठ बंधूंच्या वंशातले असून त्यांची गोपालनाथविषयक श्रद्धा उत्कट आणि डोळस आहे. त्यांनी इतर अनेक गोपाळनाथ भक्तांच्या सहकायने श्री गोपालनाथ आणि त्यांच्या परंपरेतील अन्य साधूंचे वाड्मय प्रकाशित करण्याचा प्रयत्न केला. या प्रयत्नांमुळे

आतापर्यंत श्रीगोपालनाथकृत 'गाथा', 'गुरुगीता', 'समाधिप्रबोध'; श्री गोपालनाथांचे बंधू श्यामराज यांचा 'गाथा', 'नामपाठ'; श्री गोपालनाथांचे शिष्य भट गोपाळकृत हिंदी 'निजरत्नाकर', 'शेख सुलतानाची कविता', त्रिपुटीच्या नाथ समाधी मंदिरातील नित्योपासनापर स्फुट काव्यांचा संग्रह, 'श्री नाथांचिये द्वारी' आणि या परंपरेतील साधूंच्या स्तवनांचा संग्रह 'नमेयिली माउली' इत्यादी स्फुटांचे प्रकाशन केले आहे. आता 'श्री नाथलीलाविलासा'च्या प्रकाशनाने या सांप्रदायिक ग्रंथपरंपरेत एक पाऊल आणखी पुढे पडले आहे आणि भविष्यकाळात यथावकाश श्री गोपालनाथांचे अप्रकाशित वाङ्मय प्रकाशित होईल असे वाटते. सध्या त्यांच्या चरित्रावरील मराठी ओवीबद्ध ग्रंथ अलीकडेच प्रकाशित झाला आहे.

'श्री नाथलीलाविलास' ग्रंथाचे हस्तलिखित

या ग्रंथाचे हस्तलिखित कऱ्हाड तालुक्यात उंब्रजच्या उत्तरेस, कृष्णा-तारळी संगमावर (कोरटी गावाजवळ) असलेल्या भोसलेवाडी नावाच्या गावच्या श्री. हंबीरराव नाथाजी भोसले यांच्या संग्रही मिळाले. भोसलेवाडी वसवणारे श्री. गणोजी भोसले हे गोपालनाथांचे शिष्य होते आणि त्यांच्या भक्तीमुळेच या वस्तीचे नाव 'गोपालवाडी' पडले. प्रस्तुत ग्रंथ श्री गोपालनाथ परंपरेतील श्री. हैबतराव घाटगे यांनी गणोजीचे पुत्र आबाजी भोसले यांच्यासाठी रचला असून, उपलब्ध हस्तलिखित ग्रंथकाराच्याच हातचे आहे असे हस्तलिखितातील समाप्तीलेखावरून दिसून येते.

समाप्तीलेख असा आहे - 'शके १७५१ विरोधीनाम संवत्सरे, माहे जेष्ठ शुद्ध १३, सोमवार प्रथम प्रहरी ग्रंथ समाप्त. हस्ताक्षर श्री. हैबतराव घाटगे, पुसे सावळी (वस्ती) इति नाथ लिलाविलास ग्रंथ समाप्त अध्याय १८ । ग्रंथ संग्रहिते आनंदराव बीन आबाजी भोसले, मौजे कोरटी, वास्तव्य सन्निध आसन श्रीनाथांचे' - म्हणजे ही प्रत खुद ग्रंथकाराच्या हातची असून ती प्रत ग्रंथाचा श्रोता असलेला आबाजी भोसले यांचे पुत्र आनंदराव भोसले यांच्या मालकीची आहे.

चरित्रनायक श्री गोपालनाथ

श्री नाथलीलाविलासचे चरित्र नायक श्री गोपालनाथ हे एकनाथांच्या परंपरेतील आहेत. त्यांची परंपरा एकनाथ > नित्यानंद (गावबा) > कृष्णनाथ > विश्वंभरनाथ > मुरारनाथ > रंगनाथ > गोपाळनाथ अशी आहे. गोपाळनाथ मूळचे औरंगाबाद परिसरात राहणारे. वडिलांचे नाव गोविंद, आईचे नाव आनंदीबाई. हे कुटुंब शुक्ल यजुर्वेदी, कौंडिण्य गोत्री होते. त्यांचे आडनाव घोलप होते. ते आजन्म ब्रह्मचारी

होते. त्यांचे धाकटे बंधू श्यामराज तथा नानासाहेब हेदेखील ब्रह्मचारी होते. त्यांनी आपले महान बंधू गोपाळनाथ यांचे चरित्र लिहिण्याची (ओवीबद्ध) प्रेरणा आपले पुतणे व शिष्य विठ्ठलनाथ यांना दिली. (अ.३२ ओ ७५००) गोपाळनाथांचे थोरले बंधू रामचंद्र यांच्या वंशातील पुरुष पुढे गोपाळनाथांच्या त्रिपुटीच्या मठामध्ये क्रमाने मठाधिपती होत राहिले. गोपाळनाथांची संजीवन समाधी त्रिपुटी (सातारा) येथे आहे. त्यांनी या ठिकाणी श्रावण वद्य ३० शके १६८८ रोजी समाधी घेतली.

त्यांच्या शिष्यमंडळींत समाजाच्या सर्व थरांतील व्यक्तींचा समावेश आहे. त्यामध्ये शेख सुलतानांसारखे मुसलमानही होते. विदर्भातील प्रसिद्ध संतकवी देवनाथ आणि दयाळनाथ हे दोघेही गोपाळनाथांच्या परंपरेतील होते.

गोपाळनाथांची ग्रंथरचना

गोपाळनाथांनी 'शिरोमणि' हा ग्रंथ, 'समाधी बोध' हे छोटे प्रकरण, अभंगात्मक 'कृष्णलीला', 'गुरुगीता' आणि काही स्फुट काव्ये एवढी रचना केली आहे. 'शिरोमणी' या ग्रंथाचे अठरा किरात (अध्याय) असून ओवीसंख्या ९२०९, म्हणजे जवळजवळ श्री ज्ञानेश्वरी ग्रंथाइतकी आहे. या ग्रंथाच्या रचनेची सांगता ज्येष्ठ वद्य ७ शके १६६८ शुक्रवार या दिवशी कृष्णा-तारळी संगमावर गोपाळवाडी येथे झाली. याचा अर्थ असा होतो की गोपाळनाथांनी आपले शिष्य गणोजी भोसले यांच्या वाडीतच हा ग्रंथ लिहिला. समाधी बोध हे प्रकरण केवळ १०८ ओव्यांचे असून त्यात परमानुभव ग्रथित केला आहे. या प्रकरणाचा रचनाकाल असा नोंदवला आहे -

कालयुक्त संवत्सर । वद्य पक्ष चैत्र गुरुवार ।

शिवयोग हस्त नक्षत्र । ग्रंथ संपूर्ण जाहला ।।१०८।।

ही रचना 'शिरोमणि' पूर्वी आठ वर्षे, शके १६६०मध्ये झालेली दिसते. 'गुरुगीता' हे प्रकाशित प्रकरण 'श्री नाथलीलविलासा'एवढे आहे. अभंगात्मक कृष्णलीलेचे बाड (अभंग १६३) कृ.वि. आचार्य कालगावकर यांना तांदळवाडी (ता. कोरेगाव, जि. सातारा) येथे वाठारे उपनावाच्या गृहस्थाकडे पाहावयास मिळाल्याची नोंद (भा.इ.सं.मं. वार्षिक इतिवृत्त शके १८३७मध्ये) आहे.

श्री नाथलीलविलासाचा कर्ता हैबतराव घाटगे, म्हणजे पुसेसावळी येथे समाधिस्थ झालेले, 'कलगी संप्रदायाचे सम्राट' समजले जाणारे प्रसिद्ध शाहीर 'हैबती' हे होते. गोपाळनाथांचे पुतणे आणि प्रशिष्य विठ्ठलनाथ यांचे ते शिष्य होत. त्यांच्या शाहिरी कवनांपैकी काही कवनांचा संग्रह प्रसिद्ध झाला आहे.

तसेच त्यांचा 'तूर्तबोध' नावाचा, अद्वैत वेदान्तावरचा ओवीबद्ध ग्रंथ (ओ. ५१७) प्रकाशित आहे. तूर्तबोधाची रचना फाल्गुन वद्य २ शके १७६२ या दिवशी पूर्ण झाली. अलीकडे श्री. सुरेश जोशी यांनी हैबतीबुवांचा आत्मानुभव ग्रंथसार नावाचा ग्रंथ (अ. १२ ओ. ४२८) प्रकाशात आणला आहे.

(पाहा. इंद्रायणी, जुलै १९६३, पृ. ५४-५५)

हैबतीबाबांच्या गुरुपरंपरेची समस्या आहे. नाथलीलाविलासात आदिनाथ > पार्वती > मच्छिंद्र > गोरक्ष > गहिनी > निवृत्ती > ज्ञानदेव > सत्यामल > गैबी > गुप्त > उद्बोधकेसरी > मुरारीनाथ > रंगनाथ > गोपाळनाथ > विठ्ठलनाथ > हैबती अशी दिली आहे; तर 'आत्मानुभव ग्रंथसार'मध्ये ती आदिनाथ > पार्वती > मच्छिंद्रनाथ > गोरखनाथ > गहिनीनाथ > निवृत्ति > ज्ञानेश्वर > सत्यामल > गैबीनाथ > गुप्तनाथ > उद्बोधनाथ > केसरीनाथ > मल्हार > रंगनाथ > हरिनाथ > हैबती अशी आहे. अर्थातच हा विषय संशोधनाचा मानावा लागेल.

श्री नाथलीलाविलासाचे स्वरूप

या ग्रंथाचे एकूण १८ अध्याय आहेत आणि ओवी संख्या ८३१ इतकी आहे. पहिल्या अध्यायात मंगलाचरण ग्रंथरचनेत मिळालेली प्रेरणा, दुसऱ्या अध्यायात गोपाळनाथांचे संक्षेपाने पूर्ववृत्त दिले आहे. त्यांना रंगनाथाकडून प्राप्त झालेले बोधाचे वृत्त आहे. या अध्यायात त्यांचे मूळ गाव बाभुळगाव सांगितले आहे. शामराजकृत चरित्रग्रंथानुसार या स्थानी परमहंसांना गोपाळनाथांकडून दीक्षा मिळाली. पहिला मठ स्थापिला, तिसऱ्यात गोपाळनाथ काशीयात्रेला गेले. त्यातून शाहूंशी संबंध आणि संघर्षाचे वृत्त अकराव्या अध्यायापर्यंत चालू आहे. त्यासंबंधी ऐतिहासिक काही सांगता येत नाही. शाहूंनी गोपाळनाथांकडे पाठवलेल्या चार कानफाट्यांना शिष्यत्व दिले. त्यांच्या समाधी आहेत. अध्याय १२ ते १४ गोपाळनाथांनी नणोजीवर केलेली कृपा इतिहास प्रसिद्ध आहे. अध्याय १५ ते १८ शुद्ध तत्त्व विवरण आहे. शेवटी ते म्हणतात, 'श्रोती व्हावे सावधान। ग्रंथा देई जे अवधान। ग्रंथसिद्धिसी कारण। तुमचे श्रवण एकले।।'

•••

गहिनीनाथांची पारंपरिक वैशिष्ट्ये

(शैव-वैष्णवांचा मिलाफ घडवणारे गहिनीनाथ)

महाराष्ट्रात नाथ परंपरेला ज्यांनी महानता प्राप्त करून दिली, नाथ संप्रदाय आणि भक्ती संप्रदायाचा संगम घडवून आणला, यौगिक साधना आणि नामसाधना यांचा मिलाफ घडविला, नाथांची शैवसाधना आणि विष्णुरूप वैष्णवी विठ्ठलाची भागवती साधना ज्यांनी एकत्र केली, शैव-वैष्णवांचा मिलाफ, दोन संप्रदायाचा समन्वय ज्यांच्यामुळे महाराष्ट्रात घडून आला, त्या संत ज्ञानेश्वरांचे गुरू गहिनीनाथ यांना याचे श्रेय द्यावे लागेल. कारण गौतमी (गोदावरी) तीरावरच्या या महापुरुषाने अलंकापुरीच्या इंद्रायणी काठावरच्या सत्पुरुषाला दीक्षा दिली आणि मग हा इंद्रायणीचा प्रवाह चंद्रभागेकडे नेण्याचे काम ज्ञानदेवांनी केले. संत कवयित्री बहेणाबाईने म्हटले आहे,

ज्ञानदेवे रचिला पाया । उभारिले देवालया ।

तुका झालासे कळस । भजन करा सावकाश ।

वारकरी किंवा भागवत सांप्रदायाचे हे महान मंदिर जे आज प्रांतोप्रांती दिसून येते, जे विठ्ठलस्वरूपात महासमन्वय आहे, त्याचे श्रेय ज्ञानदेवांना द्यावे लागेल. या प्रकरणात ज्ञानदेवाचे आदिपुरुष आणि नंतरची परंपरा यांचा संक्षेपाने विचार आपण करणार आहोत. गहिनीनाथांनी नाथ संप्रदायाच्या अद्वयानंदांचा प्रवाह निवृत्तिनाथांकरवी महाराष्ट्रात प्रचंड स्वरूपात अखंड वाहता ठेवला. गहिनीनाथांच्या पारमार्थिक स्वरूपाचे वारसदार निवृत्तिनाथ मानले गेले आहेत. तसेच आणखी एक परंपरा गहिनीनाथांनी प्रवर्तित केली. ती अशी - आदिनाथ > मच्छिंद्र > गोरक्ष > गहिनीनाथ > प्रकाशनाथ > चिद्रंजनाथ > उत्पत्तीनाथ > प्रवृत्तीनाथ > हंसनाथ > निरंजननाथ > सिद्धनाथ > भैरवनाथ > आदिनाथ. आदिनाथांनी लिहिलेल्या नाथलीलामृत या ग्रंथावरून, पुण्याजवळील निघोजे गावाचे आदिनाथ भैरवांच्या या ग्रंथाचा अभ्यास आपण यापूर्वीच्या प्रकरणामध्ये समग्र केला आहे. या प्रकरणात

गहिनीनाथांनी निवृत्तिनाथांच्या रूपाने ही परंपरा वेगळ्या स्वरूपात सुरू केली. गहिनीनाथांनी निवृत्ति-ज्ञानदेव-सोपान-मुक्ताई या चौघांचा नाथसंप्रदायात समावेश करून महाराष्ट्राचे हृदय या चार ज्योतींतून उजळून काढले. तसे म्हटले तर गहिनीनाथ-निवृत्ति संप्रदायात ज्ञानदेवादी चारही भावंडांचे कार्य फार महत्त्वाचे आहे. ज्ञानदेवांनी म्हटले आहे -

तेणे कळिकळित भूतां । आला देखोनि निरुता ।

ते आज्ञा निवृत्तिनाथा। दिधली ऐसी।।

ना आदिगुरु शंकरा। लागोनि शिष्य परंपरा।

बोधाचा हा संगरा । जाला जो आमुते ।।

तो हा तू घेऊनी आघवा । कळी गिळी तया जीवा ।

सर्व प्रकारी धावा । करी पा वेगी ।। (ज्ञानेश्वरी १७५८-६०)

निवृत्तिनाथांनी आपले जीवनध्येय कनिष्ठ बंधू आणि शिष्य ज्ञानदेवांकरवी पार पाडले. आपल्या गुरूचे महिमान ज्ञानदेवांनी जागोजागी गायिले आहे.

चारही भावंडांचे जीवनचरित्र मराठी मुलखात प्रत्येकाला ज्ञात आहे. मूळ कथास्रोतातून अनेक वाङ्मयीन प्रवाहही निर्माण झाले. स्वत: निवृत्तिनाथांनी 'निवृत्तेश्वरी' हा ग्रंथ रचला आहे. त्यांचे सुमारे ४०० अभंग आज सर्वांना ज्ञात आहेत. या सर्वांतून कृष्णभक्तीचा जिव्हाळा आणि परतत्त्वस्पर्शाची अनुभूती सर्वत्र पाहावयास मिळते.

ज्ञानेश्वर हे तर महाराष्ट्राचे मातृ-पितृतीर्थ होय. त्यांचा प्रभाव लोकमानसावर आजही वर्षानुवर्षे होतो आहे. 'ज्ञानेश्वरी' आणि 'अमृतानुभव' दोन ग्रंथ काव्य आणि तत्त्वज्ञान या क्षेत्रात जगाच्या वाङ्मयात अजरामर-अलौकिक ठरतील. हरिपाठाने नामभक्तीचा स्रोत वारकरी संप्रदायात निर्माण केला. नाथ संप्रदायाची भक्तीसंप्रदायाला ही मोठी देणगी आहे.

निवृत्तिनाथांबरोबरच ज्ञानदेव-सोपान-मुक्ताई यांनी नाथ, वारकरी, चैतन्य अशा अनेक परंपरा निर्माण केल्या आणि नाथ संप्रदायाचा प्रवाह अखंड वाहता ठेवला. मुक्ताबाईंनी आपल्या ज्ञानतेजाने चांगदेवांसारख्या महान योग्याचे गुरुत्व पत्किरण्याची क्षमता दाखवली. ज्ञानदेवी परंपरेमुळे नाथ संप्रदाय विकृत आणि बाह्य अवडंबर यांपासून दूर राहिला. तसेच ज्ञानदेवादी मंडळींतर्फे नाथ वारकरी, आनंद, चैतन्य, दत्त, समर्थ इत्यादी संप्रदायांशी समन्वय साधून, सहकार देऊन साधनेचा

सहप्रवास चालू ठेवला. अगदी आजच्या काळापर्यंत. ही गोष्ट महत्त्वाची आहे. म्हणूनच ज्ञानदेवांना या क्षेत्रातील 'युगकर्ता' म्हणणे वावगे ठरणार नाही.

ज्ञानदेवांची शिष्य परंपरा सोपानदेव > मुक्ताई > विसोबा खेचर > विमलानंद > सत्यानंद > स्वरूपनाथ > चर्पटीनाथ > सच्चिदानंद > रामचंद्रनृप अशी आहे. अशा स्वरूपाचे नऊ नाथ सत्यामल नाथांनी आपल्या 'नवरत्नमाला'मध्ये नोंदवले आहेत. सोपानदेवांची अशीही एक परंपरा आहे.

सोपान > विसोबा खेचर > नामदेव > चोखोबा तर मुक्ताई > चांगदेव योगी अशी ही परंपरा सांगितली जाते.

सोपानदेवाची आणखी एक परंपरा आहे. सोपानदेव > मुकुंदनाथ > अव्यक्त > जनार्दन > अलक्ष्य > अचिंत्य > त्र्यंबकनाथ अशी ती परंपरा आहे. या त्र्यंबकनाथांचे दोन शिष्य कविदास मुकुंदराज आणि कोनेरीनाथ आणि कोनेरीनाथांचे शिष्य लिंगनाथ योगी. आता लिंगनाथांची माहिती पाहू.

लिंगनाथ योगी : हे नाथपंथी सत्पुरुष सुमारे १५० वर्षांपूर्वी कर्नाटकात चंदीचंदावरच्या बाजूस होऊन गेले. यांचा 'अमृतसार' नावाचा योगशास्त्रविषयक एक ग्रंथ आहे. हा ग्रंथ त्यांनी शके १६४६मध्ये (इ.स. १७२४) लिहिला. ते क्षेत्र होते कावेरीतीरी चंदावर नावाचे नगर. त्या वेळी तेथे 'शरभ' नावाचे, म्हणजे शरफोजी भोसले नावाचे राजे राज्य करीत होते. आपल्या ग्रंथामध्ये लिंगनाथांनी 'मौनावती वेदश्रुती' अशा थाटात शरभांचे जे अतिशयोक्त वर्णन केले आहे, त्यावरून हा कवी त्या घराण्याचा आश्रित असावा असे वाटते. कोनेरीनाथांनी आपले नाव लिंगनाथ ठेवले असे लेखक म्हणतो; त्याअर्थी त्याचे मूळ नाव वेगळे असावे असे वाटते.

'अमृतसार' हा लिंगनाथांचा ग्रंथ योगपर असून त्यामध्ये १५ अध्याय आणि १४०० ओव्या आहेत. या ग्रंथाची रचना शके १६४६मध्ये झाली. चंदावर हे नगर कावेरी तीरावर आहे. तेथेच या ग्रंथाची रचना झाली. हा ग्रंथ पांगारकर संग्रहात आहे. ग्रंथारंभी भाविक-अभाविक वर्णन आले आहे. भाविकांचे गोडवे गाताना कवीने नवविधा भक्तीचा महिमा वर्णन केला आहे. खालील उतारा ज्ञानेश्वरीच्या सहाव्या अध्यायाशी ताडून पाहिल्यास साम्य लक्षात येते.

कोण्ही चारी मुद्रेच्या साधनी । अर्धोन्मीलित दृष्टी करोनि ।

लक्ष लाविती गगनी । नानारूप नयने अवलोकिती ।।

सूर्य चंद्र उगवले जैसे । गगन गर्भी तेज भासे ।

किंवा तारांगणे उदेलिसी दिसे । साधक उल्लासे पाहती ।।

मुक्ताफळाचिया पंगती । लखलखित भासो लागती ।
सोनियाचे चूर दिसती । तार उठती प्रकाशाचे ।।
का उजळले रत्नदीपक । झळमळीत जैसा मयंक ।
तैसे तेज निष्कलंक । भक्त भाविक अनुभविती ।।
जैसा चांदण्याचा गोंधळ । उगवला दिसे सोज्वळ ।
तैसा प्रकाश भासे निर्मळ । नाही मळ प्रपंचाचा ।।

(ज्ञानेश्वरी ६, ओव्या २५३-२७०)

कविदास मुकुंदराज : हा त्र्यंबकनाथांचा शिष्य आपल्या 'योगविवेक मार्तंडदीप' या ग्रंथामुळे प्रसिद्ध आहे. गुरुपरंपरेव्यतिरिक्त कालासंबंधी किंवा चरित्रासंबंधी काहीही माहिती उपलब्ध नाही. कवीने 'योगियामाजी प्रसिद्ध । महायोगी ।।' असा त्र्यंबकनाथांचा गौरवाने उल्लेख केला आहे.

मुकुंदनाथ उर्फ मुकुंदराज यांचा 'योगमार्तंडदीप' हा ग्रंथ म्हणजे गोरक्षनाथांच्या एका संस्कृत ग्रंथावरील टीका आहे. गोरक्षनाथांच्या नावावर योगमार्तंड आणि विवेकमार्तंड असे दोन्ही ग्रंथ आहेत. मुकुंदराजांच्या नावात योग आणि विवेक अशी दोन्ही नावे आहेत. 'गोरक्षसिद्धान्त संग्रहा'त विवेकमार्तंडाची चार अवतरणे (उद्धरणे) आली आहेत. योगमार्तंड हा समग्र ग्रंथ डॉ. मलिक यांच्या संकलनात आहे. मुकुंदराजांनी लिहिलेल्या टीकेतील मूळ संस्कृत श्लोक गोरक्षांच्या ग्रंथाशी ताडून बघता याचा निर्णय करणे शक्य आहे. डॉ. कानोले यांनी ऐतिहासिक संकीर्ण वाड्मयाच्या पहिल्या खंडात या ग्रंथाचा परिचय देताना जो उतारा दिला आहे, त्यावरूनही योगमार्तंडावरची टीका आहे हे लक्षात येते.

कुण्डलिन्या समुद्धूता गायत्री प्राणधारिणी ।

सप्रणवामिमां विद्यां यस्तं वेत्ति सयोगवित् ।।

कुण्डलिन्या समुत्पन्ना गायत्री प्राणधारिणी ।

प्रणवाद्यास्तथा विद्या यस्तं वेद सवेदवित् ।। (यो.मा. ३५)

मुकुंदराजांच्या या टीकाग्रंथातील या ७७४ या ओव्यांवरून हे स्पष्ट होते की ग्रंथकारावर ज्ञानेश्वरी आणि अमृतानुभव यांचा खूप प्रभाव आहे. श्री. कानोले यांनी आपल्या लेखात ज्ञानेश्वरी ६.३२२-३६ आणि यो.वि.मा. दीप ९० ते ९८ हे साम्यदर्शक उतारे दिले आहेत. सांप्रदायिक तत्त्वज्ञानाच्या अभ्यासामध्ये या ग्रंथाचे महत्त्व विशेष आहे.

पुढील प्रथम श्लोकावरील टीकेचा भाग वाचला तरी मुकुंदराजाच्या भाषिक आणि वैचारिक सामर्थ्याची कल्पना येईल.

जयाचिया आत्मप्रतीति । बंधमोक्षाची हरे भ्रांती ।
तो मीननाथु चिंती । सेवितो मी ।।२२।।
जिया पुरुषी निरंतर । न साहे द्वैतभाव संचार ।
तेथे सेव्यासेव्य प्रकार । म्हणाल कैसा ।।२३।।
जेवि जळाचिया पोटी । तरंग दृश्यत्वेसि उठी ।
परि तो जळत्वेसी तुटी । पडो न दि ।।२४।।
तेवि गुरुशिष्यमिसे । सेव्यासेव्यत्व उल्हसे ।
परि ऐक्त्व जैसे तैसे । अखंडाकारे ।।२५।।

गंगाधरनाथ : सोपान परंपरेतील जनार्दनांचे शिष्य रघुनाथ व त्यांचे शिष्य 'गंगाधरनाथ' अथवा 'गंगानाथ' होय. या गंगाधरनाथांनी शके १७२१मध्ये 'गोरक्षगीता निरूपण' नावाचा ग्रंथ लिहिला. बेलापूर बनातील श्री विद्यानंद स्वामी या साधुपुरुषाच्या स्वाध्यायग्रंथात गंगाधरनाथांच्या या ग्रंथाचा समावेश होता.

'गोरक्षगीता निरूपण' हा ग्रंथ गहिनीनाथांच्या गोरक्षगीतेवरील लघुटीका आहे. हे निरूपण १२१ ओव्यांचे आहे. पहिल्या दहा ओव्यांत गुरुस्तवन, ग्रंथप्रस्ताव आणि अखेरच्या दहा ओव्यांत ग्रंथ उपसंहार आणि गुरुपरंपरा आहे. म्हणजे हे एक ओवीशतकच आहे. मूळ ग्रंथ किती ओव्यांचा आहे याची कल्पना नाही; पण तो गहिनीकृतच असावा. कारण -

पाचवी हे गोरक्षगीता । गहिनीनाथ संवादू ।।

श्री गोरक्षे उपदेशिला । योग गहिनीनाथे अनुभविला ।।

या अंतर्गत उल्लेखावरून हे निश्चित होते. ग्रंथातील भाषेवर ज्ञानेश्वरीची छाया आहे. *'दोनी दंशु गा भले । नाथपंथी ।।'* (८५) या ओळीत नाथपंथाच्या नावाचा उल्लेख आला आहे. 'दंशु' हा शब्द ज्ञानेश्वरीतील अर्थानेच वापरला आहे. या ग्रंथात यौगिक प्रक्रिया, योगसिद्धी आणि गुरुमहिमान वर्णिले आहे. *'ये पंथीचा अभिमानी । स्वये असे शूलपाणी ।'* असे *'विवेकसिंधू'*काराच्या शब्दांत उद्घोषित केले आहे.

वरील परंपरेखेरीज सासवडचे 'गणेशनाथ' आणि द्रवीड देशातील 'प्रकाशनाथ' असे आणखी दोन शिष्य सोपानदेवांच्या पंथांमधील होते. द्रवीडदेशीय प्रकाशनाथांचा शोध घ्यायला हवा. कारण आळंदीची ही परंपरा तिकडे कशी गेली हा गहन प्रश्न आहे.

काही वर्षांपूर्वी मराठी साहित्य संमेलन कन्हा नदीच्या काठी क्षेत्र सासवड येथे भरले होते. त्या वेळी कन्हेच्या काठावरची मंदिरे, सोपानदेवांची समाधी, वटेश्वराचे स्थान आणि बाळाजी पेशवे समाधी अशा अनेक सुंदर, भव्यदिव्य वास्तू पाहिल्या आणि त्यातूनच संमेलनाच्या स्मरणिकेसाठी संत सोपानदेवांवर एक संशोधनपर

लेखही लिहिला होता. त्या वेळी आणखी एक सोपानदेवी परंपरा पाहण्यात आली. चंद्रभागेच्या वाळवंटात संतमंडळी जमली असता मुक्ताईने गोरोबाकाकांस 'आमच्यातले कोणते मडके कच्चे आहे ते सांगा' म्हटले होते. गोरोबांनी 'थापटी'ने प्रत्येकावर प्रहार केला. त्या वेळी फक्त नामदेवराय चिडले. विठ्ठलाच्या सतत सान्निध्यात असून मी 'कच्चे मडके' कसा अशी शंका त्यांना आली, त्या वेळी मुक्ताईने त्यांना 'गुरुपदेश' घेण्यास सांगितले. गुरू म्हणून बार्शीजवळचे 'विसोबा खेचर' यांचे नाव सुचविले. कट्टर शिवभक्त विसोबा यांनी नामदेवांना गुरुमंत्र दिला. तो त्यांनी चोखोबांना दिला त्यामुळे विसोबा-नामदेव-चोखोबा अशी परंपरा निर्माण झाली. विसोबांचे गुरू सोपानदेव होते. त्यामुळे ज्ञानदेवादि भावंडांत वावरणारे नामदेव सोपानदेवांचे प्रशिष्य झाले, अशी कथा वारकरी संप्रदायात आजही रूढ आहे. म्हणजेच *गोरक्ष > गहिनी > निवृत्ति > ज्ञानदेव > सोपान > विसोबा > नामदेव > चोखोबा* अशी नाथ परंपरा वारकरी संप्रदायात स्वीकारली गेली आहे.

सासवडचा अभ्यास करताना आणखी एक गोष्ट जी महत्त्वाचा संदर्भ म्हणून लक्षात आली, ती म्हणजे या गावाला 'सासवड' हेच नाव का पडले. इतिहास शोधताना मूळ नाव 'सातवड' असे होते. या गावात जुने, एकत्रित, ओळीने असे सात वड होते आणि त्यांपैकी एका वडाच्या खाली चांगावटेश्वर बसत असत. त्यामुळे काही विद्वानांच्या मते 'चांगावटेश्वर' आणि 'योगीराज चांगदेव' हे एकच आहेत.

मुक्ताबाई परंपरा : चांगावटेश्वर की योगीराज चांगदेव

तापी-पयोष्णी संगमावर पुणतांबे हे गाव योगीराज चांगदेवांचे समाधी स्थान मानले जाते, तर कऱ्हेच्या काठावरचे सासवड (सातवड) हे वटेश्वरचांगाचे समाधी स्थान मानले जाते. काहींच्या मते दोन्ही चांगा एकच आहेत. त्यावर उपाय म्हणजे नवीन संशोधन साधने उपलब्ध होईपर्यंत आहे ते स्वीकारायचे.

हे चांगदेव चांगा केशव दास, पुणतांब्याचे, त्यांनी स्थापन केलेले केशवदास मंदिर आणि 'मरुद्गण' आडनाव असणारे त्यांचे वंशज अद्यापही तेथे आहेत. ज्ञानदेवांनी चांगदेवांच्या कोऱ्या पत्राला उत्तर म्हणून 'चांगदेव पासष्टी' ग्रंथ रचला. ज्ञानेश्वरांचे योग संप्रदायातील महत्त्वाचे स्थान, वाढती लोकप्रियता पाहून मत्सराने तो भेटायला आला; परंतु त्यांचा अभिमान गळून गेला आणि ते मुक्ताबाईचे शिष्य बनले. चांगदेवांनी आपल्या 'तत्त्वसार' ग्रंथात आणि विविध अभंगांत मुक्ताईचा गुरुगौरव हृदयभराने केला आहे. चांगदेव पासष्टी जरी ज्ञानदेवांनी योगी चांगदेवासाठी रचली, तरी उपदेश त्यांना आदिमाया मुक्ताईने दिला. ज्या पुणतांब्याला चांगदेव

समाधिस्थ झाले, त्याच तापी-पयोष्णी संगमावर 'एदलाबाद'ला मुक्ताबाईचा देह अंतर्धान पावला. मुक्ताबाईंची वारकरी संप्रदायातील आणि योग (नाथ) संप्रदायातील कारकिर्द मोठी आहे. मुक्ताईच्या अभंगरचना गौरवपूर्ण आहेत. *'चिंता मोह मागे सारा । ताटी उघडा ज्ञानेश्वरा ।।'* या अभंगात त्या ज्ञानदेवाला गुरूसारखा उपदेश करतात. तर *'मुंगी उडाली आकाशी । तिने गिळले सूर्याशी'* ही रचनाही अद्भुत आहे. एकंदरीत अनेकांनी मुक्ताईचा अभ्यास केला. पण, 'मुक्ताई' अद्याप सर्वसामान्यांना समजलीच नाही. ज्ञानेश्वरांनाही भावंडाचे जीवनचरित्र सर्वज्ञात असल्याने मुक्ताईबद्दल अधिक लिहिणे स्वीकारले नाही. मुक्ताईचा समाधीकाल शके १२१८ मानला जातो.

पंढरपुरात चंद्रभागेच्या दत्त घाटासमोर मुक्ताबाईचा मठ आहे. त्या मठाची, परंपरेतील आजच्या साधकाची माहिती मी अभ्यासून नुकतीच शब्दांकित केली आहे. *(संदर्भांसाठी पाहा - पंढरपुरातील मठांचा-फडांचा-दिंड्यांचा इतिहास : विद्यापीठ अनुदान मंडळ, संशोधन प्रकल्प)*

मुक्ताईच्या संप्रदायात चांगदेवांचे नाव आदरपूर्वक घेतले जाते. चांगदेवांच्या जीवनावर प्रकाश टाकणारा 'तत्त्वसार' ग्रंथ त्या दृष्टीने महत्त्वाचा आहे. हा ग्रंथ एकूण १०३६ ओव्यांचा असून संपूर्ण ग्रंथ अद्याप उपलब्ध झाला नाही. त्यातील केवळ ४०५ ओव्याच आज उपलब्ध आहेत. ग्रंथ पूर्णतः सापडल्यास संत ज्ञानदेव आणि नाथपंथ याविषयी अधिक माहिती मिळेल.

तत्त्वसार : चांगदेवांच्या या वाङ्मयीन कृतीच्या अखेरीस असे लिहिले आहे -

इति गुरुशिष्य संवादे । तत्त्वसार प्रबंधे ।

कथिले वटेश्वर प्रसादे । योगरहस्य हे ।।

पहिल्या पाच ओव्यांत गणेशस्तवन, पुढे शारदास्तवन आहे. पद, पिंड, रूप, रूपातीत यांचा विचार मांडून नंतर निर्गुण भक्तीचे वर्णन केले आहे. ओव्या ६४३-६६४ यामध्ये हठयोगाचे विवरण केले आहे. ओव्या ८६७ ते ८८१ यामध्ये योगमार्गीय सिद्धांची नावे दिली आहेत. त्यापुढे गुरुभक्तीचा महिमा आणि गुरुद्रोहाचे पाप वर्णन केले आहे. हे गुरुभक्तीवर्णन संत ज्ञानदेवांच्या आचार्योपासना या पदावर केलेले व्याख्यान एकत्र ताडून पाहण्यासारखे आहे. ग्रंथ अखेरीला पूर्ण तृप्त गुरुशिष्याचा 'परिष्वंग' त्यात ज्ञानेश्वरीमधील शेवटच्या भागातील कृष्णार्जुनाची अद्वैत मिठी आणि विवेक सिंधूमधील आदिनाथ-हरिनाथ यांचा तेजोमय संगम याचे स्पष्ट प्रतिबिंब आहे, ते असे -

का समुद्री समुद्र मिसळला । का आकाशी आकाशो लयो झाला ।

हरिहरा जाला । ऐक्य वादु ।।

तैसे उभयता मिळाले । ब्रह्म तेजी एकवटले ।

गुरु राशी वाढीतले । असंख्यात ॥
गुरु शिष्य एक जाले । ते जालेपणही गेले ।
गेलेपण राहिले । वटेश्वरी ॥

या ग्रंथाची रचना मार्गशीर्ष शु. ३ रविवार शके १२३४ परिधावी संवत्सर या दिवशी हरिश्चंद्र पर्वतावर (अहमदनगर जि.) झाली. संपूर्ण काव्यात चांगावटेश्वरांचा गुरू म्हणून उल्लेख करतो आणि हे स्पष्ट करताना तो म्हणतो -

वटेश्वरी सोय सांगितली । पोसणा घेतली मुक्ताईने ॥

सासवडचे चांगावटेश्वर आणि पुणतांब्याचे योगीराज चांगदेव हे एक की भिन्न, आणि भिन्न असल्यास परस्परसंबंध काय हा प्रश्न मनात रेंगाळत राहतो. संत एकनाथांनी प्राकृत भाषेमधील कवींना वंदन करताना (एकनाथी भागवत १.१२१) चांगदेवांना वंदिले आहे. तत्त्वसारातील तत्त्वज्ञान चांगदेव पासष्टी या ज्ञानदेवांचे विचाराचे प्रतिपादन लक्षात येते असे डॉ. शं.दा. पेंडसे यांनी ज्ञानेश्वराचे तत्त्वज्ञान (पृ. ३७२) या ग्रंथात केले आहे.

शिवकल्याण : मुक्ताबाईंच्या शिष्यपरंपरेतील शिवकल्याण हे आणखी एक नाथपंथी. हे नित्यानंदाचे पुत्र आणि पुढे परंपरागत शिष्यही. त्यांनी रचलेली 'नित्यानंदैक्यदीपिका' ही अमृतानुभवावरील टीका प्रसिद्ध आहे. त्यांनी दशम स्कंधावर विस्तृत टीका लिहिलेली आहे (श्रीकृष्णजन्म पंचाध्यायी). हे आंबेजोगाईला राहणारे आणि पंढरपूरच्या विठ्ठलाचे महान उपासक. त्यामुळे विठ्ठलसान्निध्याने शिवकल्याणांच्या शब्दांना प्रचंड सामर्थ्य आहे.

(अमृतानुभवावरून आणखी एक संशोधन मला आठवले. सखाराम महाराजांच्या जळगाव जिल्ह्यातील अंमळनेर गावी सुमारे वीष वर्षांपूर्वी अमृतानुभवाचे 'वासुदेवी' टीकेचे हस्तलिखित मला मिळाले. वासुदेव जोशी (काळ इ.स. १८९० सु.) यांनी एक विठ्ठलमंदिर अंमळनेरात बांधले. त्याच्या तळघरात त्यांनी ज्ञानदेवांच्या अमृतानुभवावर संत तुकारामांच्या शैलीप्रमाणे अभंगात्मक टीका केली आणि विशेष म्हणजे तो अमृतानुभव ग्रंथ त्यांनी सज्जनगडच्या समर्थ ग्रंथालयातून मिळवला. अशा त-हेने मूळ ग्रंथ ज्ञानदेवांचा, भाष्य तुकोबांच्या पद्धतीचे आणि संहिता रामदास स्वामींची असा त्रिवेणी संगम या ग्रंथात दिसला. ज्ञानदेव अध्यासन, पुणे विद्यापीठ आणि आणि आळंदी देवस्थान यांनी खर्च करून ७०० पानांचा हा ग्रंथ छापला. ही गोष्ट वीस वर्षांपूर्वीची.)

(अलीकडे २००५मध्ये मराठी हस्तलिखितांचे संकलन-संगोपन-संस्करण करण्यासाठी मराठी हस्तलिखित केंद्र नावाची संस्था पुण्यात काढली. त्या वेळी

केलेल्या सर्वेक्षणात पुण्यातील ग्रंथालयांतून पन्नासहून अधिक अमृतानुभवाच्या हस्तलिखितांच्या नोंदी केल्या. काही संकलित केली. त्यामध्ये विविध टीका, केवळ संहिता अशी २००/३०० वर्षांपूर्वीच्या ग्रंथांच्या नोंदी केलेल्या आहेत. हा ग्रंथसंग्रह योगायोगाने आळंदीच्या निवृत्तिनाथ ग्रंथालयात ठेवला आहे. अभ्यासकांना पाहावयाला मिळू शकेल.)

रत्नाकर : रत्नाकराचे गुरू रामानंद हे गृहस्थाश्रमी असून शेकदार, अमीन इत्यादी हुद्द्यांची कामे करीत असत. मुल्हेरच्या बाजूस शोध केल्यावर रामानंदांची माहिती अधिक मिळू शकेल असे चांदोरकरांचे मत आहे. गिरिजा नदीच्या काठी चंडीपूर नावाचे गाव रत्नाकराचे वसतिस्थान होते. रत्नाकरांना वयाच्या दुसऱ्या वर्षी वाचा फुटून ते हरिस्मरण करू लागले अशी आख्यायिका आहे. त्यांना ज्ञानेश्वरांचा साक्षात्कार झाला होता.

त्यांना रामानंदांचा गुरुपदेश संवत १७६० आषाढ वद्य एकादशीला मिळाला. रत्नाकरांचा समाधी शक शके १६४१ अश्विन वद्य त्रयोदशी असा आहे. रत्नाकरांनी आपला 'दीपरत्नाकर' हा प्रसिद्ध ग्रंथ 'पानखेड' (ता. साक्री खानदेश) येथे रामानंदांच्या जवळ बसून लिहिला.

रत्नाकर हे यजुर्वेदी, भार्गव गोत्री ब्राह्मण होते. त्यांचे आडनाव सदावर्ते. वडिलांचे नाव हरिहर आणि आईचे नाव अंजूबाई. पत्नीचे नाव सावित्री होते. बऱ्हाणपूर येथे त्यांचा लौकिक वंश आणि कळवण येथे आध्यात्मिक वंश आजही नांदत आहे. मुक्ताबाईच्या परंपरेतील रत्नाकर यांचे अनेक ग्रंथ आहेत.

१) दीपरत्नाकर   २) सिद्धान्तरत्नाकर   ३) वैराग्यरत्नाकर
४) उपदेश रत्नाकर   ५) भिक्षुगीत   ६) अनुभवरत्नाकर
७) ब्रिजभागवत   ८) रत्नाकरी गीता   ९) स्फुट रचना

या सर्व ग्रंथांचा पसारा सुमारे चाळीस हजार ओव्यांचा आहे. त्यांतील दीपरत्नाकर आणि उपदेशरत्नाकर प्रसिद्ध झाले आहेत. भाषा प्रासादिक आणि गुरु-शिष्यसंवादात्मक पद्धतीची आहे. रत्नाकराची 'गीतासमश्लोकी' सुबोध असून रचनाकाळ मकर संक्रांत शके १६२१ इतका आहे.

विठ्ठल किंकर : विठ्ठल किंकर हे मुक्ताबाईच्या परंपरेतील आणखी एक नाथ संप्रदायी. त्यांची परंपरा आदिनाथ > गोरक्ष > निवृत्ति > मुक्ताई > चांगावटेश्वर > विमलानंद > चांगा केशवदास > जनकराज > नृसिंह > हृदयानंद > विश्वेश्वर > केशवराज > बोपया > हरिदास > कान्हया > सदानंद > कृष्ण > शामसुंदर > अनंत > प्रल्हाद > नागया > एकनाथ नाना > विठ्ठल किंकर अशी आहे. त्यातील

नृसिंहाच्या परंपरेत दोन वेगवेगळ्या शिष्यशाखांत शिवकल्याण आणि रत्नाकर होऊन गेले. त्यांचेविषयी आपण पाहिले आहे. विठ्ठल किंकर वऱ्हाडातील पुसद गावचे. मूळ नाव भिकाजी देशपांडे, वडील गोविंद आणि आई वेल्हाळ. त्यांना जयराम आणि श्रीनिवास असे दोन पुत्र होते. विठ्ठल हे त्याचे उपास्य दैवत असल्याने तो स्वतःला विठ्ठल किंकर म्हणवून घेत असे. त्याचा काळ सतराव्या शतकाचा उत्तरार्ध असावा. त्याची समाधी पुसद येथेच आहे. त्याचे चिन्मयानंद आणि नारायण असे दोन शिष्य होते. दोघेही प्रमुख आणि त्यांची परंपराही भिन्न आहे. चिन्मयानंदची परंपरा उमरखेड येथे आहे. ती अशी : विठ्ठल किंकर > चिन्मयानंद > सहजानंद > सच्चिदानंद > देशी केंद्र > शिवरामानंद > नित्यानंद > रामानंद > वासुदेवानंद. विठ्ठल किंकरने महाभारतावर एक टिपणग्रंथ, 'समपदाश्रय बोधिनी' नामक प्राकृत गीता टीका, रामायण पाताळकांड अशा ग्रंथांची रचना केली आहे.

सदाशिवनाथ परंपरा

सत्यामलनाथांनी नोंदवलेल्या ज्ञानेश्वरांच्या नऊ शिष्यांत ज्याचे नाव आले नाही, असे 'सदाशिवनाथ' नावाचे ज्ञानदेवांचे एक शिष्य होते. या नाथांपासून एक वेगळी परंपरा आहे. सदाशिवनाथ > गणेशनाथ > उद्धवनाथ > केशवनाथ > बाळनाथ > दीनानाथ > मयोरेश्वर > जयराम अशी ही परंपरा आहे. यातील गणेशनाथ आणि सोपानदेवांचा सासवडचा गणेशनाथ हे एकच की काय अशी शंका अभ्यासकांना पडते. उत्तरकालीन संप्रदायात आणखी एक गणेशनाथ मध्ययुगीन चरित्रकोशात आढळून येतो.

मयोरेश्वर हा आळंदीचा निवासी. याचा शिष्य जयराम हा पुण्यातील शनिवार पेठेतील रहिवासी. त्याने रचलेला 'जयबोध' हा ग्रंथ धुळ्याच्या समर्थ वाग्देवता मंदिरात पोहोचता केला आहे. (महाराष्ट्र सरकारच्या विनंतीनुसार या संस्थेच्या समग्र सूचीच्या परीक्षणाचे काम मी नुकतेच पूर्ण केले.) या जयबोधाची रचना शके १७०१ अश्विन वद्य ४ मध्ये आळंदीत गुरुसन्निध झाली. हा पूर्ण ग्रंथ खूप मोठा, म्हणजे १९०७४ ओव्यांचा आहे. ग्रंथाचे स्वरूप दासबोध भाष्यपर आहे. यात त्यांनी दासबोधाच्या ३००० ओव्या घेतल्या असून त्यांचा सहा-सातपट विस्तार केला आहे. जयरामाने आपल्या ग्रंथात मुकुंदराज, ज्ञानेश्वर, एकनाथ आणि समर्थ रामदास यांना अनुसरले आहे.

देवनाथ परंपरा

ज्ञाननाथ > देवनाथ > चूडामणिनाथ > गुंडानाथ > वीरनाथ > मल्लनाथ आणि पुढे ती परंपरा औसेकर महाराज गुरुबाबा आणि गहिनीनाथ महाराज औसेकर (जी परंपरा आज चक्रीभजन, जे दिमडीवर चालते, त्याची परंपरा पुढे नेत आहेत, तर गहिनीनाथ

औसेकर श्री विठ्ठलमंदिर समितीचे अध्यक्ष आहेत.) गुरुबाबांची (सध्या पुण्यात वास्तव्य) परंपरा ज्ञानराज चालवणार आहेत, तर मल्लनाथ ते गुरुबाबा याविषयीची माहिती छापली गेली आहे. औसेकर महाराजांचे चक्रीभजन माघात विठ्ठलमंदिरात भरते. तर पायी यात्रा औसा ते पंढरपूर, आणि चंद्रभागेच्या वाळवंटी साजरी होते. मल्लनाथाची ३५० अभंगांची गाथा प्रसिद्ध आहे. मल्लनाथाचा काळ शके १७६७ ते १८३६ असा असल्याने या परंपरेतील काही नावे वगळली गेली आहेत असे वाटते.

त्या नंतरच्या काळात सत्यामलनाथ, केसरीनाथ, बालमुकुंद, शिवदिन केसरी, महिपतिनाथ असे आणखी काही ज्ञानदेवोत्तर नाथपंथी महाराष्ट्रात होऊन गेले. त्यांचा विचार आधी केला आहे, पण तो संक्षेपाने; म्हणून ज्ञानदेवांच्या या परंपरेबद्दल अधिक लिहिले नाही.

एकनाथोत्तर परंपरा

ज्ञानेश्वराशी संबंध नसणारी, थेट दत्तात्रेयांशी संबंध जोडणारी अशी एक परंपरा आहे. एकनाथ > गावबा (नित्यानंद) > कृष्णनाथ > विश्वंभरनाथ > मुरारनाथ > रंगनाथ > गोपाळनाथ > गोविंदनाथ > देवनाथ > दयाळनाथ अशी ही परंपरा आहे. यांपैकी एकनाथ - गावबा यांची माहिती सर्वज्ञात आहे. त्यापुढचा नाथ कृष्णनाथ, त्यांचा जन्म शके १५५० आणि अनुग्रह शके १५७६ (इ.स. १६५४) या परंपरेतील भालचंद्रनाथ, जे अलीकडचे आहेत, ते म्हणतात की कृष्णनाथापासून रंगनाथापर्यंतची माहिती अद्याप मिळाली नाही.

रंगनाथाचे शिष्य गोपाळनाथ. यांच्यासंबंधी आपण 'श्री नाथलीलविलास' या ग्रंथासंबंधी लिहिताना अधिक माहिती घेतली आहे. त्रिपुटीच्या गोपाळनाथांच्या शिष्यांपैकी शेख सुलतान. (एका दिवाळी अंकात शेख सुलतान, शेख महंमद अशा अन्य मुस्लीम संतांवर मी लेखन केले होते.) शेख सुलतान यांची समाधी त्रिपुटीस आहे. त्यांचे एक पद उपलब्ध आहे. ते असे -

कोणी शुधी सांगा मजलागी । बाई कोठे तो निजयोगी ।

चतुर्दळीच्या चौघी जणी । सहा सखया स्वाधिष्ठानी ।

दहा मणिपुरीच्या कामिनी । अनुहातीच्या द्वादश गडनी ।

नेणो म्हणती तो वितरागी ।।१।।

विशूदलीच्या नारी सोळा । अग्निचक्रीच्या दोन्ही बाळा ।

त्रिपुटीसी देखिले डोळा । ब्रह्मदेवो ब्राह्मण मेळा ।

तेथे गेले मी लगबगी ।।२।।

श्रीहाटीचा सारंगधर । गोल्हाटीचा गौरीहर ।

आऊटपिठीचा विस्वंभर । भ्रमर गुंफेचा विचार ।

सदाशिव उन्मनी भोगी ।।३।।

ब्रह्मरंध्रीची सत्रावी । चढले सहस्त्रदल गावी ।

पुढे देखिला गोसावी । माझी सरली ठेवा ठेवी ।

माया सरली न शिवे अंगी ।।४।।

जेथे शब्द वाचा नाही । तेथे अद्भुत काही न बाई ।

नाथ गोपाळ निर्गुण बाही । केला सुलतान आक्षई ।

सद्गुरुकृपे सायुज्य भोगी ।।५।।

या अभंगात शेख गोपाळनाथ परंपरेचा आवर्जून उल्लेख करीत आहेत ही गोष्ट महत्त्वाची आहे.

अविंध नाथ संप्रदायी शेख महमंद : अलीकडेच श्रीगोंदा येथील मुसलमान संत शेख महमंद यांचे नाथ संप्रदायाशी नाते असल्याचे लक्षात आले. शेख महमंद अविंध (इस्लाम) असूनही विठ्ठलभक्ती करीत होते. त्यांची रचना बहुविध आहे. तिचा क्रम असा -

१) योगसंग्राम (प्रसंग १८ ओ. २३१९),

२) पावनविजय (खंड ३ ओ. ४८२),

३) निष्कलंकबोध (ओ. ३००),

४) रूपके - भारूड इत्यादी,

५) स्फुट अभंग (२२५) आणि काही हिंदुस्थानी कविता.

या सर्वांचा चिकित्सक अभ्यास कै. वा.सी. बेंद्रे यांनी केला आहे. मराठी-हिंदी-फारसी कविता करणारे कवी मोरोपंत पराडकर म्हणतात (सन्मणीमाला पाहा.)

तरिती न कीर्तीच्या, जो न लवे । त्या मुसल-मानवा नावा हर्षे ।

शेख महमंद भगवद्जन मुसलमान मानावा ।।

(जो मानव लवत नाही, अशा मुसळासारख्या ताठ मानवाला भवसागरातून केवळ कीर्तीच्या नावा तारू शकत नाहीत. विनम्रतेचा आदर्श म्हणून शेख महमंद यांचा हर्षभराने गौरव करावा.)

'योगसंग्राम' हा शेख महमंदांचा ग्रंथ, ज्याचे मूळ ज्ञानेश्वरीत आणि एकनाथी भागवतात आहे, या ग्रंथावर अभ्यासपूर्ण बरेच ग्रंथ आहेत. 'योगदुर्गाच्या लढ्यासाठी संग्रामामधून प्राप्तीसाठी केलेला लढा' अशी संकल्पना आहे.

संत एकनाथांचे गुरू जनार्दन आणि त्यांचे गुरू चांदबोधले यांनी शेख महमंद यांना

ज्ञानेश्वरी दिली. चांदबोधले नाथ संप्रदायाचे, त्यामुळे त्यांचे नाते असे : चांदबोधले > शेख महंमद तर दुसरी शाखा चांदबोधले > जनार्दन > एकनाथ अशी.

शेख महंमद बीडमधील धारुर गावचे. वडील राज महंमद, आई फुलाई यांच्या पोटी ते जन्मले. मुळात शेख यांची परंपरा कादरी, परंतु वडिलांनी चांदबोधलेंच्या, म्हणजे सय्यद चाँदसाहेब कादरी म्हणजेच चाँद बोधले. या व्यक्तीवर आणि परंपरेवर बरेच लेखन झाले आहे. शेख योगी असल्याने श्रीगोंद्याला पन्नास वर्षे आयुष्य घालविले. योगसंग्राम या गाजलेल्या रचनेचा जन्म श्रावण शु।। १५ शके १५६७चा आहे. (अधिक माहितीसाठी पाहा : वा.ल. मंजूळ / कथा - संत-पंथ-देवतांच्या)

प्राचीन नाथसिद्धाची परंपरा

१) नाथपंथांचा विचार करताना 'नवनाथ' आणि 'चौऱ्याऐंशी सिद्ध' या पद्धतीच्या परंपरा समोर येतात. 'नाथपंथाचे प्रमुख विवक्षित असे नऊ नाथ तसेच चौऱ्याऐंशी सिद्ध होते काय', 'या गणनेचे प्रयोजन काय', 'या गणनेचा प्रारंभ केव्हापासून झाला', 'नव आणि चौरसि ही पदे संख्यावाचक मानायची का' अशा एकेक शंका आजवर संशोधकांनी उपस्थित केल्या. आपापल्या परिने त्याची उत्तरेही शोधली. पण ती उत्तरे आणि प्राप्त विविध सामग्री यांचा मेळ बसला पाहिजे. त्याच्या खास अभ्यासासाठी पुनरावृत्ती स्वीकारून प्राचीन नाथ परंपरा विविध साधनांद्वारा एकत्र मांडली आहे.

- मराठी पठणाचा भाविकांचा ग्रंथ, ज्याचे आजही पठण केले जाते. त्या पुराणग्रंथात नवनाथ (९ नाथ) हे नवनारायणाचे अवतार मानले गेले आहेत. (नवनाथ भक्तिसार पृ. २७-४३) ते असे -
  १) कविनारायण - मच्छिंद्रनाथ २) हरिनारायण - गोरक्षनाथ
  ३) अंतरिक्षनारायण - जालंधरनाथ ४) प्रबुद्धनारायण - कानिफनाथ
  ५) पिप्पलायन - चर्पटीनाथ ६) अविर्होत्र - नागनाथ
  ७) द्रुमिलनारायण - भरथरिनाथ ८) चमसनारायण - रेवणनाथ
  ९) करभाजन - गहिनीनाथ
- 'नवनाथ चरित्रमु' (तेलुगु ग्रंथ इ.स. १४००) या ग्रंथामध्ये दिलेल्या नवनाथांची यादी वेगळ्या पद्धतीची आहे; पण ते नऊच आहेत.
- 'गोरक्षसिद्धान्त संग्रह' : नऊ नाथ अशाच पद्धतीने दिले आहेत; पण काही नावे वगळली गेली आहेत.

- 'सुधाकर चंद्रिके'त नवनाथ गणनेमध्ये गोरक्ष व सिद्धान्त संग्रहात साम्य आहे. मात्र त्यातील 'भवनार्जि' हे नाव वगळून त्याऐवजी एकनाथ हे वेगळे नाव प्रारंभी आले आहे.

- नेपाळ परंपरेतील सर्वच नावे वेगळी आहेत. विशेष म्हणजे 'मच्छिंद्र-गोरक्ष' यांचाही उल्लेख नाही. कदाचित ती नावे स्थानिक परंपरेतील असावी.

- राजाराम प्रसादीने 'भक्तमंजिरीमाले'त जे नवनाथ चरित्र छापले आहे, गायले आहे, त्यामध्ये ज्ञानेशोत्तर परंपरेतील नऊ नाथांची गणना केली आहे.

- शाक्त, कापालिक, कौल आदी तांत्रिकांच्या ग्रंथांतून ज्या सिद्धांच्या गणना आहेत; त्या आठ, बारा, चौदा अशा संख्येत आहेत. मात्र त्यामध्ये 'मच्छिंद्र-गोरक्ष' यांचा उल्लेख आवर्जून केला आहे. (त्यांचे ग्रंथ असे - षोडशनित्य तंत्र, ललितासहस्रनाम-कौलावलि तंत्र, श्यामा रहस्य)

- नवनाथ गणनेची एक प्राचीन, सांप्रदायिक परंपरा श्लोकातून मांडली आहे.
गोरक्षजालंदरचर्पटाश्च अडबंग कानिफ मच्छिंदराद्या ।
चौरंगिरे वाणक भर्तरी संज्ञा भूम्यां बभूव नवनाथ सिद्धाः ।।

- नाथ संप्रदायाचा इतिहास हा सरदार मिरीकरांनी लिहिलेला ग्रंथ (हस्तलिखित सरदार आबासाहेब मुजुमदार संग्रहात) त्यामध्ये शिवदिन मठामध्ये प्रचलित असलेली नवनाथ गणना नेहमीप्रमाणेच लोकप्रिय आहे.

- कदली मंजुनाथ माहात्म्यात एक वेगळी नवनाथ गणना केली आहे; पण त्यामध्ये मच्छिंद्रनाथांचा उल्लेख नाही.

एकंदरीत वरील विविध गणनांवरून हे स्पष्ट होते की, त्यातील काही नावे सर्व गणनांत तीच असली, तरी त्या नावांत आणि गणनेत साम्य नाही. त्यामुळे सर्वसाधारण अभ्यासकास हेच नऊ नाथ हे नाथ संप्रदायाचे प्रमुख, त्यांचे स्थान, गुरुशिष्य नाते, या सर्व गोष्टी समजावून घेणे अवघड आहे. विविध परंपरांत स्थानमाहात्म्यामुळे आणि कमीजास्त आदरभावनेमुळे काही नावे विविध स्वरूपांत गणली गेली.

नवनाथ गणनेची कल्पना केव्हा उद्भवली हे सांगता येत नाही. ज्ञानेश्वर परंपरेत कोणी नवनाथांचा क्रमशः उल्लेख केला नाही. परंतु ज्ञानेश्वरीत आदिनाथ-मच्छिंद्रनाथ-

गोरक्षनाथ-चौरंगीनाथ-गहिनीनाथ ही ज्ञानेश्वरपूर्व पाच नावे आली आहेत. मात्र ज्ञानदेवांच्या परंपरेतील उत्तरकालीन शिवदिनासारखे नाथ नवनाथांचा निर्देश करतात. दिनकर स्वामींनी 'स्वानुभव दिनकरा'त नवनाथांचा निर्देश केला आहे. ज्ञानेश्वर समकालीन महानुभाव पंडित कवि दामोदर पंडित याने एका नाथपंथी जोग्यासमोर 'नवनाथ कहे सो नाथपंथी' ही चौपदी रचून गायल्याचा उल्लेख 'हरबास - सों गोबास'कृत अन्वयस्थळात आहे. प्रत्यक्ष 'गोरक्षबानी'त 'नौ नाथ नै चौर्‍यासी सिद्धा' असा स्पष्ट उल्लेख आला आहे. यावरून ही नाथगणना पद्धती बरीच जुनी आहे असे ठरते. डॉ. ढेरे यांनी एक वेगळी संकल्पना मांडली. ते म्हणतात, नवद्वारांचे अधिष्ठाते ते नवनाथ. अशा विचारसरणीतून नवनाथ संकल्पनेचा उदय झाला असावा. पुढे ज्याला जे नाथ आदरणीय वाटले, आवडले, ते नऊ या संख्येत बसवून त्यांनी आपली नवनाथ सूचि तयार केली असेल. सप्तमनु, सप्तर्षि, अष्टछाप नवनारायण, नवग्रह, त्रेसष्टसिद्ध (तमिळ शैव) इत्यादी गणनांप्रमाणेच ही नवनाथ गणना झाली, ज्यामुळे 'नवनाथ कथासार', 'नवनाथलीलामृत', 'नवनाथ भक्तिसार' आदी ग्रंथांत आल्या.

काही अज्ञात नाथपंथी

कान्हो पाठक : संत ज्ञानेश्वर समकालीन. परंतु ते नाथ संप्रदायामधील मानले गेले आहेत. नाथपंथी वडवाळसिद्ध नागेशाच्या परंपरेत पिला पाठक > त्रिमल पाठक > कान्हो पाठक > हरि पाठक > नामा पाठक - आणि त्यापुढे बरेच आहेत. हे कान्हो पाठक म्हणजे ज्ञानेश्वरकालीन कान्हो त्रिमलदास, आणि वडवाळसिद्ध परंपरेतील कान्हो पाठक हे वेगळे असे काही अभ्यासक ठामपणे मांडतात. महाराष्ट्र सारस्वतकार वि.ल. भावे यांनी तर नामा पाठकांचे आजोबा कान्हो पाठक असे ठामपणे मांडले आहे. कान्हो-हरि-नामा अशा परंपरा ते ग्राह्य धरतात. कान्होबा मूळचे केंदुरचे (ता. खेड) राहणारे. संत ज्ञानेश्वरकालीन आणि त्यांच्या लोभातले. माउलींनी समाधी घेताना, म्हणजे हे जग सोडून जाताना स्वतःच्या सर्व चीजवस्तू कान्होबांना दिल्या होत्या असा समज वारकरी समाजात आजही आहे; कारण आळंदीत माउलींच्या आरतीनंतर खिरापतीचा पहिला मान कान्होबांच्या वंशजास जातो. कान्हो पाठकांचे काही अभंग आणि गीतेवरील मराठी 'गीतासार' कान्हो पाठकांचे नावावर आहे. (पाहा : वा.ल. मंजूळ : कथा संत पंथ दैवतांच्या पृ. १२०) या काव्याच्या शेवटी तो म्हणतो - 'गुरुपदेशु नागनाथु । कान्हो पाठक विनवतु ।।'. अभंगातदेखील 'हृदयी धरा नागेश । म्हणे कान्हो पाठक ।' असा उल्लेख येतो. यावरून ज्ञानेश्वरकालीन कान्हो पाठक आणि

नागनाथशिष्य कान्हो वेगळे होते असे मत मांडले जाते. मात्र केंदुर येथील त्यांचे वंशज स्वतःला ज्ञानेश्वरकालीन कान्हो यांचे वंशज मानतात. केंदुरजवळ पाबळ (ता. शिरुर) येथे सिद्धनागेश्वर देवालय असून पाठक वंशाचे प्रतिनिधी देवालयात पूजा-नैवेद्य इत्यादी उपचारांची व्यवस्था पाहतात. हे देवालय कान्होच्या गुरूंच्या स्मरणार्थ बांधले आहे. (पाहा : पां.न. पटवर्धन, अहवाल भा.इ.सं. मंडळ) कान्हो त्रिमलदास व कान्हो पाठक या दोहोंच्या नावाने थोडी गडबड संतसाहित्यात झाली आहे. त्यावर इतिहास संशोधक ग.का. चांदोरकर यांनी १९३६मधील भारत इतिहास संशोधक मंडळाच्या अहवालात वडवाळसिद्ध नागनाथाची शिष्य परंपरेमध्ये पिला पाठक - त्रिमल - कान्हो पाठक असा क्रम दिला आहे. चांदोरकर म्हणतात, 'ज्ञानेश्वर काळात पाठक घराणे अस्तित्वात होते आणि ते नाथ सांप्रदायी होते. आपण आजही कान्हो पाठक यांना नाथ सांप्रदायी मानतो. कान्हो पाठकांचे पद्ममय मराठी 'गीतासार' भाष्य आणि केवळ सहा मुद्रित अभंग आज उपलब्ध आहेत. गीतासार साठ ओव्यांचे आहे.

गंगानाथ आणि त्यांच्या स्फुट रचना

गंगानाथ हे नाथपंथी साधू. स्वारगेट येथील मठाचे अधिपति! हे नाथपंथी साधू पुण्याचे. त्रिपुटीच्या गोपाळनाथांच्या परमहंस नावाच्या शिष्याच्या परंपरेत ते होऊन गेले. हा गोपाळनाथ परंपरेचा मठ स्वारगेटजवळ होता. हल्ली या मठाची जागा खत्री समाजाच्या ताब्यात आहे. (डॉ. ढेरे, नाथ संप्रदायाचा इतिहास पृ. २६७) या जागेत सध्या व्यंकटेश मंदिर असून त्या मंदिरात सहजनाथ, सुभाननाथ, गोपाळनाथ या तिन्ही नाथांच्या समाधी शिळा आहेत. शिवाय मंदिरात गणपति, शिवलिंग आणि गंगानाथांचे पुत्र आणि शिष्य रावजीनाथ यांचीही समाधी आहे. शेजारीच देवीचे मंदिर असून त्यात श्वेतपाषाणाची अष्टभुजा आणि कृष्णपाषाणाची दशानन अशा मूर्ती आहेत.

गंगानाथांचा जन्म शके १६७१च्या सुमारास धनगर समाजात झाला. यांचे नाव गंगाराम कोथमिरे. वडिलांचे नाव येसाजीबुवा, पक्के विठ्ठलभक्त आणि आवर्जून वारी करीत. गंगाराम मेंढ्या रानात चरायला नेत असत. मेंढ्या परत आणताना गावाबाहेरील सहजनाथ मठात काहीशा कुतूहलाने आणि श्रद्धेने जात असत व श्रवणाचा लाभ घेत असत. त्या वेळी त्या मठात सहजनाथ-सुभाननाथ-गोपाळनाथ ही गुरु-शिष्य-प्रशिष्य त्रयी निवास करीत होती. सहजनाथांनी आपल्या प्रशिष्याकरवी गंगाराम यांना दीक्षा दिली. नाव ठेवले गंगानाथ. या गुरुबोधानंतर गंगानाथांचे सहज

सात्त्विक जीवन परमार्थानुभवाने क्रमशः रंगू लागले आणि त्यांचे जीवन-व्यापार स्वानुभवाच्या संगीताने भारल्यासारखे झाले. आपल्या नित्याच्या मेंढपाळीतही त्यांना योगानुभवाचे प्रतीक आढळले.

आपला मुलगा संसारापासून दूर राहू नये म्हणून मातेने गोपाळनाथांकरवी गंगानाथांना गृहस्थाश्रमाचा स्वीकार करावयास भाग पाडले. पण त्यांनी प्रपंच आणि परमार्थ यांची सांगड घालून पंढरीची वारी, कीर्तन-प्रवचनाद्वारे अनेकांना मार्गदर्शन केले. कीर्तनासाठी अनेक पदे-अभंग त्यांनी रचले. अध्ययनासाठी हस्तलिखित संग्रह वाढवला. त्यांना पंढरपुरात मिळालेली एकमुखी दत्तमूर्ती आजही त्यांच्या गंजपेठेतील मठात पाहावयास मिळते. गंगानाथांचा शिष्यपरिवार फार मोठा होता. ग्वाल्हेरच्या राजघराण्यातील दोन महिलांनीसुद्धा दीक्षा घेतली होती.

मठातील कागदपत्रांतून आढळणारी आणि नित्योपासनेत वापरली जाणारी त्यांची गुरुपरंपरा अशी आहे - दत्तात्रेय > चांदबोधले > जनार्दन > एकनाथ > नित्यानंद > कृष्णानंद > विसोबानंद > मुन्हारनाथ > रंगनाथ > गोपाळनाथ > परमहंस > सहजानंद > सुभाननाथ > गोपाळनाथ > गंगानाथ.

यातील एक गोष्ट महत्त्वाची म्हणजे एकनाथांचे गुरू जनार्दन स्वामींचे गुरू दत्तात्रेय नसून चांदबोधले होते असे लक्षात येते. गंगानाथांचे गुरू गोपाळनाथ हे सिद्धावस्थेला पोहोचलेले गुरू होते. गृहस्थाश्रमी साधु नव्हते. त्यांचा समाधीकाल नोंदविणारा गंगानाथांचा एक अभंग आहे. त्यामध्ये त्यांनी ज्येष्ठ वद्य ३० शके १७२७ रोजी गोपाळनाथ समाधिस्थ झाले. त्यांची काही पदे मठातील बाडात आहेत. गंगानाथांची परंपरा मोठी होती; पण प्रत्यक्षात काय ते पाहू. त्यांचा शिष्य परिवार मोठा होता; पण त्या संबंधीची माहिती उपलब्ध नाही. त्यांच्या पुण्यातील मठाधिपति वंशपरंपरेने चालत आला आहे तो असा -

गंगानाथ > आनंदीनाथ > रावजीनाथ > भाऊ महाराज > मुरलीधर बुवा > घनश्याम बुवा > बाळकृष्णबुवा गोसावी आणि सध्याचे मठाधिपति दिवंगत बाळकृष्णबुवा त्यानंतरची परंपरा शोधली नाही. परंतु अलीकडच्या काळात मठामध्ये कीर्तन-प्रवचनादी कार्यक्रम चालत आहेत. शिवाय गंगानाथ वंशातील रघुनाथ आणि मधुकर कोथमिरे यांनी शिक्षणनिधी उभारून मठातर्फे त्यांच्या समाजातील गरीब विद्यार्थ्यांना आर्थिक मदत करण्याचे काम केले आहे.

गंगानाथांनी आपल्या आयुष्यात कीर्तनासाठी अनेक पदे रचली; पण काळाच्या ओघात ती गायब झाली. कोठेही मिळत नाहीत. त्यामधील केवळ ४०-५० पदे उपलब्ध आहेत आणि त्या पदांची रचना अपपाठामुळे भ्रष्ट वाटते.

कित्येक शब्द मुळात काय असावेत हे तर्काने जाणून घ्यावे लागते. कै. डॉ. रा.चिं. ढेरे यांनी गंगानाथांची आणि गुरूंची पंधरा पदे दिली आहेत. त्यामधील मेंढयावरचे एक पद आहे -

थीर हुस चालल्या मेंढ्या बावन खंड्या ।।ध्रु।।

चालला स्थीर मेंढ्याचा भार । आधार चक्रे वरती चार ।

स्वाधिष्ठानी सहासरकार । बांड्या बुंड्या बावन खंड्या ।।

मनपुरीच्या जमल्या दहाजणी । करिती क्रीडा पिती पाणी ।

द्वादशस्थळ अनुहात स्थानी । तृण धुंड्या ।।

बारा पुढे चालल्या सोळा । सोळा पुढे दोन ओढाळा ।

क्षीराब्धी तिरी घेती उन्हाळा । तांबडतोंड्या ।।

चंचल अणुरेणुची वाट । वेंधळ्या निरंजनाचा घाट ।

निर्गुण शेती केली बोभाट । खाती मूळ शेंड्या ।।

अर्धा ओंकार मेंढका भोळा । त्याने अवघ्याच केल्या गोळा ।

सुभाननाथ स्वामी गोपाळा । गंगानाथा दाविल्या मेंढ्या ।।

•••

नाथ संप्रदायाच्या रचना (संक्षेपाने)

नवनाथ आणि नंतरच्या काळातील त्यांच्या संप्रदायातील नाथांनी केलेल्या रचना असंख्य आहेत. विविध भाषांत आहेत. त्यामधील उपलब्ध रचनांपैकी काही परिचयासाठी येथे देत आहे. त्या रचनांसंदर्भात संशोधकांत मतभेद आहेत. परंतु नाथ सांप्रदायिक ज्या रचना आणि त्यांचे कर्ते यांचा उल्लेख करतात, त्यातील निवडक रचनांचा विचार करू.

मत्स्येंद्रनाथ (मच्छिंद्रनाथ) : मच्छिंद्रांच्या ग्रंथांचे आपल्याला दोन विभाग करावे लागतील. एक कौलमताचा, दुसरा नाथमताचा. पहिल्या प्रकरणात कौलज्ञाननिर्णय, अकुलवीरतंत्र, कुलानंदतंत्र आणि ज्ञानकारिका. दुसऱ्या प्रकारात विशेष करून स्फुट रचना आढळतात. त्यामधील ‘ज्ञानकारिका’मधील ही रचना पाहा -

एक लिङ्गे स्मशाने वा नदीनां सङ्गमेषुच ॥
शून्यागारे गुहावासे वृक्षमूले तु चत्वरे ।
महोदधि तटे चैव त्रिपथे वापि साधकः ॥
नग्नास्ते मुक्त केशास्तु मदिरानंद चेतसः ।
माला निर्मालिता योगी एकाकी भ्रमते सदा ॥

ही रचना नाथांच्या चर्याविषयक आहे आणि तीही संस्कृत भाषेत आहे. त्यानंतर हिंदी रचना पाहा -

सोही कच्चा बेकच्चाबे । नहि गुरु का बच्चा ॥ध्रु॥
दुनिया त्यज कर खाक लगाई । जाकर बैसाब नमो ।
खेचरी मुद्रा वज्रासन पर । ध्यान धरत है मनसो ॥१॥
गुपत होकर परगट होवे । जावे मथुरा काशी ।
प्रान निकाले सिद्ध भया है । सत्य लोक का वासी ॥२॥
तिरथ कर कर उमर खोई । जोग जुगतमो सारी ।
धन कामिनी को नजर न लावे । जोग कमाया भारी ॥३॥

कुंडलिनी को खूप चढावे । ब्रह्मरंध्र मो जावे ।

चलना है पानी के उपर । मुख बोले सो होवे ।।४।।

शास्तर में कुछ नही बाकी । पूरा ग्यान कमाया ।

वेद विधी का मार्ग चलकर । तन काल करा दिया ।।५।।

कहे मछिंदर सुन रे गोरख । तीनो उपर जाना ।

कृपा भई जब सद्गुरु की । आप आपको चिन्हा ।।६।।

मत्स्येंद्र संहितेतील श्लोक :

सृष्टे पुरा सदेवासीदेकमेवाद्वितीयम् ।

सत्यज्ञानमनन्तम् यत् वेदत्थं ब्रह्मलक्षणम् ।

तस्मिन् ब्रह्माणि अतिगूढा चित्शक्तीस्यादनर्किता ।

वाह्नि शक्तिवत्च कार्यानुमेया श्रुती राहताम् ।

कौलभास्कराची व्याख्या :

कुलंशाक्ति रिती प्रोक्तं अकुलं शिव उच्यते ।

कुलेऽकुलेस्य संबंधः कौलमित्याभिदियते ।।   (सौभाग्य भास्कर)

गोरक्षनाथ (गोरखनाथ) : गोरक्षनाथांच्या नावावर मोठा ग्रंथसंभार आहे. त्यांतील मुद्रित ग्रंथांत नक्की त्यांचे कोणते व नावावरचे कोणते संभ्रम पडतो. संस्कृत-हिंदी व क्वचित अन्य भाषांतही त्यांच्या ग्रंथरचना आढळतात.

संस्कृत : अमनस्क, अमरौघ प्रबोध, अमरौघ शासन, गोरक्षपद्धती गोरक्षसंहिता, महार्थमंजरी, सिद्धसिद्धांत पद्धती, योगमार्तंड

हिंदी रचना : डॉ. पितांबर बडथ्वाल यांनी गोरखबानी ग्रंथात गोरक्षनाथांच्या नावावर लहानमोठ्या सुमारे चाळीस ग्रंथांची यादी दिली आहे.

गोरखनाथाचे पुढील पद मराठी प्रभावित आहे.

निज तत निहारता अम्हे तुम्हे नाही ।।

पाषाणाची देवली पाषाणाचा देव ।

पाषाण पुजिला कैसे फिरीला सनेह ।।१।।

सरजीव तोडिला निरजिव पूजिला ।

पापची करणी कैसे दूतर तिरीला ।।२।।

बाह्र धोये कैसे भीतरी भेदिला ।

आदिनाथ नाती मछिंदर पूता ।

निजतत निहारै गोरष अवधूता ।।३।।

कबीराचा गाथा या पुस्तकात तीनपदे गोरक्षाचे नावावर आहे. त्यातील एक

नाथजी बोले अमृतबानी । बरखत कमली भींगत पानी ।।

गाडो जी घोडा बांधोजी खुंटा । चालत नगाना बाचत उंटा ।।

धबधब मटके कुंभार घडियो । मटके के उपर चुलिया धरियो ।।

मांडोजी जी हांडी चढादेवे भाता । बकरेके आगे देवसे काटा ।।

आदिनाथ गुरु मच्छिंदर चेला । उलट वाचनसो गोरख मिला ।।

संशोधकांच्या मते गोरक्षांच्या रचना आंतरिक शुद्धीला भर, अनुभूतीला प्रमाण मानणाऱ्या विचाराचे मुक्तचिंतन, तप:पुनीत तेजस्वी चरित आणि प्रखर आत्मविश्वास यांनी भरलेल्या जाणवतात. त्यांचा रचना म्हणजे औपनिषदिक ऋषींचा वारसा म्हणावा लागेल.

जालंधरनाथ : जालंधर हा मच्छिंद्राचा गुरुबंधू. परंतु तिबेटी परंपरेत जालंधर मत्स्येंद्राचा गुरू मानला जातो. नगरभोग (तिबेट) देशात ब्राह्मणकुलात जन्म झाला. उत्तम पंडित जन्मला. घंटापादाचा शिष्य कुर्मपाद याच्या संगतीत येऊन त्याचा शिष्य बनला. मत्स्येंद्र, कृष्णपाद, तंतिया हे त्याच्या शिष्यांपैकी होते. भोटिया ग्रंथात याला आदिनाथ मानले आहे. तनजूरमध्ये जालंधरांनी लिहिलेल्या सात ग्रंथांचा उल्लेख आहे. त्यांपैकी दोन 'मगही' भाषेत लिहिले आहेत.

१) विमुक्तमंजरी २) हुंकार चित्त बिंदुभावना क्रम

३) हेव्रज साधनावर टिप्पणी आहे ४) शुद्धी वज्र प्रदीप

जालंधर आणि कण्हपा यांचा पंथ मच्छिंद्र-गोरखहून वेगळा होता. कालांतराने गोरक्ष परंपरेत जालंधरपंथ समाविष्ट झाला असे मानले जाते. जालंधर अंतरिक्षनारायणाचा अवतार मानतात. वर्णरत्नाकरातील नाथसिद्धान्त जालंधर हा एकोणिसावा आणि वज्रनाथ सिद्धामध्ये सेहेचाळिसावा आहे. हाडिपा नामक बंग (बंगाली). सिद्ध म्हणजे जालंधर असे बंगाली परंपरा मानते, तर गोपिनाथ कविराज यांच्या मते जालंधर भर्तृहरीचे गुरू असावेत, असे म्हटले आहे. मूळचे कापालिक, नंतर नाथ संप्रदायात आलेले. लीळाचरित्रात जालंधरांचा उल्लेख आहे.

कृष्णपाद (जालंधर शिष्य) : कृष्णपाद हे जालंधराचा प्रधान शिष्य होत. कण्हपा, कानपा, कान्हपा, कानफा इत्यादी नावांनी ते परिचित आहेत. तिबेटी परंपरेत यांना राहुल सांकृत्यायनांनी कर्णाटदेशीय म्हटले आहे. त्याच्या कृष्णवर्णामुळे हे नाव पडले. याला उडिया भाषी जुलाहा म्हणूनही ओळखतात.

देवपालाच्या काळात ते पंडित भिक्षू होते. अनेक दिवस ते सोनपुरी विहारात (पहाडपूर जि. राजशाही) राहत होते. पुढे जालंधरांचे शिष्य बनले, पण सर्व सिद्धान्त

कवित्व आणि विद्या या दृष्टींनी ते सर्वश्रेष्ठ होते. नाथांच्या चौऱ्याऐंशी सिद्ध मंडळींमध्ये यांचे सात शिष्य होते. त्यामध्ये कनखला-मेखला या दोन योगिनी होत्या. हरप्रसाद शास्त्रींच्या मते कृष्णपाद नाथांची ५७ पुस्तके आणि १२ संकीर्तपदे उपलब्ध आहेत.

तनजूरमध्ये यांचे दर्शनपर सहा आणि तंत्रपर ७४ ग्रंथ आहेत. बंगाली भाषेला 'मगही' भाषा मानतात. त्या भाषेत कृष्णपादाचे पुढील ग्रंथ पाहावयास मिळतात -

१) काण्हपाद गीतिका   २) महादुण्ढणमूल   ३) वज्रगीति
४) वसंततिलक   ५) असंबद्धदृष्टी   ६) दोहा कोश

(बौद्धगानमध्ये ३२ दोह्यांचा दोहा कोश व त्यावरची संस्कृत टीका छापली आहे.)

कृष्णपादासंबंधी बऱ्याच गोष्टी पाहावयास मिळतात. विस्तारभयास्तव अधिक येथे दिल्या नाहीत.

चौरंगीनाथ : मच्छिंद्रनाथांच्या शिष्यांत गोरक्षांचे जसे महत्त्वाचे स्थान, तसेच चौरंगीनाथांचेही आहे. सावत्र आईच्या अवकृपेने हस्तपादरहित झालेले हे भारताच्या पूर्व भागातील देवपाल राजाचा पुत्र, चौरंगी नावाने प्रसिद्ध आहेत. मीननाथ भ्रमण करीत असताना चौरंगीनाथांची भेट झाली, त्यांना दीक्षा दिली आणि त्यांचा सांभाळ एकावर सोपवला. पुढे हेच बालक नाथदीक्षेने चौरंगीनाथ झाले. बारा वर्षांच्या तपानंतर त्यांना सिद्धीचा लाभ झाला आणि गेलेले हात-पाय परत मिळाले.

डॉ. मोहनसिंगांच्या मते ते सालवाहनाचे पुत्र आणि गोरक्ष-मच्छिंद्रांचे शिष्य होय. पंजाबी परंपरेने सालवाहन राजाच्या पुत्राचे नाव पुरणभगत होते.

बंगाली शून्यपुराणात आद्यनाथ, मीननाथ, सिंगा, चरंगीनाथ आणि दन्तपाणि, किन्नरीचा उल्लेख आहे.

गोरक्षविजयात असा उल्लेख आहे की अनाद्याच्या शरीरापासून शिव, मीननाथ, हाडीपा, कानफा, गाभूर, गोरक्ष आणि गौरी यांचा जन्म झाला. गाभूर म्हणजे युवक. याच गाभूर सिद्धाचे नाव चौरंगीनाथ होते. मच्छिंद्रांनी म्हटले आहे -

'एक शिष्य आछे मोर जाति गोरखाई ।

आर सिद्ध आछे मोर गाभूर सिद्धाई ।।'

सिद्धजन महादेवांच्या घरी भोजनासाठी एकत्र आले असता पार्वतीने सर्वांना कामबाणाने विद्ध करून टाकले आणि परीक्षा घेतली. तेव्हा एकमेव गोरक्ष त्या परीक्षेत उत्तीर्ण झाला. उर्वरित नाथांना पार्वतीचे अभिशाप मिळाले. गाभूर सिद्धाला देवीशापामुळे 'विमाताभिलाष' दोषावरून हस्त-पादविहीन होऊन युवराजपदाला मुकावे लागले.

ज्ञानदेवांनी ज्ञानेश्वरीच्या अठराव्या अध्यायात गुरुपरंपरा वर्णन करताना चौरंगीचा उल्लेख केला आहे -

तो मत्स्येंद्र सप्रशृंगी । भग्नावया चौरंगी ।

भेटला की तो सर्वांगी । संपूर्ण झाला ।।

'नवनाथ भक्तिसार' ग्रंथात त्याचा उल्लेख वैदर्भ देशाच्या राजाचा पुत्र म्हटले आहे. कौंडिण्यपुरीत शशांगर-मंदाकिनीच्या उदरी याचा जन्म झाला. विमाता भुजवंतीकडून हस्त-पादविहीन झाल्यावर मित्राचार्य शरयू ब्राह्मणाने त्याला सांभाळले. तेलुगु भाषेत वेगळी कथा आहे. ही कथा अशोकपुत्र कुणालाच्या कथेसमान आहे.

चर्पटीनाथ : डॉ. मोहनसिंगांनी पंजाब विद्यापीठाच्या ग्रंथालयात असणाऱ्या एका हस्तलिखितावरून (क्र. ३७४) चर्पटीनाथांच्या नावावरची एक कविता आपल्या ग्रंथामध्ये इंग्रजी अनुवादासह छापली आहे. ती अशी -

सुधु फटकि मनु गिआनि रता ।

चरपट प्रणवै सिधमता ।।

बहिरीस लटि भवन नहि जाऊ ।

काहे कारनी काननिका चिरा खाऊ ।।

विभूति न लगाओ जिऊतरि उतरी जाई ।

खर जिऊ थूडि लेटे मेरी बलाई ।।

सेली न बांधो लेवो ना म्रिगाजी ।

ओढउँ न खिंथा जो हुइ पुरानी ।।

पत्र न पूजो उड़ा न उठावो ।

कुते कि निआई माँगने न जावो ।।

बासी करि के भुगतिन खाओ ।

सिंधीआ देखि सिंगी न बजाओ ।।

दुआरे दुआरे धुआ न पावो ।

मेखिका जोगी न कहावो ।।

आतिमा का जोगी चरपट नाउ ।।

(गोरखनाथ ॲण्ड मिडीव्हल हिंदू मिस्टिसिझम pp२०)

यामध्ये केवळ वेषाचा जोगी होण्याऐवजी आत्म्याचा जोगी होणे सुचवले. यामध्ये कानफाटा योगींना सावध केले आहे.

इक सेति पटाइक निली पटा । एक तिलकज नेऊ लंबी जटा ।।

इक किए इक मोती इक कानिफाटा । जब आवैगी कालीघटा ।।

मोहनसिंगांच्या संग्रहात आणखी एक गीतांश असा आहे.

इह संसार कंटी ओकी बाड़ी । निरख निरख पगु धरना ।।

चरपटु कहै सुनहे रे सिधो । हठी करितपु वही करना ।।

चर्पटीनाथ बाह्यवेषविरोधी होते. नाथ संप्रदायात राहूनही शुष्क बाह्य प्रक्रिया मानत नव्हते. वर्णरत्नाकरात चर्पटीनाथांचा उल्लेख आहे. तसेच 'प्राणसंगली'तील संवादावरून तो रसायनसिद्धीचा अन्वेशक होता आणि तो रसायनवादी बौद्ध भिक्षूंच्या परिवारातून गोरक्षप्रभावाखाली आला असावा. ५९व्या सिद्धाचे नाव चरपट आहे. तिबेटी परंपरेत तो मीनपाचा गुरू आहे, तर नाथ परंपरेत तो गोरक्षशिष्य आहे.

चंबा राजवंशावळीत याची चर्चा येते. चंबाराज प्रासादासमोर चर्पटीमंदिर आहे. चंबाच्या साहिल्य देवाचा गुरू म्हणून चर्पटीनाथांचा उल्लेख आढळतो. कापालिक बारा शिष्यांतही चर्पटी यांचे नाव आहे. तसेच 'प्राणसंगली' ग्रंथात शीख गुरू नानकाशी संबंध दाखविला आहे.

भर्तृहरी : नाथपंथात ज्या वैराग्य संप्रदायाचा अंतर्भाव झाला, त्या वैराग्यपंथांचे प्रवर्तक भर्तृहरी होय. वैराग्यपंथावरून भर्तृहरीच्या 'शतकत्रयी'चा बोलबाला संस्कृत काव्यात भरपूर आढळतो. शृंगार-वैराग्य-नीति ही तीन शतकी रचनाचे काव्य आजही लोकप्रिय आहे. अगदी शालेय संस्कृत पुस्तकांपासून त्यांचा अभ्यास होतो. त्यामुळेच भर्तृहरी प्रसिद्ध आहेत. तत्त्वज्ञानात्मक विचार आणि रसपूर्ण रचना ही या ग्रंथांची वैशिष्ट्ये आहेत. आपल्या पत्नीच्या अनुचित वागण्याने त्यांना वैराग्य उत्पन्न झाले अशी परंपरागत कथा आहे. (वैराग्यशतक श्लोक १) इत्सिंगने एका भर्तृहरीचा उल्लेख केला आहे. तो सात वेळा बौद्ध भिक्षू बनला आणि पुन्हा गृहस्थाश्रमी बनला असे म्हटले आहे. यांचा काळ सातव्या शतकाच्या पूर्वार्धात येतो. भर्तृहरीच्या अनेक दंतकथा विविध ग्रंथांत पाहावयास मिळतात; पण त्या ऐतिहासिक मानता येत नाहीत. एकदा ते शिकारीला गेले असता त्यांनी हरिणाला मारले. हरिणी शोकविव्हल झाली; पण भर्तृहरी काहीच करू शकत नव्हते. पण त्याच सुमारास त्यांची गोरक्षनाथांची भेट झाली. त्यांनी भर्तृहरीना नाथपंथाची दीक्षा घेण्याची अट घालून हरिणाला जिवंत केले. हरीण-हरिणीचा मिलाफ पाहून भर्तृहरी आनंदले आणि नाथपंथी बनले. दुसऱ्या एका कथेनुसार आपली पतिव्रता पत्नी पिंगला हिच्या मृत्यूनंतर शोकग्रस्त अवस्थेत गोरक्षनाथांकडून त्यांनी वैराग्य पत्करले आणि आपला भाऊ विक्रमादित्य याला गादीवर बसवले. हा काळ १०७६ ते ११२६ असा येतो. गोपीचंदाची माता मयनामति ही भर्तृहरीची बहीण होती. पेशावरचा 'रतननाथ' हा भर्तृहरीचा शिष्य मुसलमान योग्यांत प्रसिद्ध होता. कबीर ग्रंथावलीत भर्तृहरीविषयक एक पद आहे ते असे -

भयथरी भूप भया बैरागी ।

बिरह बियोगी बनिबनि ढुंढै । वाकी सुरति साहिब सौं लागी ।

हसति घोड़ा गाव गढ़, गुडर कनडा पाईक आगी ।

जोगी हुआ जाणी जग जाता, सहर उजीणी त्यागी ।

छत्र सिंघासण चवर ढुलंता, राग रंग बहु आगी ।

सेज रमैणी रंभा होती, तासौं प्रिती न लागी ।

सूर बीर गाढा पग रोप्या, इह बिधी माया त्यागी ।

सब सुख छाडी भज्या इक साहिब गुर गोरख ल्यौ लागी ।

मनसा बाचा हरि हरि भाखै, गंध्रप सुत बढ भागी ।

कहै कबीर कुदर भजि करता अमर भणे अणरागी ।

(कबीर ग्रंथावली पद २९९ पृ. १८९)

अमरनाथ : अमरनाथ हे गोरक्षनाथांचे शिष्य आणि गहिनीनाथांचे गुरुबंधू होय. अमरनाथांचे अनुयायी महाराष्ट्रात आढळतात. 'महाराष्ट्र सारस्वत'कार वि.ल. भावे म्हणतात (पृ. ३११) - डॉ. द्विवेदींनी अमरनाथ शाखेचा उल्लेख (नाथ संप्रदाय पृ. 13)केला आहे. परंतु इतर अनेक नवनाथांविषयी भरपूर माहिती आणि त्यांची परंपरा मिळते, तशी अमरनाथांची मिळत नाही. मात्र अमरनाथांचे गुरुबंधू गहिनीनाथ महाराष्ट्राच्या सांस्कृतिक शिल्पकारांत मानाचे स्थान मिळवणारे आणि वैभवशाली परंपरेचे निर्माते म्हणावे लागतील. मात्र निवृत्तिनाथांनी आपल्या गुरूबरोबर अमरनाथांचा आदरपूर्वक उल्लेख केल्याचे आढळते.

'*निवृत्ति परिवार गुरु गयनि अमर । गोरक्षी कंदर ब्रह्म माझे ।*' अमरनाथाचा 'अमरनाथ संवाद' नावाचा मराठी ग्रंथ अंशत: उपलब्ध आहे. या ग्रंथाच्या समाप्तीमध्ये मात्र '*श्री गोरक्षनाथ विरचिते अमरनाथ संवादे आत्मज्ञान कथंति नीजविचारे ।*' असा गोरक्षांचा उल्लेख आदरभावाने रचयिता म्हणून केला आहे एवढेच. ही प्राचीन परंपरा आहे आणि क्वचित सापडते. यामध्ये अमरनाथांनी गुरुदत्त ज्ञान दिले आहे. भाषा प्राचीन, मांडणी सूत्रबद्ध, गद्यात असून पद्यमय वाटणारी अशी आहे. आज उपलब्ध भागात 'चंद्रसूर्यविवेक, आत्मज्ञानकथन, सायुज्यता, लक्षण, गुरुशिष्यलक्षण, ज्ञानविवेक इत्यादी विषय आहेत. ग्रंथ लहान, ३२ पानांचा (कदाचित अपूर्ण भाग) आहे. त्यातील एक नमुना असा -

वृक्षाची पाने झडति । आणि माघौनि नीगती । परि तेचि म्हणू न येति कीं । दिवेया पासौनि निघलिया काजळी । त्याचा पोटी काई आणि की । पाणी असे मग निगालिये नदी उदके अनित्ये । परि प्रवाही नित्य जाणावी की । तैसा दृश्यु प्रपंचु पदार्थ

नाथ संप्रदायाच्या रचना (संक्षेपाने) । १८७

अनित्यु । परि त्या प्रवाही नित्य जाणावा की । केळींचा गाभा उकलिता काई लाभू
असे । आणि फळ पानिचे निके पिकले । पिकत्याचा ओंम डौंचि पाहता बरवा दिसे ।
स्वप्नींचे सुषु स्वप्नींची बरवे । मग निर्धारिता तेथे काही असे । ते संसारिचे सुष दिसे
निकेसेंषी सुरस नव्हे । ऐसे ज्ञान जाणावे । आकाश कुसुमी जरी परिमळु भेटे । ना तरी
नाथलिये वांझेचे लेकरु त्रिभुवन भोगी । ससेचिया सींगे तिषटे । बोलणेचि लटिके ।
तैसा दृश्यु प्रपंचु । असत्यचि लटिका असे ॥

यातील दृष्टान्त ज्ञानेश्वरीतील दृष्टान्त प्रमेयेशी खूपच जुळतात. 'हा लेखक
आणि ज्ञानदेव एका परंपरेतील असून या दोहोंतील पाणी मूळ एकाच झऱ्यातले
आहे' असे श्री. भावे यांनी लिहिले आहे. या ग्रंथात अनेक दृष्टान्तांनी अजातवाद-
मायावाद सांगून अखेर *'एवढीये सृष्टीचे अढळ जेयाचेनि चाले, त्याते ओळखे तो
या संसाराआंतु सुखदुःखे लिंपेना'* असा अखेर संदेश दिला आहे.

गहिनीनाथ : अमरनाथांचे गुरुबंधू गहिनीनाथ यांचे कार्य अद्वितीय आहे. महाराष्ट्रामध्ये
नाथ संप्रदायाची प्रचंड परंपरा निर्माण करण्यात त्यांचे कार्य खूप महत्त्वाचे आहे.
अमरनाथांचे स्थल, कार्य, त्यांची जीवनपरंपरा याची विशेष माहिती मिळत नसल्याने
गोरक्षांनंतर गहिनीनाथच महाराष्ट्राला महत्त्वाचे वाटतात.

गयनी, गैनी, गहनी, गहिनी अशा विविध नावांनी ते महाराष्ट्राला परिचित
आहेत. नवनाथ भक्तिसाराच्या दहाव्या अध्यायात त्यांची जन्मकथा आहे. अद्भुत
अशी कनकग्रामात बाल गोरक्ष गुरू मच्छिंद्रनाथांबरोबर भ्रमंती करताना एकदा इतर
मुलांच्या बरोबर त्याने मातीचे पुतळे - मूर्ती बनवण्याचा खेळ आरंभला. गुरुमंत्राचा
त्या वेळी सहज उच्चार झाला आणि हातातल्या पुतळ्यात चैतन्य संचारले. मातीची
मूर्ती सजीव झाली. तोच गहिनीनाथ. करभंजन नारायणाचा तो अवतार होय. या
अयोनीसंभव बालकाचा सांभाळ मच्छिंद्रनाथांच्या सांगण्यावरून त्या गावातील
मधू ब्राह्मण आणि पत्नी गंगा यांनी केला. याखेरीज अन्य माहिती मिळत नाही.
मात्र निवृत्तिनाथ त्र्यंबकेश्वरी आल्यावर शके १२१०मध्ये ब्रह्मगिरीवर त्यांना दीक्षा
दिली. याखेरीज गहिनीनाथांस प्रकाशनाथ नावाचा शिष्य होता. तो जयजयपूरच्या
सोमराजाचा पुत्र होता. प्रकाशनाथांची परंपरा 'नाथलीलामृता'चा कर्ता आदिनाथ
कैरवापर्यंत चालत आली.

निवृत्तिनाथांनी आपल्या रचनेत अनेक ठिकाणी गुरुकृपेचा उल्लेख केला आहे.
एक रचना अशी -

निवृत्ति गयनीकृपा जपतो अमुपजाण । सांगितली खूण गोरक्षाने ॥
निवृत्ति गयनीदेव उपदेशील सर्व । गोरक्षी गुह्यभाव सांगितला मज ॥

निवृत्ति परिवार गुरु गयनी अमर । गोरक्षी कंदर ब्रह्म माझे ।।

निवृत्ति सधर गोरक्षी गयनी । ब्रह्मरसे पूर्णी समरसे ।।

निवृत्तिनाथांचा जन्म इ.स. १२७३मधला. गहिनीनाथांचा उपदेश इ.स. १२८८मध्ये निवृतिनाथांना मिळाला. निवृत्तीचे आजा-आजी गोविंद-निराई यांनाही गहिनींचा उपदेश होता. गोविंद-विठ्ठलपंत-निवृत्ती यांच्या जन्मकालावरून इ.स. १२००मध्ये गहिनीनाथांचे अस्तित्व असे धरले जाते. निवृत्तिउपदेशानंतर गहिनीनाथांची अधिक माहिती मिळू शकत नाही. नाथपंथ आणि भक्तसंप्रदाय यांवर याचा समन्वय 'गहिनी-निवृत्ति'मधून पुढे आला.

गहिनीनाथांचा 'गोरक्षगीता' नावाचा एक ग्रंथ जो योगाभ्यासावर विशेषत: रचला आहे. पुढच्या काळात सोपान परंपरेतील गंगाधर याने 'गोरक्षगीता निरूपण' नावाचा ग्रंथ लिहिला आहे. पांगारकरांनी 'ज्ञानेश्वराची प्रभावळ'मध्ये गहिनीनाथांचे तीन अभंग दिले आहेत. 'गहिनी प्रताप' नावाचा ग्रंथ भिंगारकरांच्या संदर्भात दिला आहे.

हरिनाथ (शके १०८१ ते ११०८) : मुकुंदराज परंपरेतील आद्य पुरुष. यांच्या आईचे नाव सरस्वतीबाई, पित्याचे नाव सत्यनारायण. पाचव्या वर्षी उपनयन झाले. जन्म, मौंज, वेदाध्ययन, पाशुपत व्रताचरण, शिष्य प्रबोधन आणि समाधी अशा सगळ्या घटना २८ वर्षांच्या जीवनात, नागपूर प्रांतातील वैनगंगेच्या तीरावरील मनोहर अंबानगरी (अंभोरे) येथे घडल्या. त्यांचे परात्पर शिष्य मुकुंदराज यांनी या गुरूचे चित्र आपल्या 'विवेकसिंधु'मध्ये असे रेखाटले आहे.

जयाचे नाम संकीर्तन । करिता पाप निकृंतन ।

तयासी मेखला बंधन । पिता करिता झाला ।

वेदशास्त्राचा अभ्यास । जयास करिता न लागे सायास ।

जो चतुर्विध वाचेचा । तेथे विस्मय कैसा ।।

हरिनाथांनी बारा वर्षे पाशुपत व्रताचे आचरण केले. अग्निकुंडातून प्रकट झालेल्या आदिनाथांनी गाढ आलिंगन दिले. त्यांना स्वानंद साम्राज्याचा चक्रवर्ती बनवले. हरिनाथांनी आदिनाथ शिवाकडे प्रेम मागितले आणि लोकोद्धार करण्याची अनुमती घेतली. आदिनाथांनी आपले 'शांभव तेज' हरीच्या मुखात मुखाद्वारे संक्रमित केले. त्यानंतर हरिनाथांची बावीस दिवस निर्विकल्प समाधी चालू राहिली. चित्तवृत्ती बदलली. हरिनाथांनी यज्ञस्थळी चैतन्येश्वर लिंगाची स्थापना केली. अंभोरा येथील हे स्थान रमणीय आहे.

त्यानंतर हरिनाथांनी आपली परंपरा सुरू केली. त्यामध्ये सुरेंद्रभारती, नागार्जुन, जनार्दन आदी ५६ शिष्यांमध्ये रामचंद्र तथा रघुनाथ यांवर हरिनाथांची मोठी कृपा

झाली आणि त्याच्याद्वारे मुकुंदराजादी अनेक शिष्यांचे प्रबोधन करून ब्रह्मविद्येचा सुकाळ केला.

अनेक शिष्यांप्रति बोधिले । ते ब्रह्मसुखे निवाले ।

ब्रह्मविद्येचे तारु केले । सकळजनासि ।।

हरिनाथांची ग्रंथरचना उपलब्ध नाही; पण परंपरेचे अनेक मठ विदर्भात पाहावयास मिळतात. नागपूर येथील गणोबावाडीतील मठ, तांडा पेठेतील गळघाट्यांचा मठ, वर्धा जिल्ह्यातील हमदापूरचा मठ, नागपूरचा डोके बुवांचा मठ, हिंगणघाटजवळील कोरो येथील मठ, उमरेडचा मठ, हे मठ हरिनाथ-मुकुंदराज परंपरेचे आहेत आणि त्यांमधून मुकुंदराजाची माहिती, रचना, पदे, आरत्या आणि विशेष म्हणजे 'विवेक सिंधू'च्या प्रती पाहावयास मिळतात. रघुनाथांनी 'आत्मसुख' नावाचा ग्रंथ लिहिल्याची माहिती मिळते. कमलेश्वर मठातील मोडी पत्रावरून आणि मुरहर नामक सांप्रदायिकाच्या अभंगावरून हरिनाथ शिष्य रघुनाथाची माहिती मिळते. ते शशिनगरमध्ये (आजचे चांदा) राहत होते. गुरू हरिनाथांनी या शिष्याला अपमृत्यूपासून वाचवल्याची कथा मिळते. रघुनाथांचे आडनाव बोबडे होते; पण हरिनाथांचे ते पट्टशिष्य होते एवढे मात्र खरे!

मुकुंदराज : आदिकवि मुकुंदराजांच्या स्थल-कालासंबंधी विविध मतांतरे आहेत. काही जण त्यांचा काळ ज्ञानेश्वरापर्यंत अलीकडे ओढून त्याचे आदिकवित्व हिरावून घेतात. त्यांच्या 'विवेकसिंधू'मध्येही आत्मचरित्रपर काही उल्लेख नाहीत. मठातील कागद, भक्तिपर अभंग, 'भक्तिरहस्य' नावाचा पौराणिक ग्रंथ यातून थोडी फार माहिती मिळते. हा ग्रंथ केशव जयरामकृत शके १७७९चा आहे. यातून पूर्वजीवनाबद्दल थोडीफार माहिती मिळते. हरिनाथ हे नाथ परंपरेतील एक महान लेखक.

पूर्वीचे नाव मुकुंद भट्ट, वाराणशीला ज्योतिषी होते. रघुनाथ भिक्षेला गेल्यावर 'आज तुझे मरण आहे' असे भविष्य वर्तवले. पण ते गुरू हरिनाथांनी चुकवले. त्यामुळे मुकुंदराज हरिनाथ भेटीसाठी अंबानगरीला आले. वैनगंगेतीरी अंबानगरीमध्ये गुरुपदेश मिळाला. मुकुंदराजांनी 'परमामृत' हा ग्रंथ गुरूच्या हयातीत लिहिला. 'विवेकसिंधू' मात्र हरिनाथ-रघुनाथ यांच्या समाधीनंतर शके १११०मध्ये तयार झाला. उल्लेख असा -

शके अकराशे दाहोत्तरु । साधारण संवत्सरु ।

राजा शारंगधरू । राज्य करी ।।

ऐसा समयो सर्वोत्तमु । तेथ मुकुंद द्विजोत्तमु ।

विवेकसिंधु मनोरमु । निर्मिता जाला ।।

जैतपाळ हा खेडला शेवटचा राजपूत राठोड राजा असावा. तो कदाचित मुकुंदराज उल्लेखित शारंगधराचा चांद्याच्या राजांचा मांडलीक जैतपाळ असावा. त्याने एक मोठा गोंधळ घातल्याचा उल्लेख त्याला ब्रह्मसाक्षात्कार व्हावा म्हणून अनेक विद्वान पकडले. ते काही करू शकले नाही म्हटल्यावर बंदिवासात टाकले. तलाव खोदण्याचे काम त्याला दिले हे ऐकून मुकुंदराज तेथे गेले. त्यांनी जैतपाळाला घोड्यावर बसवले आणि हातातील वेताच्या छडीने घोड्याला मारले. घोडा उधळला आणि जैतपाळाला समाधी लागली, ब्रह्मदर्शन झाले. खेडल्याच्या सीमेवर हा तलाव आजही पाहावयास मिळतो.

मुकुंदराज म्हणजे मराठी वाङ्मय आणि वेदान्त विद्या प्रारंभ करणारे मूळपुरुष. पुढील अनेक ग्रंथकारांवर त्यांच्या विचारांची, शैलीची छाप आहे. मुकुंदराजांच्या नावावर विवेकसिंधू परमामृत, महाभाष्य, गुह्यसप्तक आणि काही स्फुट रचना आढळतात. समर्थकाळापासून मुकुंदराज आणि आंबेजोगई यांचे घनिष्ट संबंध आहेत. त्यांची पुढील परंपरा अशी - मुकुंदराज > नृसिंह भारती > जगन्नाथ > सहजबोध > श्रीरंग > केशव > शंकर वैद्यनाथ > भीमनाथ > नागनाथ > बकाजी > गोपीनाथ आणि शेवटचे हल्ली हयात असलेले श्री. वि.रा. ढोक हे होत.

सहजानंद : 'सिद्धसिद्धान्तपद्धती'वरील एक संक्षिप्त टीका 'ज्ञानप्रदीपिका' या अप्रकाशित हस्तलिखितात डॉ. ढेरे यांना मिळाली. १४ प्रकरणे आणि २१६५ ओव्यांचा हा ग्रंथ कोण्या सहजानंद नावाच्या साधूने रचला. मूळात 'सिद्धसिद्धान्तपद्धती' गुरू गोरक्षांचा ग्रंथ. त्यावर टीका - तीही महत्त्वाची होय.

ग्रंथाचा कालनिर्णय असा -

शके पंधराशे साशष्टी शकु । मार्गशीर्ष शुक्ल चतुर्थी ग्रहनायकु ।

तद्दिनी ब्रह्मविवेकु । संपूर्ण झाले आत्मज्ञान ।।

पूर्वी सर्व शास्त्रे सिद्धची होती । तेची मथन केले प्राकृति ।

परोपकारार्थ संतजनाप्रति हा उपाय योजिला । संत जनाकारणे । चक्रधरे केले बोलणे । महाराष्ट्र कथा करूनी नमने । पुसद ग्रामी ।।   (ज्ञा.प्र. १.९५-९७)

सहजानंद मूळचे यवतमाळ जिल्ह्यातील पुसद गावचे, व्यवसायाने ज्योतिषी, गुरूचे नाव बल्लाळ. ग्रंथ रचनेचा काळ पहिल्या ओळीत आहे. सहजानंदाचा काळ संत तुकारामांच्या समकालीन मानला जातो. गुरुगोरक्षांच्या 'अमनस्क' आणि 'सिद्धसिद्धान्तपद्धती' या दोहोंचा मेळ -

ऋषि सिद्ध म्हणे कपिलासि । अष्टांगादि सांगावे राजयोगासी ।

शिवे कथिले पार्वतीसी । श्रीकान्ते पार्थ उद्धवासि प्रबोधले ।

ते तत्त्व सांगावे मज । जेणे होय आत्मउमज ।
नित्यानित्यविवेक भोज । वर्ते सदा ।।
हेचि ज्ञान श्रीरघुनाथे जानकीप्रति । उद्धवार्जुन रुक्मिणीसी सांगे श्रीपती ।
हेचि मच्छिंद्रनाथ सांगति । नवनाथासि ।।
हाचि दत्तात्रेय गोरक्षी संवादु । सद्गुरु करिती सत्‌शिष्यासि बोधु ।
हेलामात्रे भवसिंधु । तरोनि जाय ।। (ज्ञा. प्र. २. ७-१०)

मच्छिंद्रनाथ-गोरक्षनाथांप्रमाणे अन्य सिद्धांची नावे सहजानंदांनी आदराने उच्चारली आहेत.

श्रीकृष्णे अर्जुना उपदेशिले ज्ञान । तेणे दत्त-गोरक्षि संत जाले पूर्ण ।
भर्तृहरि गोपिचंद राजे झाले निपुण । देही विदेहस्छ अमर झाले ।।

या ग्रंथात एके ठिकाणी नवनाथ परंपरेची वेगळ्या क्रमाची नावे सहजानंद देतात. आदिनाथ > उदयनाथ > स्कंदनाथ > दंडनाथ > अदंडनाथ > सत्यनाथ > कर्मनाथ > मच्छिंद्र > गोरक्ष अशी परंपरा देतात.

राजयोग हा आपल्या ग्रंथाचा मुख्य विषय आहे असे सांगताना सहजानंदांनी अखेरच्या चौदाव्या प्रकरणामध्ये (ओव्या ३१८) हे सिद्धसिद्धान्तपद्धतीवर आधारलेले आहे असे वाटते.

श्यामराज : श्रीसंत श्यामराज हे गोपाळनाथांचे कनिष्ठ बंधू. नाना या नावाने प्रसिद्ध. तेही त्रिपुटी संप्रदायाच्या परंपरेतील आहेत. गोविंद नाईक आणि आनंदीबाई ही त्यांच्या मातापित्यांची नावे, आडनाव घोलप. वृत्ती व्यापार-उदिमाची. त्यांना रामचंद्र आणि गोपाळ हे दोन पुत्र. औरंगाबाद जिल्ह्यामध्ये बाभुळगाव परिसरात राहत असत. परिस्थितीमुळे मराठवाडा सोडून खानदेशात कोंडवळ नावाच्या गावी राहिले. सचोटीने व्यापार चालवत होते. आणखी एक पुत्ररत्न झाले, तेच श्यामराज होय. श्यामराजांच्या जन्मानंतर दोन वर्षांनी पिताजी गेले. थोरल्या बंधूंनी लग्न केले, पण वैराग्य येताच घर सोडून गेले. मधले लक्ष्मण यांनी खानदेश सोडून काशीची वाट धरली. पुढे श्यामराज आरडगावला सिद्धेश्वर नाईकाकडे काम करत असताना गोपाळनाथांचे शिष्य भेटले. अंबादास नाव त्यांचे. त्यांनी श्यामराजांना शिष्य करून घेतले. पुढे बाभुळगावी गोपाळनाथ-श्यामराज भेट झाली. कनिष्ठ बंधू आणि प्रियतम शिष्य श्यामराज तेथे राहू लागले. पुढे गोपाळनाथांनी आपल्या बोधसरणी-अनुभव समृद्धीला शब्दस्वरूप देण्याचे ठरवले. त्यांच्या मुखातील प्रसादवाणी अक्षरबद्ध करण्याचे काम श्यामराजांनी अत्यंत भक्तीने आणि समर्थपणे सांभाळले. त्यातून 'शिरोमणि', 'दयासिंधु', 'गुरुगीता टीका' इत्यादी नाथपंथाच्या ग्रंथाचे लेखक श्यामनाथच होत.

शके १६८८मध्ये श्रावण अमावास्येला गोपाळनाथांनी जिवंत समाधी घेतली. एका लाकडी मेंढीचा अश्वत्थ वृक्ष झाला. पुढे श्यामराजांनी आषाढ शुद्ध द्वादशीला शके १७००मध्ये समाधी घेतली. पंढरपूर यात्रेला दिंडीबरोबर जाताना जेजुरीला समाधीस्थ झाले. परंतु साताऱ्याजवळच्या त्रिपुटी येथे त्यांचे प्रतिकात्मक वृंदावन गोपाळनाथाच्या वृक्षासमोर आहे.

'गोपाळनाथ चरित्रामृत' या ग्रंथाची रचना केली त्यामध्ये गोपाळनाथांच्या सर्व जीवनकथा वर्णिल्या आहेत.

नानांच्या 'कृष्णलीलेचे अभंग' या रचनाही रसाळ आहेत. तसेच 'वज्रसूची'चा अभंगानुवादही आहे, पण मिळू शकला नाही.

श्यामराज कीर्तनासाठी पदरचना करीत -

शामराज उत्तम गायन । करिती मुखोद्गत पूर्ण ।

बहुत पदे असती जाण । श्रीनाथा हर्षे ऐकावया ।।

गोपाळनाथ (श्यामनाथ गुरू) यांचे गुरू रंगनाथ होते. ते सोनार असल्याने त्यांवर टीका झाली. तीही श्यामराजांनी खोडून काढली.

चक्री भजनाची सेवा नाथपंथी औसेकर गुरुनाथ बाबा : नाथपंथी संप्रदायाची परंपरा असणारे, तरीही विठ्ठलभक्तीत भक्ती-भजन मार्गाने सेवा करणारे लातूरजवळचे औसेकर पू. गुरुबाबा म्हणजे एक वेगळे व्यक्तिमत्त्व म्हणावे लागेल. मूळ नाथपरंपरा अशी - आदिनाथ > मच्छिंद्रनाथ > गोरखनाथ > गहिनीनाथ > निवृत्तिनाथ > ज्ञानदेव > देवनाथ > चुडामणि > गुंडानाथ > वीरनाथ > मल्लनाथ > दासवीरनाथ > ज्ञानेश्वर > गुरुबाबा (जितेंद्रनाथ)

मठपतिची वंशावळ आद्यपुरुष वीरनाथ > मल्लनाथ > दासवीरनाथ > ज्ञानेश्वर > जितेंद्रनाथ महाराज; म्हणजे गुरुबाबा नावाचे महाराज त्यांचे सख्खे बंधू गहिनीनाथ औसेकर हेदेखील नाथ संप्रदायाचे आहेत. गुरुबाबा गृहस्थाश्रमी असून त्यांना दोन पुत्र, एक कन्या आहे.

नाथ संप्रदायाचा इतिहास पाहिल्यावर लक्षात येते की, या परंपरेतील गुरुनाथ बाबा आदिनाथांपासूनचे चौदावे पुरुष आहेत. नाथपंथाचे पारंपरिक गुरू असूनही वारकरी संप्रदायाचे कार्य आणि तेही एका विशिष्ट संगीत भजनातून बाबा करीत आहेत. आपल्या गुरूंच्या पादुका डोक्यावरच्या फेट्यांमध्ये बांधून, पायांत घुंगरे बांधून, हाती वीणा, सहकारी दिमडी आणि टाळावर भजन करीत गोलाकार नाचणे ही त्यांची चक्रीभजनाची परंपरा. आणि तीही श्रीविठ्ठल मंदिराच्या सभामंडपात सेवा सादर करण्याची पद्धत भजन दिमडीच्या तालावर आणि गोलाकार टाळकऱ्यासह

नाचणे म्हणजे चक्रीभजन. महाराजांची ही परंपरा शारीरिक दृष्ट्याही अवघड अशी आहे. तासन् तास नाचत-गात राहणे सोपे नाही.

वर्षातून आठदहा उत्सव साजरे केले जातात. त्यामध्ये ज्येष्ठमासात वीरनाथ-मल्लनाथांचा उत्सव, नवरात्रात चंडीयाग, अश्विनमासात गुरू गुंडामहाराज मास उत्सव, माघात पायी पंढरपूर वारी आणि भीमेच्या वाळवंटात भक्तगणांसह श्रीविठ्ठल भजनसेवा असा अपूर्व संगम या व्यक्तीमध्ये आहे.

आदिशंकरशिष्य – वासुदेव : आदि शंकराचार्यांच्या शिष्य परंपरेत वासुदेव नावाचे एक नाथपंथी कवी होऊन गेले. त्यांनी आठ अध्यायांचे 'उपदेशसार' नावाची काळ रचना केली. त्यामध्ये शेवटी कवी आपल्या नाथपंथास उद्देशून तो असे लिहितो -

ये लोकरूढीस्तव शिष्यजन । हा नाथ संप्रदाय म्हणोन ।

गुरुनामी नामाभिधान । आवडीते योजिती ।।

परि हा भागवत संप्रदाय । परंपरा श्री नारायण ।

वासुदेवाचा नाथ संप्रदाय असूनही त्यास ते भागवत संप्रदाय म्हणत असत असे येथे स्पष्ट दिसून येते. एवढ्यावरून कोणास कदाचित शंका येईल की भागवत संप्रदाय म्हणजे वैष्णव पंथ आणि म्हणून नाथ संप्रदाय हा वैष्णव संप्रदाय आहे. परंतु असा विचार चुकीचा आहे. भागवत सांप्रदायिक जसे वैष्णव होते तसे शैवही होते. वैष्णव भागवत आणि शैव भागवत (स्मार्त) असे म्हणण्याचा प्रघात असे. या संप्रदायात भागवत उपपद लावण्याचे कारण की ते दोन्ही संप्रदाय द्वैतप्रतिपादक असून ते उपासनात्मक होते. म्हणजे भागवत हा शब्द उपासनादर्शक आहे. आजही पंचांगात एकादशी दाखवताना 'स्मार्त' आणि 'भागवत' असे दोन प्रकार दाखविले जातात. वारकरी भागवत पाळतात. यावरून केवळ भागवत या शब्दाने विशिष्ट संप्रदाय, शैव किंवा वैष्णव आहे. याचा खुलासा होत नाही. शंकराचार्यांच्या संप्रदायास जरी

नाथ संप्रदाय म्हटले आहे तरी त्याची परंपरा आदिनारायणापासून असल्याने त्याला वैष्णव - भागवत म्हणता येईल.

ज्ञानदेवांच्या संप्रदायाचे तसे नाही. हा नाथ संप्रदाय आदिनाथापासून परंपरागत आल्याने हा शैवच आहे असे निश्चित मानले गेले. दुसरे असे की या परंपरेतील गुरू गोरक्षनाथ अथवा श्री निवृत्तिनाथ यांच्या वेषाचे, म्हणजे सांप्रदायिक चिन्हांचे जे वर्णन आज ग्रंथात उपलब्ध आहे, तसे वर्णन वैष्णव संप्रदायात असलेले दिसून येत नाही. इतकेच नव्हे तर नाथ संप्रदायातील जटाभार, भस्मोद्भूलन, कौपिन, शिंगी, पुंगी, कंथा, झोळी आणि त्रिशूळ ही चिन्हे वैष्णव संप्रदायात असणे अशक्य आहे. परंतु, कदाचित कोणी अशी शंका काढील की, शैव-वैष्णव दोन्ही संप्रदाय द्वैत प्रतिपादक असून ते उपासनाप्रधान आहेत, असा विचार वासुदेवांनी मांडला आहे तर ज्ञानेश्वर अद्वैतमतवादी होते तर मग ते शैव कसे याचे उत्तर ज्ञानदेवांच्या अमृतानुभवात आढळते. त्यांनी त्यात शंकराचार्यांच्या विवर्त अथवा मायावाद ज्ञानदेवांना मान्य नव्हता म्हणून ते अद्वैती होते.

(गो.का. चांदोरकर, संत कवी काव्यसूची, प्रस्तावना पृ. १२-१३)

श्रीगंगानाथकृत श्रीगुरू गोरक्षनाथाष्टक

(कै. रा.चिं. ढेरे यांचेकडून)

यतिंद्र योगिंद्र सकलवसुधाया हितकरम् ।
सदा सेव्यं भव्यैः कलिमलदहं साधुसुखदेम् ।।
परं पारं ज्योतिर्जनिमृतिहरं कारणपरम् ।
भजे तं गोरक्षं श्रुतिनुतपदं शंकरगुरुम् ।।१।।

बलि आणि योगी यांमध्ये श्रेष्ठ, सर्व जगताचा हितकर्ता, श्रेष्ठ जनांचा सेवाविषय बनलेल्या, कलिमलाचे दहन करणाऱ्या, साधूंना सुख देणाऱ्या, परमज्योतिःस्वरूप, सकल संसाराच्या जन्ममृत्यू हरण करणाऱ्या आणि श्रुति ज्यांच्या चरणी नम्र झाल्या आहेत अशा गोरक्षरूपी शंकराला मी वंदन करतो.

सदाशान्तो दान्तो हरिविधिमहेशैरपि बली ।
समारंमां मायां सकल भवदोषान् प्रतिजयि ।।
गुणागारं पारं परमकुशली योगविधिना ।
भजे तं गोरक्षं श्रुतिनुतपदं शंकरगुरुम् ।।२।।

जो सदैव शांत-दांत, हरि-हर-ब्रह्मा यांहून बलशाली, मारासहित समस्त मायेला आणि सकल भावदोषांना जिंकणारा, समस्त गुणांचे आगर असलेला, योगविधीमध्ये कुशल असणाऱ्या अशा श्रुतिगीत कीर्तिरूपी गोरक्षरूपी गुरू शंकरांना मी वंदन करतो.

नाथ संप्रदायाच्या रचना (संक्षेपाने) । १९५

सुरेशं योगीशं निखिल जन तापत्रयहरम् ।
दयालुं गोपालं निज जन सदा पालन परम् ।।
स्वभक्तेभ्यो योगं वितरति सदा कष्टहृतये ।
भजे तं गोरक्षं श्रुतिनुतपदं शंकरगुरुम् ।।३।।

जो देवांचा आणि योग्यांचा ईश्वर आहे, जो सकलजनांचे तापत्रय हरण करणारा
आहे, जो दयाळू आहे, इंद्रियांचा पालक आणि निजभक्तांचे संगोपन करणारा आहे,
सर्व कष्टांचे निरसन करून स्वत:च्या भक्तांना योगविधीचे दान देतो, अशा श्रुतिगीत
कीर्तिरूपी गोरक्षरूपी गुरू श्री शंकरांना मी वंदन करतो.

न याचे साम्राज्यं तव चरण सेवां भव गुरो ।
सकंसारिलेंभे तव चरण सेवी निजवधूम् ।।
त्वयि श्रद्धा भक्ति: वितरति सदा वांछित फलम् ।
भजे तं गोरक्षं श्रुतिनुतपदं शंकरगुरुम् ।।४।।

हे भवगुरू, मी तुझ्याकडे साम्राज्य मागत नाही. मला केवळ तुझी चरणसेवा
हवी; कारण तुझी चरणसेवा करणाऱ्या कंसाच्या शत्रूला, श्रीकृष्णाला तुझ्या कृपेनेच
रुक्मिणीची प्राप्ती झाली. तुझ्या ठायी दृढ झालेली श्रद्धा आणि भक्ती सदैव वांछित
फल देते. अशा त्या श्रुतिवंदित गोरक्षरूपी गुरू शंकरांना मी वंदन करतो.

स्वरूपे संस्थाप्य श्रवणगतवाक्येन विदितम् ।
भवाब्धौ मग्नान्यानुपदिति चोद्धारयति च ।।
सवै गोरक्षो मामपि निशि दिवा पालयति च ।
भजे तं गोरक्षं श्रुतिनुतपदं शंकरगुरुम् ।।५।।

जो संसारसागरात डुबलेल्या प्राण्यांना उपदेश करून श्रवणगत वाक्याने त्यांचा
उद्धार करतो आणि त्यांना स्वरूपी स्थिर करतो, तो जगत्पालक गोरक्ष माझे अहर्निश
पालन करीत आहे. अशा श्रुतिवंदित गोरक्षरूपी गुरू शंकरास मी वंदन करतो.

स्मगोरक्षनाथं भवति नृपवृन्दं क्षितितले ।
परं मोक्षं लेभे, जगति सुखसारं च परमम् ।।
पुरागोपिचंद्र प्रभृतया उदैश्वमिह किम् ।
भजे तं गोरक्षं श्रुतिनुतपदं शंकरगुरुम् ।।६।।

जगतातील राजसमूहांनी गोरक्षनाथांची भक्ती करूनच, इहलोकी सुखसर्वस्वाची
आणि अंती मोक्षाची प्राप्ती करून घेतली. पूर्वी गोपीचंदादी राजे अशा ऐश्वर्याचे धनी
झाले. अशा श्रुतिगौरवित गोरक्षरूपी गुरू शंकराला मी वंदन करतो.

प्रपंचास्यास त्वां कथयति यदामूलजनकम् ।
यतो जातंलीनं स्थिरमपिच तत्रैव भवति ॥
तदा गोरक्षार्यश्चरति भुवनेस्मिन् प्रमुदितः ।
भजे तं गोरक्षं श्रुतिनुतपदं शंकरगुरुम् ॥७॥

हे गोरक्षनाथा, ज्या अर्थी श्रुती तुम्हाला या प्रपंचाचा मूल जनक मानले आणि ज्या अर्थी तुझ्यापासून निर्माण झालेले विश्व तुझ्याच ठिकाणी स्थिर होऊन लीन पावते, ज्या अर्थी या सकल भुवनात सर्वत्र आनंदमयतेने विचरत आहेस, अशा सर्वव्यापी श्रुतिवंदित गोरक्षरूपी शंकराला मी वंदन करतो.

निराकारं सारं स्फुरणरहितं शुद्ध विमलम् ।
अहो भ्रान्तोमूढः कलयति जनो द्वैतमपियम् ॥
सदाशुद्धे मिथ्या निखिल जगदारोपणमिदम् ।
भजे तं गोरक्षं श्रुतिनुतपदं शंकरगुरुम् ॥८॥

जगनिराकार, समस्त संसाराचे सार क्षोभरहित, निष्कलंक आहे. अशा अद्वैत ब्रह्मरूपाला भ्रांत मूढजन द्वैतरूपात पाहतात. जो सदा शुद्ध आहे अशावर प्रपंचाचा मिथ्या आरोप करणे योग्य नाही. अशा शुद्धरूपी श्रुतिवंदित गोरक्षरूपी गुरू शंकराला मी वंदन करतो.

गङ्गानाथ कृतं स्तुतिं शुचिमनाः कल्पे पठेत् भक्तिमान् ।
मोक्षार्थी लभते च मोक्षपदवीं पुत्रं कलत्रं परः ॥
प्राज्य राज्यमकंटकं शुचियशो धर्मार्थ कामादिकम् ।
गोरक्षे अक्षय कल्पकल्पनपटैतुष्टे किमिष्टं पुनः ॥९॥

जो कोणी भक्तियुक्त आणि प्रसन्न अंतकरणाने प्रातःकाळी या गंगानाथ कृत स्तोत्राचे पठण करेल, त्याची मोक्षाची इच्छा पूर्ण होईल आणि पुत्र-कलत्र-वैभवादी कीर्तीनंतर मोक्ष मिळेल. गोरक्षाची कृपाही लाभेल.

•••

नाथ संप्रदायाची मराठी मांदियाळी

मराठी मुलखात वारकरी, (भागवत) दत्त, अवधूत, रामदास अशा विविध संप्रदायात नाथ संप्रदायी त्यांच्या गुरुपरंपरेसह पाहावयास मिळतात. त्यांचा इतिहास, वास्तव्याचे ठिकाण, रचना, गुरुपरंपरा असा सर्वांचा उल्लेख संक्षेपाने मराठी कोशातून आढळतो. पण तो नाथ चरित्रात क्वचित् उल्लेखित दिसतो. अशा विविध विभूतीच्या कथा - परंपरागत चमत्कार - इत्यादींची नोंद घेणे जरूरीचे वाटल्याने ही 'मांदियाळी' मुद्दाम तयार केली आहे. यामध्ये मराठी वाङ्मय कोश -१ (ले. गं.दे. खानोलकर), संतकवि काव्यसूची (गो. का. चांदोरकर), अर्वाचिन चरित्रकोश (पं. चित्रावशास्त्री), भारतीय संस्कृतिकोश (पं. महादेवशास्त्री जोशी) अशा ग्रंथांतून पहावयास अशा नोंदी इथे नोंदवल्या आहेत. सुमारे ३५ नोंदी आहेत.

१. गैबीनाथ : नाथ परंपरेतील सत्यामल नाथांचे शिष्य, गुप्तनाथ उर्फ गंगाबाई यांची शिष्या. ज्ञानेशांच्या उत्तरकालीन परंपरेतील, परंपरा अशी - निवृत्ती > ज्ञानदेव > सत्यामलनाथ > गैबीनाथ > गुप्तनाथ > उद्बोधनाथ > केसरीनाथ > शिवदिननाथ

गैबीनाथांची स्फुटरचनाही पाहावयास मिळते. 'पंचिकृत विवेक' हा अध्यात्मग्रंथ (इ.स.१६५४) आणि काही अभंग पदेही त्यांच्या नावावर मिळतात. कोकणातील सोहिरोबा आंबिये यांना त्यांनी साक्षात्कारपूर्वक उपदेश दिला अशी नोंद आहे. मंगळवेढामध्ये एका मशिदीत 'गैबीपीर' दाखवले जातात. तेही नाथपंथी असावेत, असे लोक म्हणतात.

२. गोपाळनाथ : त्रिपुटीच्या गोपाळनाथ परमहंस यांचा मठ पुण्यात स्वारगेट येथे होता. त्यांची परंपरा - गोपाळनाथ (त्रिपुटीचे) > परमहंस > सहजनाथ > सुभाननाथ > गोपाळनाथ. या नाथांविषयी अधिक माहिती उपलब्ध नाही. परंतु स्वारगेट मठाच्या जागी आज श्री वेंकटेश्वर मंदिर असून शेजारी सहजनाथ, सुभाननाथ आणि गोपाळनाथ यांच्या समाधी शिळा आहेत. (गोपाळनाथांचे संक्षेपी चरित्र, पदे - डॉ. रा.चिं. ढेरे यांनी प्रसिद्ध केले आहे.)

३. गोपाळनाथ : नाथ संप्रदायी कवी (काल इ.स. १७००). ज्ञानदेवांशी प्रत्यक्ष

संबंध नसलेले, पण दत्तपंथी, एकनाथांनंतरच्या परंपरेतील सत्पुरुष. औरंगाबाद जिल्ह्यात सलाबतपूर येथे राहणारे, शुक्ल यजुर्वेदी कौंडिण्य गोत्री ब्राह्मण. आडनाव घोलप, वडिलांचे नाव गोविंद, आईचे नाव आनंदीबाई. त्यांचे वडील कीर्तनकार होते. गोपाळनाथांना बाभुळगावी रंगनाथ योगींनी दीक्षा दिली.

गोपाळनाथांची परंपरा अशी - नृसिंहसरस्वती > जनार्दन स्वामी > एकनाथ > गावबा > कृष्णानंद > विसोबानंद > मुरारनाथ > रंगनाथ > गोपाळनाथ > गोविंदनाथ > देवनाथ > दयाळनाथ > गोपाळनाथ. गोपाळनाथांनी शके १६८८मध्ये त्रिपुटी (सातारा) येथे समाधी घेतली.

गोपाळनाथांच्या नावावर गुरुगीता टीका, शिरोमणी समाधी बोध हे ग्रंथ आणि अभंग - पदादी रचना प्रसिद्ध आहेत. यांच्या शिष्यात गोविंदनाथ, परमहंस, शेख सुलतान असे बरेच शिष्य प्रसिद्ध आहेत. श्री. कृ.वि. आचार्य यांनी गोपाळनाथांच्या रचनांवर संशोधन केले आहे.

४. गोरक्षनाथ (गोरखनाथ) : नाथ संप्रदायातील महान व्यक्तिमत्त्व, जन्म अंदाजे (इ.स. १०५० ते ११५०) मच्छिंद्रनाथांचे शिष्य. भारतीय साधनेच्या जगात आणि नाथ संप्रदायात युगपुरुष म्हणून ओळखले जातात. विविध कथांतून त्यांच्या जीवनाचे आणि जन्माचे चमत्कार पाहावयास मिळतात. ते काश्मिरी पंडित असावेत. त्यांच्या कर्तृत्वाचे उल्लेख विविध भारतीय भाषांतून आढळतात. हिंदी भाषेत त्यांच्या बऱ्याच रचना आहेत. संस्कृतमध्ये महार्थमंजरी, सिद्धसिद्धान्तपद्धती, अमरौघ शासनम्, गोरक्षपद्धती, गोरक्षगीता, गोरक्षसंहिता, योगमार्तंड असे आणखी ग्रंथ आहेत. सुमारे ४० ग्रंथ हिंदी रचनेतील आहेत. डॉ. ढेरे आणि डॉ. बडथ्वाल यांनी त्यांच्यावर संशोधनाचे काम केले आहे.

५. गोविंदनाथ : नाथपंथी मराठी कवी (काळ इसवी सनाचे एकोणिसावे शतक). नगर जिल्ह्यात 'बायजा बाईचे जेऊर' या गावी सापडलेल्या हस्तलिखितावरून काही मराठी नाथपंथी कवी दिले आहेत. त्यामध्ये मुक्तिनाथशिष्य गोविंदनाथ येतात. गुरु-शिष्यांबद्दलची फारशी माहिती उपलब्ध नाही. परंतु अभंग बाडामधील रचनांवरून त्यांचा आध्यात्मिक अधिकार मोठा होता हे लक्षात येते. नगरच्या संग्रहालयाचे श्री. सुरेश जोशी यांनी त्यांच्या रचनांचा अभ्यास केला आहे.

६. गोविंदनाथ : नाथ संप्रदायी कवी, त्रिपुटीच्या गोपाळनाथांचे शिष्य. पूर्वाश्रमीचे गोविंदराव. ते रत्नागिरीत राहत होते. त्यांचे आडनाव परांजपे. संशोधकांच्या मते यांचा जन्म चिंचवडच्या देव घराण्यातला. एकनिष्ठ गुरुभक्तीने संतमंडळीत महत्पदास चढले. यांची परंपरा (गुरू) जनार्दन स्वामी > एकनाथ > गावबा >

कृष्णनाथ > विश्वंभरनाथ > मुरारनाथ > रंगनाथ > गोपाळनाथ > गोविंदनाथ अशी आहे. यांनी रचलेले उपनिषद स्तरावरचे पाच हजार अभंग ब-हाणपूरच्या मठात आहेत. अच्युत साठे नामक संशोधकांनी म्हटले आहे, 'नाथ कवित ओवी एकनाथाची, अभंग गोविंदनाथांचे, तर पदे देवनाथांची मनावर सहज बिंबतात.' या नाथांचा अधिक अभ्यास श्री अ.सी. साठे यांनी केला आहे.

७. चांगदेव (चक्रपाणी, चांगावटेश्वर, वटेश चांगा) : चांगदेव आणि चांगावटेश्वर हे भिन्न आहेत असे संशोधकांचे मत आहे. चांगावटेश्वरांची समाधी पुण्याजवळील सासवड येथे आहे. चांगदेव ज्ञानदेवांच्या भेटीला वाघावर बसून आले. त्यांच्या कोऱ्या पत्राला ज्ञानदेवांनी पासष्ट ओव्यांतून उत्तर दिले. (चांगदेव पासष्टी) त्यांची समाधी तापी-पयोष्णी संगमावर खानदेशात आहे. चांगदेव योगी होते. दीर्घायुषी होते. शरण आल्यावर मुक्ताईने त्यांना उपदेश केला. नाथ संप्रदायात त्यांची गुरुपरंपरा अशी - आदिनाथ > मच्छिंद्रनाथ > गोरक्षनाथ > गहिनीनाथ > निवृत्तिनाथ > मुक्ताई > चांगदेव. चांगदेवांच्या चरित्राबदल संशोधकांमध्ये मतमतांतरे आहेत. चांगदेवांचा 'तत्त्वसार' ग्रंथ प्रसिद्ध आहे. सुमारे बारा संशोधकांनी या नाथपंथीयावर काम केले आहे.

८. चिंतामणिनाथ (ज्ञानकैवल्य ग्रंथाचा कर्ता) : नाथ संप्रदायी कवी, ज्ञानेश्वरप्रेरित शिवदिन केसरी यांचे शिष्य. गुरुपरंपरा अशी - ज्ञाननाथ > सत्यामलनाथ > गैबीनाथ > गुप्तनाथ > उद्बोधनाथ > केसरीनाथ > शिवदिननाथ > चिंतामणिनाथ. त्यांनी आपल्या 'ज्ञानकैवल्य' ग्रंथाची रचना शके १६८२ मार्गशीर्ष शुद्ध १४ रविवार या दिवशी समाप्ती आहे. त्या वेळी गुरू शिवदिननाथ असतानाच पूर्ण केला. त्याशिवाय 'शिवदिनाष्टक' हे स्फुटकाव्य त्यांचे नावावर आहे.

ज्ञानकैवल्यात नाथपंथीय तत्त्वज्ञानापेक्षा समग्र गुरुपरंपरेचे लीळाचरित्र कवीने संक्षेपाने गायले आहे. एकंदरीत नाथ संप्रदायाच्या इतिहासात महत्त्वाची नोंद करणारा हा ग्रंथ आहे. (प्रकरण १७ पाहा.) (डॉ. रा.चिं. ढेरे यांनी पावस क्षेत्रात या ग्रंथावर भाष्य केले आहे.)

९) चिंतामणिसुत (त्रिमल) (नित्यानांद) : काल इसवी सनाच्या सोळाव्या शतकात यांचा जन्म झाला. यांचे मूळ नाव त्रिमल. त्यांनी संन्यास घेतल्यावर नित्यानंद हे नाव धारण केले. अमृतानुभवावर त्यांनी केलेल्या टीकेत (नित्यानंद दीपिका) दिलेली नाथ परंपरा अशी - आदिनाथ > मच्छिंद्र > गोरक्ष > मुक्तनाथ > वटेश्वर > चक्रपाणी > विमलानंद > चांगा (केशवदास) > जनकराज > नृसिंह > हृदयानंद > विश्वेश्वर > केशवराज > हरिदास > परमानंद > नित्यानंद. नित्यानंदनाथांची भक्तिपर अभंगरचना

आहे. या रचनेचे स्वरूप सोमवार व्रतावरील कथा (ओ. ११८) आणि पदे असे आहे. (डॉ. रा.ग. हर्षे यांनी या नाथांचा अभ्यास केला आहे.)

१०) चिंदवड शंकर (चिंदडशंकर) : इसवी सनाच्या अठराव्या शतकातील नाथ संप्रदायी कवी. तंजावरकडील राहणारे, मराठा जातीचे. मूळ नाव शंकर, पण गुरू हे चिंदवडनाथ, म्हणून ते नाव त्याने आपल्याशी जोडले. व्यंकोजीपुत्र शहाजी (१६८०-१७१०) यांच्या कारकिर्दीत मठ तंजावूर येथे वसविला. 'मराठामठ' किंवा चिंदवडांचे आडनाव गरुड म्हणून 'गरुडमठ' म्हणून प्रसिद्ध. या नाथाची परंपरा अशी - आदिनाथ > उमानाथ > ब्रह्मनाथ > विष्णुनाथ > चौरंगी > गणपति > अवघट > जालंधर > गुलाब > गरिब > चिंद्रूप > चिंदडनाथ > विश्वनाथ > बालनाथ > शंकरानंद. चिंदवडनाथांचे शिष्य शंकर यांच्या रचनेत गोरक्ष-दत्तात्रेय संवाद, मनाचे श्लोक, स्वानंदसिंधु या ग्रंथांचा समावेश होतो. त्यांची कविता कीर्तनोपयोगी असून मनाला भावणारी आहे. उदाहरणार्थ, *देह पंढरीचे पुरी । विठो नांदतो श्रीहरी । उन्मनीते चंद्रभागा । नित्य वाहतसे गंगा । बोध पुंडलिक भक्त । स्वये नांदतो विरक्त । नाथ चिंदड विठोबा । शंकर गगनाचा गाभा ।*

(डॉ. चिं.ग. कर्वे यांनी या नाथांचा अभ्यास केला आहे.)

११) चोखामेळा (चोखोबा, इ.स. १३३८) : संतकवी. चोखोबांची एकूण अभंगसंख्या ३४९ आहे. त्यांची पत्नी सोयराबाई. 'चोख्याची महारी' या नावाने अभंगरचना केल्या आहेत. त्याखेरीज, चोखोबांची बहीण निर्मळा, तिचे पती बंका आणि चोखोबांचा मुलगा कर्ममेळा या सर्वांच्या अभंगरचना मिळतात. नाथ सांप्रदायिक परंपरा अशी - आदिनाथ > मच्छिंद्र > गोरक्ष > गहिनीनाथ > निवृत्तिनाथ > ज्ञानदेव > विसोबा खेचर > नामदेव > चोखोबा. चोखोबांवर डॉ. पुजारी (अभंगगाथा/ मंगळवेढा), वा.ल. मंजूळ/डॉ. झेवियट (संशोधनात्मक चरित्र, पुणे) आजगावकर, ग्रामोपाध्ये, गं.बा. सरदार आदींनी लेखन केले आहे.

१२) जक्कप्पय्या (इ.स. १६५३) : संत ज्ञानेश्वरांच्या परंपरेतील कानडी कवी. वडिलांचे नाव भीमाशंकर आणि आईचे नाव गिरिजाबाई. ऋग्वेदी देशस्थ ब्राह्मण, गोत्र विश्वामित्र. कुलदैवत बदामीची बनशंकरी देवी आणि सिंदगीचा संगमेश्वर. सिंदगी गावाचे कुलकर्णीपद त्यांच्याकडे होते. त्यांचे वडील हेच त्यांचे पारमार्थिक गुरू होते. वडिलांनी समाधी घेण्यापूर्वी (इ.स. १७३१) मुलाला पीठाच्या गादीवर बसवले. भीमाशंकर नाथ संप्रदायी होते. त्यांची परंपरा अशी - निवृत्ति > ज्ञानदेव > सोपान > मुकुंदनाथ > अलक्ष्यनाथ > अचिंत्यनाथ > अव्यक्तनाथ > भिक्षुकनाथ > रामनाथ > सद्‌गुरुनाथ > (गुरुप्पैय्या) भीमाशंकर > जक्कप्पय्या

या दोन्ही बापलेक नाथांनी मराठी-कानडी पदांची रचना केलेली आढळते.

(श्री. ना.ब. जोशी (विजापूर) यांनी या परंपरेचा अभ्यास केला आहे.)

१३) जनाबाई (जनी नामयाची) : संतस्त्रियांमध्ये जनाबाईंचे नाव अग्रक्रमाने घेतले जाते. आतापर्यंत त्यांना वारकरी संप्रदायाच्या कवयित्री मानत होतो. आता शोध लागला की त्या नाथपंथाशीही जोडल्या आहेत.

त्यांची परंपरा अशी - ज्ञानदेव > सोपानदेव > विसोबा खेचर > नामदेव > जनाबाई. जनाबाईंच्या नावावर एकूण ३३९ अभंग छापले गेले आहेत.

मूळची परभणी जिल्ह्यातील, गोदातीरावरील गंगाखेडची. दमा नावाच्या गृहस्थाची लेक. तिच्या आईचे नाव करुंड. पती-पत्नी विठ्ठलाची वारी करीत. विठ्ठलाच्या आशीर्वादाने कन्या झाली. नाव जनी ठेवले आणि लहानपणीच संत नामदेवांच्या सेवेत सुपूर्द केली. संत जनाबाईंवर बरेच लिखाण झाले आहे. (त्यामध्ये ज.रा. आजगावकर, रा.चिं. ढेरे, दासगणू महाराज, ना.गो. नांदापूरकर इत्यादींनी लेखन केले आहे.)

१४) जनी-जनार्दन (जनार्दन स्वामी) : संतकवी, नाथपंचकापैकी एक. त्यांचे नाव जनार्दन गोसावी. वडिलांचे नाव वसुदेव. भूमच्या देशमुखांची कन्या देवकी उर्फ जनी ही त्यांची आई. कुलदेवता माहूरची रेणुकादेवी, एवढीच त्रोटक माहिती मिळते. विठ्ठलाच्या आज्ञेवरून गोदावरीत सापडलेली गणेशमूर्ती ते माजलगावला घेऊन गेले. नंतर काशीस जाऊन संन्यास घेतला. डॉ. ढेरे यांच्या मते ते जनीजनार्दन नसून 'धुंडीजनार्दन' आहेत. त्यांची गुरुपरंपरा आदिनाथ > कंथडीनाथ > धुंडीराज > जनार्दन अशी आहे. या नाथांचे नावावर 'जानकीस्वयंवर', उद्धवबोध, बाळक्रीडा ही काव्ये आणि इतर पदे अभंग आहेत. (या नाथकवीचा अभ्यास डॉ. रा.चिं. ढेरे, आजगावकर यांनी केला आहे.)

१५) जयरामस्वामी : काळ अठराव्या शतकाची अखेर. नाथ संप्रदायी कवी. त्यांची गुरुपरंपरा आदिनाथ > आदिशक्ती > मच्छिंद्र > गोरक्ष > गहिनीनाथ > निवृत्ति > ज्ञानेश्वर > सदाशिवनाथ > गणेशनाथ > उद्धवनाथ > केशवनाथ > बाळनाथ > दीनानाथ > मयोरेश्वर > जयराम अशी आहे. दासबोधावरील भाष्य 'जयबोध' यांनी लिहिला. जयरामस्वामी पूर्वी व्यापार करीत. आध्यात्मिक उपरती झाल्यावर त्यांनी संन्यास घेतला. मूळच्या दासबोध ग्रंथाच्या ७७५१ ओव्यांवर जयरामांनी जयबोध या ग्रंथामधून १९०७४ ओव्यांचे भाष्य केले. पहिला अध्याय शके १६९१मध्ये लिहिला गेला. (श्री. गो.का. चांदोरकर यांनी जयबोधाचा समग्र अभ्यास केला आहे.)

१६) टीकाराम (टीकारामनाथ) : यांचा जन्म डोंगराळे (ता. मालेगाव) येथे झाला. वडील परमानंद, आई लालमती. त्यांना बालपणापासून परमार्थाची आवड होती. त्यांची नाथ संप्रदायी परंपरा अशी - आदिनाथ शिव > शक्ती > मच्छिंद्र > गोरक्ष > गहिनी > निवृत्ति > ज्ञानदेव > मुक्ताबाई > त्रिलोचन > देवदत्त > परमानंद > टीकाराम. हे साक्षात्कारी संतकवी होते. त्यांनी डोंगराळे, धुळे, कन्नड, पारोळे या ठिकाणी वास्तव्य करून अनेक कविता पदे, अभंग यांच्या रचना केल्या. त्यांच्या कविता अंदाजे दहा हजारांहून अधिक आहेत. त्यामध्ये 'कपिलगीता', गोपीचंद चरित्र, टीकाराम विलास, नाथमाहात्म्य, अभंगसंग्रह (सुमारे १००० अभंग), परमानंद वैभव (अ ३१ ओवी ३१००), मच्छिंद्राख्यान, श्रियाळ चरित्र, वेदान्तपद प्रबंध, आनंदलहरी आणि हिंदी कुंडलिया छंद यांचा समावेश होतो. (या कवीचा अभ्यास श्री. वि.बा. जोशी यांनी केला आहे.)

१७) दत्तनाथ उजनीकर (समाधी इ.स. १८४९) : राक्षसभुवन येथे राहणारे नाथपंथीय कवी, माध्यंदिन शाखा, भारद्वाज गोत्री, यजुर्वेदी. यांचे आडनाव कापसे. वडील नारायण व आईचे नाव लक्ष्मीबाई. त्यांच्या आईने पुत्रप्राप्तीसाठी नाथपंथी साधू अनंतनाथांची सेवा केली. मुलगा झाल्यावर तो गुरू अंतोबादादांस अर्पण केला. या दत्तनाथांनी चोवीस वर्षे ब्रह्मचर्य पाळून अनंतनाथांची सेवा केली आणि योगविद्या प्राप्त केली. पैठणच्या जनार्दन स्वामी आणि एकनाथ यांच्या परंपरेशी दत्तनाथांचा संबंध लावला जातो. ते फिरत उज्जयिनीला गेले. तिथे त्यांचा महादजी शिंदे यांच्याशी संबंध आला. तेथेच मठ बांधून ते वास्तव्य करू लागले. वयाच्या १३६व्या वर्षी समाधी घेतली. त्यांची स्फुट कविता पोवाडा, गौळणी, धावा, अभंग, ओव्या अशा स्वरूपात आढळते. त्यांच्या रचनांत धनानंद वृत्ति (इ.स. १८४४), आनंदवृत्त कथासार (इ.स. १८२१) अशा दोन रचना आहेत. (त्यांचे अभ्यासक श्री. बा.ना. मुंडी यांचा संग्रह भांडारकर संस्थेत आहे.)

१८) देवनाथ (इ.स. १७५४, समाधी १८२१) : व-हाडातील सूरजी अंजनगावचे, मूळ नाव देवराव. हनुमंताची उपासना. गोविंदनाथांकडून उपदेश घेतल्यावर देवनाथ झाले. गुरुपरंपरा जनार्दन स्वामी > एकनाथ > गावबा (मूळ नाव नित्यानंद) > कृष्णनाथ > विश्वंभरनाथ > मुरारनाथ > रंगनाथ > गोपाळनाथ > गोविंदनाथ > देवनाथ > दयाळनाथ (हे त्यांचे पट्टशिष्य) अशी आहे.

या परंपरेतील सर्व नाथांच्या रचना पाहावयास मिळतात. अनुग्रहानंतर गावोगावी कीर्तन करीत फिरत. त्यासाठी स्वरचित पदे, अभंग, लावण्या यांसारख्याही रचना करीत. (देवनाथांच्या काव्यसंग्रहाचे संपादन वा.द. ओक यांनी केले आहे.)

१९) **नरहरि धुंडिराज मालू** : धुंडीसुत मालो नरहरि, मालो-धुंडीसूत अशा विविध नावांनी हा कवी ओळखला जातो. हा संतचरित्रकार आणि श्रीक्षेत्र पंढरपूरच्या प्राचीनतेचा एक लेखक नरहरीने भक्ति कथामृत, नवनाथ भक्तिसार (रचना इ.स. १८१९) मालूतारण (या ग्रंथाची अपूर्ण झेरॉक्स प्रत मराठी हस्तलिखित केंद्रात आहे.) यांची रचना केली. यांचे अभंग, आरत्या इत्यादी स्फुट कविताही उपलब्ध आहेत. स्वतःला नरहरि सोनार वंशातला समजतो.

२०) **नरहरिनाथ** (इ.स. अठराव्या शतकाचा उत्तरार्ध) : हे पैठणवासी नाथ परंपरेतील प्रसिद्ध संतकवी, शिवदिननाथाचे पुत्र आणि शिष्य. यांची परंपरा ज्ञाननाथ > सत्यामलनाथ > गैबीनाथ > गुप्तनाथ > उद्बोधनाथ > केसरीनाथ > शिवदिननाथ > नरहरीनाथ अशी आहे. नरहरीनाथाचे दोन प्रसिद्ध शिष्य. एक लक्ष्मण आणि दुसरा महिपति. लक्ष्मण नरहरींचा मुलगा होय. लक्ष्मणच्या हिंदीसहित अनेक रचना उपलब्ध आहेत. (या नाथांचा अभ्यास विनयमोहन शर्मा यांनी केला आहे. पटणा/१९५७)

२१) **नारायण केसरी** (नारायणनाथ/ काल इ.स. १७००-१७७५) : हे भागवत टीकाकार मूळचे मराठवाड्यातील बीडजवळच्या उंब्रज गावचे. त्यांचे आडनाव हेलवडे. बालाजीच्या देऊळगाव राजा येथे राहात असत. हे केसरीनाथाचे शिष्य आणि शिवदिननाथांचे गुरुबंधू यांची परंपरा आदिनाथ > मच्छिंद्र > गोरक्ष > गहिनीनाथ > ज्ञाननाथ > सत्यामल > गैबीनाथ > गुप्तनाथ > उद्बोधनाथ > केसरीनाथ > नारायणनाथ अशी आहे.

या नाथांनी भागवताच्या दशम स्कंधावर टीका केली. (त्रुटित ओ.सं. ३०३१ / इ.स.१७४७) संतमाळ, हिंदी पदे इत्यादी.

(यांचा अभ्यास डॉ. ढेरे आणि डॉ. चांदोरकर यांनी केला आहे.)

२२) **निवृत्तिनाथ** (निवृत्तिदेव/निवृत्ती - माघ वद्य १ शके ११९०) : सर्वयोगविशारद, व्यापक दृष्टीचे, संतकवी, ज्ञानदेवादि भावंडांत ज्येष्ठ. मूळचे आपेगावचे, आळंदीला भावंडांसह आगमन. विठ्ठलभक्ती करीत असताना त्र्यंबकेश्वरी गहिनीनाथाद्वारा 'नाथसंकेतीचा दंशू' नाथपंथाची दीक्षा. गुरुपरंपरा आदिनाथ > मच्छिंद्रनाथ > गोरक्षनाथ > गहिनीनाथ > निवृत्तिनाथ अशी आहे. कुंडलिनी योगाचा अभ्यास. निवृत्तिनाथ वारकरी संप्रदायातही ज्येष्ठ मानले गेले आहेत. त्यांच्या चरित्राचा सखोल अभ्यास आज उपलब्ध आहे.

निवृत्तिनाथांचे एकूण ३५७ अभंग उपलब्ध आहेत. उत्तरगीता, निवृत्तिदेवी, निवृत्तिसार, समाधीबोध अशा पाच ग्रंथांची रचना त्यांच्या नावावर आहे. डॉ. तुळपुळे, पां.ज्ञा. कुलकर्णी इत्यादी ८-१० संशोधकांनी त्यांच्यावर काम केले आहे.

पूर्वी उपलब्ध नसलेली उत्तरगीता अलीकडेच पुणे मराठी ग्रंथालयात हस्तलिखित स्वरूपात पाहावयास मिळाली.

२३) पुरुषोत्तमानंद (पुरुषोत्तम एकनाथ) : मराठीतील संतकवी, मुक्ताबाई परंपरेतील. त्यांची परंपरा आदिनाथ > मच्छिंद्र > गोरक्ष > मुक्ताबाई > चांगावटेश्वर > विमलानंद > चांगा केशवदास > जनकानंद > नृसिंहानंद > पुरुषोत्तमानंद > मुक्तानंद > एकानंद > पुरुषोत्तमानंद अशी आहे.

यांच्याविषयी अधिक माहिती मिळत नाही. परंतु पुरुषोत्तमानंद हे शिवकालीन रामानंदाचे गुरू असल्यामुळे एकनाथ समकालीन असावेत. यांच्या काही रचना डॉ. ढेरे यांना सासवडच्या गोसावी यांच्या बाडामध्ये मिळाल्या. त्यामध्ये पदे, अभंग, ओव्या होत्या. (या नाथांचा अभ्यास डॉ. ढेरे यांनी केली आहे.)

२४) बंका (शके १२४०) : चोखोबांची बहीण निर्मळा बंका यांना दिली होती. वास्तव्य मंगळवेढ्याला. गुरुपरंपरा निवृत्ति > ज्ञानदेव > विसोबाखेचर > नामदेव > चोखोबा > बंका अशी आहे. बंका यांच्या एकूण ३९ अभंगरचना मिळतात. त्यांचा अभ्यास ज.र. आजगावकर यांनी अधिक केला. परंतु मंगळवेढ्यामध्ये त्यांची स्मृती नाही.

२५) बाळकृष्णनाथ राजूरकर (काल इ.स. १८३७) : मूळचे जळगावचे. आडनाव राजूरकर. 'मार्तंडविजय' ग्रंथात नाथ संप्रदायातील दिग्गजांना वंदन केले आहे. यांची गुरुपरंपरा ती अशी - दत्त > चंद्रबोध > जनार्दन > एका > नित्यानंद > कृष्णानंद > विसोबानंद > मुरारनाथ > रंगनाथ > गोपाळनाथ > गोविंदनाथ > देवनाथ > बाळकृष्ण. मार्तंडविजय, कार्तिकमाहात्म्य, केदारकल्प इत्यादी ग्रंथांची निर्मिती केली. (डॉ. बा.ना.मुंडी यांनी अधिक अभ्यास केला आहे.)

२६) भीमाशंकर (समाधी शके १६५३) : संत ज्ञानेश्वर परंपरेतील कानडी संत, विजापूरजवळ सिंदगीचे रहिवासी. त्यांचा मठ आणि शिष्यपरंपरा अद्यापही चालू आहे. ते मूळचे संकप्पा, सिंदगीचे कुलकर्णी. त्यांची परंपरा निवृत्ति > सोपान > मुकुंदनाथ > अलक्ष्यनाथ > अचिंत्यनाथ > अव्यक्तनाथ > भिक्षुकनाथ > रामनाथ > सद्‌गुरुनाथ > भीमाशंकर अशी आहे. (यांच्या चरित्राचा अभ्यास विजापूरचे ना.ब. जोशी यांनी आणि डॉ. रा.चिं. ढेरे यांनी केला आहे.)

२७) महिपतिनाथ (समाधी शके १७४५) : हे नाथपंथी कवी, ग्वाल्हेर येथे वास्तव्य. मूळ घराणे पैठणचे. एकनाथांच्या वंशातले, आडनाव केरसुणे. कीर्तन करित भ्रमण करताना लोक 'ढोलीबुवा' नावाने त्यांना ओळखत. त्यांची परंपरा श्री ज्ञानेश्वर > सत्यामल > गहिनी > गुप्तनाथ > उद्बोधनाथ > केसरी > शिवदिन >

नरहरी > महिपति अशी आहे. तीर्थयात्रेसाठी काशीला निघाले. उज्जैनला स्थायिक झाले. त्यांच्या रचनांमध्ये मराठी पदे २२६, हिंदी ५४ आहेत. रोहिदासचरित्र (ओ. २६) भानुदासचरित्र (ओ. १२०) या त्यांच्या रचना आहेत.

२८) मानपुरी (इ.स. १६३०-१७३०) : हे उत्तर भारतीय दशनामपंथी असावेत. यांची गुरुपरंपरा आदिनाथ > मच्छिंद्र > गोरक्ष > गहिनी > निवृत्ति > ज्ञाननाथ > सत्यामल > दीनानाथ > मानपुरी अशी आहे. यांच्या 'पदावली' या हिंदी रचना उपलब्ध आहेत. त्यांच्या मराठी रचनांचा अभ्यास डॉ. अशोक कामत यांनी केला आहे. 'मानपुरी पदावली'चे संपादन डॉ. रा.चिं. ढेरे यांनी केले आहे.

२९) मुकुंदराज (कविदासु/ इ.स. पंधरावे शतक) : श्री ज्ञानेश्वर परंपरेतील योगी आणि भाष्यकार. गुरुपरंपरा सोपानदेव > मुचकुंदानंद > अव्यक्त > जनार्दन > अलक्ष्य > अचिंत्य > त्र्यंबक > कविदासु (मुकुंदराज) अशी आहे.

गोरक्षनाथांच्या 'योगविवेकमार्तंड' या ग्रंथावर मुकुंदराजांनी 'विवेकमार्तंडदीप' (मराठी) भाष्य लिहिले आहे. या टीकेवर ज्ञानदेवांच्या ज्ञानेश्वरी-अमृतानुभवाच्या विचारांची छाया दिसून येते.

त्यांचावरील ग्रंथ आजवर अज्ञात होता. तो मिळाल्यानंतर त्यांची यौगिक महत्ता जाणून येते. त्यांच्या चरित्राचे अभ्यासक वि.अं. कानोले आहेत.

३०) मुक्ताबाई (मुक्ताई/ इ.स. १२७९ ते १२९७) : ज्ञानदेवांची धाकटी बहीण. जन्म आपेगाव येथे, गोदावरी काठी, अश्विन शुक्ल १ शके १२०१ रोजी दुपारी १२ वाजता झाला. काही संशोधक इ.स. १२७७ जन्मकाल मानतात.

गुरुपरंपरा आदिनाथ > मच्छिंद्र > गोरक्ष > गहिनी > निवृत्ती > मुक्ताबाई अशी आहे. चांगदेवांना यांनीच अनुग्रह दिला. परंपरेनुसार शके १२१९मध्ये एदलाबादजवळ तापीतीरी मेहूण या ठिकाणी समाधिस्थ झाली.

मुक्ताबाईंच्या नावावर बरेच अभंग मिळतात. सकल संतगाथेत ४२+८ ताटीचे अभंग आणि ५ इतर आणखी नवीन रचना बाडातून मिळतात. सुमारे सव्वाशे रचना त्यांच्या नावावर सापडतात.

मुक्ताबाईंचे चरित्र आणि रचनांवर सुमारे दहाबारा संशोधकांनी काम केले आहे. संतकवयित्रींमध्ये मुक्ताईचा अग्रक्रम लागतो हे सर्वश्रुत आहे.

३१) रत्नाकर (ग्रंथकार समाधी श. १६४१) : गिरिजा नदीच्या तीरी चंडिपूर गावी (नाशिक) जन्म. भार्गव गोत्री, यजुर्वेदी ब्राह्मण. आडनाव सदावर्ते. वडिलांचे नाव हरिहर, आईचे नाव अंजुबाई, पत्नी सावित्रीबाई. गुरुपरंपरा मुक्ताबाई > चांगदेव > विमलानंद > जनकानंद > नृसिंहानंद > पुरुषोत्तम > मुक्तानंद > एकानंद >

सिद्धानंद > रामानंद > रत्नाकर अशी आहे.

प्रारंभी यवनाच्या पदरी नोकरी. गृहस्थाश्रमी. त्यानंतर तीर्थाटन करून नाशिकमध्ये वास्तव्य. मूळ समाधी पानखेडे (धुळे जिल्हा/ इ.स. १६१९).

मराठी-गुजराती ग्रंथ - १) दीपरत्नाकर, २) सिद्धान्त रत्नाकर, ३) वैराग्यरत्नाकर, ४) उपदेशरत्नाकर, ५) ज्ञानरत्नाकर, ६) भागवत, ७) गीता समश्लोकी, ८) भिक्षुगीता. यांची एकूण रचना ४० हजार ओव्यांची आहे. हे सर्व मुद्रित ग्रंथ आणि अमुद्रित ३९ ग्रंथ आहेत.

(डॉ. ढेरे आणि डॉ. चांदोरकरांनी अभ्यास केला आहे.)

३२) विसोबा खेचर (विसा खेचर/ समाधी शके १२३१) : यांचे जन्मस्थळ, समाधी, जन्मकाळ, वास्तव्य यांसंबंधी बरेच वाद आहेत. संतचरित्रकार दासो दिगंबर त्यांना पैठणजवळच्या मुंगीचे मानतात. (प्रत्यक्षात मी पाहिले तसे ते नाही.) बार्शीला उत्तरेश्वर मंदिराजवळ समाधीमंदिर आहे. नामदेवरायांचे गुरू. विसोबांचे गुरू म्हणून ज्ञानदेव, सोपान, मुक्ताई अशी तिघांची नावे घेतली जातात. प्रत्यक्षात परंपरा आदिनाथ > मच्छिंद्र > गोरक्ष > गहिनी > निवृत्ति > मुक्ताई > चांगावटेश्वर > कृष्णनाथ > विसोबा खेचर अशी आहे.

(विसोबांचे अभंग व 'षड्स्थळ' रचना यांचा अभ्यास डॉ. ढेरे यांनी केला आहे.)

३३) शिवकल्याण (नित्यानंद सुत/ इ.स. १५६८-१६३८) : शिवकल्याण मराठी संतकवी आणि भाष्यकार. जोगाईचे आंबे (मराठवाडा) हे त्यांचे मूळ गाव. ही सर्व मंडळी नाथसंप्रदायी आणि विठ्ठलभक्त. आध्यात्मिक परंपरा आदिनाथ > मच्छिंद्र > गोरक्षनाथ > मुक्ताबाई > चांगदेव > चक्रपाणी > विमलानंद > केशवदास चांगा > जनकराज > नृसिंह > हृदयानंद > विश्वेश्वर > केशव > हरिदास स्वामी > परमानंद नित्यानंद > शिवकल्याण अशी आहे. लेखन भागवताच्या दशमस्कंधावर टीका (अ. ९०) इ.स. १६०३-१६२८ या काळात पंढरपूर मुक्कामी लिहिली. कृष्णजन्म (अ. १-५), रासपंचाध्यायी (अ. १-५) आणि वेदस्तुती.

(ज.र. आजगावकर आणि वि.म. कुलकर्णी यांनी ग्रंथ लिहिले.)

३४) शिवदिनकेसरी (शिवदिनकेसरी उद्बोध, शिवदिननाथ) : जन्म इ.स. १६९८, समाधी १७७५. पैठणचे रहिवासी. नाथ परंपरेतील कवी. उत्तम कवी. परंपरा आदिनाथ > मच्छिंद्र > गोरक्ष > गहिनीनाथ > निवृत्ति > ज्ञानदेव > सत्यामल > गुप्तनाथ > उद्बोध > केसरी > शिवदिन > नरहरी अशी आहे. विवेकदर्पण, भक्तिरहस्य, ज्ञानदीप या त्यांच्या रचना आहेत. त्याशिवाय अभंग-पदेही भरपूर आहेत. यांचा अभ्यास ल.रा. पांगारकर यांनी केला आहे.

३५) ज्ञानदेव (ज्ञाननाथ, बापविठ्ठलसुत, ज्ञानेश्वर) : काळ इ.स. १२७१ किंवा १२७५ समाधी / जन्मकाळ इ.स. ११९३-९७. मराठी वाङ्मयात ज्ञानदेव सर्वज्ञात आहेत. त्यांची पंथपरंपरा आदिनाथ > मच्छिंद्र > गोरक्ष > गहिनी > निवृत्ति > ज्ञानदेव अशी आहे.

ज्ञानदेवांच्या नावावर भावार्थदीपिका (ज्ञानेश्वरी), अमृतानुभव, हरिपाठ, चांगदेव पासष्टी असे महान ग्रंथ आहेत. अभंगगाथाही सर्वज्ञात आहे. आजवर विविध ३० संशोधकांनी त्यांच्या जीवनावर आणि रचनांवर लेखन केले आहे.

(ज्ञानेश्वरीची मराठी, कानडी, हिंदी, इंग्रजी, तसेच जपानी भाषांतरही आहे.)

●●●

२१

समारोप

नाथ संप्रदायाचा इतिहास लिहिणे प्रचंड विकास काम आहे. महान परंपरा, विविध शाखांचा गुरुपरंपरेचा विस्तार, त्यांच्या साधना, मठादी स्थाने, विविध भाषांतून उपलब्ध रचना, पारायणासाठी निघालेले धार्मिक ग्रंथ, त्यांतील चमत्कारपूर्ण कथा, भारतभरच्या आणि बाहेरच्या शाखा, त्यांची स्थाने, उपासना पद्धती, वेष परिधान पद्धती अशी खूप काही माहिती उपलब्ध झाली. विशेष म्हणजे, हिंदी, मराठी, इंग्रजी अभ्यासकांनी त्यावर केलेले संशोधन या सर्वांचा संक्षेपाने परामर्श घेण्याचा प्रयत्न आणि त्यातून उभारलेला हा ग्रंथ ही या अभ्यासाची सुरुवात आहे, असे मी समजतो.

१९२१च्या जनगणनेनुसार भारतात त्या वेळी विविध परंपरांतील सात लाख नाथयोगी होते आणि त्यामध्ये स्त्रियांची संख्याही लक्षणीय होती. (विश्वकोशातील नोंद) सोळाव्या शतकात राजस्थानमध्ये या पंथीयांनी जबरदस्तीने कानफाटा योगी बनवण्यासे साहस केले असा इतिहास आहे. कबीरांच्या काळात नाथपंथीयांनी सैनिक संघटना उभी करून शिखांशी युद्ध केल्याची नोंद इतिहासात आढळते. भारताबाहेर अफगाणिस्तानपर्यंत नाथयोग्यांची स्थाने आढळून येतात.

हे नाथपंथी आजच्या काळातही प्रचंड संख्येने उपलब्ध आहेत. ते सामान्य भाविकांना नाथकथांची पारायणे (नवनाथ कथासार, नवनाथ भक्तिविजय, नाथलीलामृत इत्यादी) केल्यावर ते दर्शन देतात असा लोकांचा समज आहे. सिद्धी प्राप्त असलेले हे नाथ काहीही चमत्कार करू शकतात आणि ही सिद्धी ते 'शाबरी' विद्येद्वारा प्राप्त करतात. मात्र त्यासाठी गुरुकृपेतून साधना करावयास हवी. संत ज्ञानेश्वरांनी गुरू निवृत्तिनाथांच्या आदेशावरून मातीची भिंत चालवली, रेड्यामुखी वेद बोलविले, पाठीवर मांडे भाजण्यासाठी पोटात अग्नि निर्माण केला. या एकाच नाथगुरूच्या चमत्कारकथा आहेत. सर्व हिंस्र श्वापदे-पशु-पक्षी-प्राणी त्यांना वश असतात. असाध्य रोग आणि मृत्यूवरही ते अधिकार गाजवू शकतात. तिन्ही लोकांतून सहजपणे संचार करू शकतात इत्यादी गोष्टी वाचायला मिळतात.

भारताच्या विविध भागांत केवळ संन्यासी नव्हे, तर गृहस्थाश्रमी नाथ आढळून येतात. दक्षिण भारतात स्त्रीराज्य होते. तेथे (कदळीवनात) नाथ वस्तीला जात, महिलांना शिष्या बनवीत, असा इतिहासही आढळतो. बुंदेलखंडातील धनगर जमातीच्या लग्नात मंत्रोच्चारात मच्छिंद्र, गोरक्ष यांची नावे येतात. बंगालमध्ये हे नाथ स्वतःला योगी ब्राह्मण म्हणवून घेतात. पंजाबात नाथयोग्याला 'रावळ' म्हणतात. काही नाथपंथी गृहस्थाश्रमी मुसलमानही आहेत. महाराष्ट्रात सूत कातणे, विणणे, वस्त्र तयार करणे या व्यवसायांत काम करणारे साळी, कोष्टी, शिंपी नाथपंथीसुद्धा आहेत. या संप्रदायात मृत्यूनंतर समाधीत बसलेल्या अवस्थेत पुरण्याची प्रथा अजूनही कोठेकोठे आढळते.

संप्रदायाच्या तत्त्वज्ञान प्रसारासाठी पंथीयांनी लोकभाषेचा उपयोग केला. गोरक्षनाथांनी संस्कृतसह हिंदी भाषेतून वाङ्मयनिर्मिती केली. अलीकडे तर सर्व प्रादेशिक भाषांतून नाथपंथी साहित्य उपलब्ध झाले आहे. हिमालयाच्या महादेवगिरीच्या एका शिळेवर नाथपंथाची सूत्रे लिहिली आहेत असा समज आहे. आदिनाथांनी वसुगुप्ताकडून शिवसूत्रे लिहून घेतली. कौलज्ञान निर्णय, अकुलवी तंत्र इत्यादी ग्रंथ मच्छिंद्रांच्या नावावर आहेत. गोरखनाथांच्या सिद्धसिद्धान्तपद्धती हा नाथपंथी तत्त्वज्ञानाचा महत्त्वाचा ग्रंथ अतिशय महत्त्वाचा मानला जातो. याशिवाय सिद्धसिद्धान्त संग्रह, अमनस्क योग, अमरौघ शासन, गोरक्ष पद्धती यांसारखे चाळीस ग्रंथ त्यांच्या नावावर आढळतात. अलीकडेच भांडारकर संस्थेच्या हस्तलिखिताच्या संग्रहात 'गोरखफलित' नावाचा ग्रंथ उपलब्ध झाला आहे. ज्योतिषशास्त्रावर या संस्थेत ५०० हस्तलिखिते आहेत. त्याशिवाय गाजलेली 'भृगुसंहिता' दोन बाडांतून उपलब्ध झाली आहे. गोरक्षनाथांची स्फुट रचना 'गोरखबानी' नावाने प्रसिद्ध आहे. इतर नाथांचे ग्रंथ पाहावयास मिळतील. नाथ संप्रदायाची भारतातील क्षेत्रे, ठाणी,

मंदिरे, नाथांच्या समाध्या, त्यांच्या साधूंच्या परंपरा, स्थाने, त्यांच्या चमत्कारकथा विस्तारभयास्तव येथे दिल्या नाहीत. नवनाथांचे काही ग्रंथ भाविकांच्या पारायणाचे आहेत. नवनाथांच्या चमत्कारांची आख्याने कीर्तनातून कीर्तनकार मांडत असतात.

महाराष्ट्रात नाथ संप्रदायाची महान परंपरा अशी या स्वरूपात प्रसिद्ध आहे.

मच्छिंद्रनाथ > गोरक्षनाथ > गहिनीनाथ > निवृत्तिनाथ > ज्ञानदेव > सोपान > मुक्ताबाई

आणि त्यापुढे त्या त्या संतांच्या परंपरा प्रसिद्ध आहेत. आळंदीला जसा ज्ञानदेवांचा गजर भक्ती संप्रदायातून होतो, तसाच नाथ संप्रदायातून 'निवृत्ति ज्ञानदेव सोपान मुक्ताबाई' असा होता. ज्ञानदेवांच्या या संप्रदायातील स्थान फार महत्त्वाचे असे महाराष्ट्रात मानले गेले. महाराष्ट्रात वैष्णव पंथाचा पसारा मोठा आहे. त्याचे मूळ ज्ञानदेवाकडे जाते -

ज्ञानदेवे रचिला पाया । उभारिले देवालया ।।

तुका झालासे कळस । भजन करा सावकाश ।।

अशी उक्ती आहे. एकीकडे वारकरी संप्रदायातून वैष्णव पंथाचा प्रचार केला. तर गुरू निवृत्तिनाथाकडून शैवपंथी नाथ संप्रदायाचा स्वीकार केला. त्यामुळे ज्ञानदेव-शैव-वैष्णव पंथाचा महासमन्वय आहे. पूर्वीच्या काळी सिद्धेश्वरासहित सुमारे अठरा शिवमंदिरे अलंकापुरीच्या सभोवती होती आणि प्रत्येक स्थानाचा वेगळा इतिहासही सांगितला जात असे. भीमाशंकरावरची शिव महादेवांची कथा, त्रिपुरासुराचा वध, त्यातून आलेल्या घामातून भीमानदीचा उगम, त्याच भीमेवर पंढरपूर क्षेत्र वसले जे वैष्णवांचे ठाणे ठरले. अशा अलंकापुरीत (आळंदीत) सिद्धेश्वरासमोर संजीवन समाधी, तीही अगदी आयुष्याच्या कोवळ्या वयात घेऊन सिद्धेश्वर मंदिराचे स्थान महासमन्वयाचे केंद्र बनवले. या ठायी आजही यात्रेच्या, पालखी सोहळ्याच्या निमित्ताने लक्षावधी वैष्णव श्रद्धेने जमतात. महाराष्ट्रात, खुद पंढरपुरातही ज्ञानदेवांना संजीवन समाधीसाठी जागा मिळू शकत असताना अलंकापुरी हे स्थान समाधीसाठी निवडण्याचे कारण नाथपंथ-भक्तिपंथ यांचा संगम घडवायचा होता. आजही या अलंकापुरीचा (आळंदीमाहात्म्याचा) अशा दृष्टीने अभ्यास करण्याची गरज आहे. त्यासाठी हस्तलिखितांची साधने उपलब्ध पण संशोधनात्मक आणि विश्लेषणात्मक दृष्टीने ते सर्व पाहावयास हवे!

•••

संदर्भ ग्रंथसूची

१.   बॅनर्जी अक्षयकुमार : नाथयोग

२.   अविनाश : नवनाथ चरित्र आणि हठयोग
     (चेतक बुक्स, पुणे, २०१६)

३.   अलख निरंजन दीपावली विशेषांक (मुंबई २०१८)

४.   अलख निरंजन (दीपावली २०१९ - साईबाबा समाधी-शताब्दी विशेषांक, मुंबई २०१९)

५.   भिंगारकर, कृ.ज्ञा. : नाथ संप्रदाय आणि ज्ञानेश्वर
     (प्रकाशक : पद्मगंधा प्रकाशन, पुणे ३८, २००७)

६.   ब्रिग्ज जी.डब्ल्यू : गोरखनाथ अँड कानफाटा योगीज
     (प्रकाशक : वाय.एम.सी.ए. पब्लिशिंग हाऊस, कोलकाता, १९३८)

७.   ढेरे (डॉ.) रा.चिं. : नाथ संप्रदायाचा इतिहास
     (प्रकाशक : पद्मगंधा प्रकाशन, एरंडवणे पुणे ३८, २०१९)

८.   ढेरे (डॉ.) रा.चिं. : नाथ संप्रदायाचा इतिहास
     (प्रकाशक : वोरा आणि कंपनी मुंबई, १९७९)

९.   ढेरे (डॉ.) रा.चिं. : गुरुमाउली दीपावली अंक, पुणे १९८९

१०. ढेरे (डॉ.) रा.चिं. : नाथ वाङ्मय आणि महाराष्ट्र (म.दा. भट संपादित सिद्धासिद्धान्तपद्धति (गोरक्षकृत) प्रस्तावना

११. ढेरे (डॉ.) रा.चिं. : श्रीगुरू गोरक्षनाथ : चरित्र आणि परंपरा (प्रकाशक : बोरा अँन्ड कंपनी, पुणे, १९५९)

१२. ढेरे (डॉ.) रा.चिं. : ज्ञानकैवल्य नाथसिद्धांची चरित्र गाथा : (स्वरूपानंद सेवा मंडळ, पावस, १९७१)

१३. ढेरे (डॉ.) रा.चिं. : नाथलीलामृत एक परिचय (प्रस्तावना) (नाथलीलामृत : आदिनाथ भैरवकृत, १९७२ मुंबई)

१४. ढेरे (डॉ.) रा.चिं. : नाथलीलाविलास (प्रस्तावना) कवि हैबती विरचित, त्रिपुटी, सातारा.

१५. ढेरे (डॉ.) रा.चिं. : श्री नाथलीलामृत (प्रकाशक : केशव भिकाजी ढवळे, समर्थ ग्रंथभवन, पुणे)

१६. ढेरे (डॉ.) रा.चिं. : गोपाळनाथांच्या रचना (प्रस्तावना) (श्री गोपाळगाथा, सातारा, १९७२)

१७. ढेरे (डॉ.) रा.चिं. : श्यामराज नाना यांच्या रचना (श्यामराज नाना गाथा, त्रिपुटी, सातारा, १९७३)

१८. ढवळे (श्री) ग.दि. (ज्ञानदेवोपासक) नाथसंप्रदाय आणि ज्ञानेश्वर (प्रकाशक : लीलाबाई ढवळे, सुभाष रोड, नागपूर, १९६९)

१९. द्विवेदी (डॉ.) हजारीप्रसाद : नाथसंप्रदाय (हिंदी) (प्रकाशक : नैवेद्य निकेतन, वाराणशी, १९६६)

२०. द्विवेदी (डॉ.) हजारीप्रसाद : नाथसिद्धों की बानियाँ (हिंदी) (नागरी प्रचारिणी सभा, काशी)

२१. जोशी (डॉ.) प्र.न. : नाथसंप्रदाय : उदय आणि विस्तार (प्रकाशक : राजीव प्रकाशन, ठाणे.)

२२. जोशी (श्री.) ल.म. : नवनाथ तत्त्वज्ञान आणि उपासक (प्रकाशक :)

२३. जोशी (डॉ.) म. रा. : नाथसंप्रदाय : नागपूर

२४. कौशिक (प्रा.) एम.के. नवनाथ भक्तिसार (वरुण एन्टरप्रायझेस, बुधवार पेठ, पुणे २)

२५. मराठी विश्वकोश (खंड आठ, पृ. ४८२-८७) नाथ संप्रदाय

२६. पवार अविनाश : नवनाथ चरित्र आणि हठयोग (प्रकाशक : चेतन बुक्स प्रकाशन, पुणे २०१६)

२७. रंगेयराघव (डॉ.) : गोरखनाथ और उनका युग (प्रकाशक : आत्माराम ॲन्ड सन्स, दिल्ली)

२८. मंजूळ वा.ल. : कथा संत-पंथ-देवतांच्या (प्रकाशक : उत्कर्ष प्रकाशन, पुणे २०१९)

२९. मंजूळ वा.ल. : पंढरपूरातील मठांचा, फडांचा, दिंड्यांचा इतिहास (प्रकाशक : उत्कर्ष प्रकाशन, पुणे २०१४)

३०. मंजूळ वा.ल. : आळंदी माहात्म्यसार (प्रकाशक : उत्कर्ष प्रकाशन, पुणे -४, २०१९)

लेखक परिचय

डॉ. वा.ल. मंजूळ

बी.ए. (संस्कृत), एम.ए. (मराठी),
डिप्लोमा इन लायब्ररी सायन्स (पुणे विद्यापीठ),
पीएच.डी. (श्रीकृष्णदयार्णव)
पत्ता : पिनाक मेमरीज, जे १३, कोथरूड, पुणे ३८
दूरभाष : ९९२२७७९८८९

निवृत्त ग्रंथपाल, भांडारकर संस्था
संचालक, मराठी हस्तलिखित केंद्र

- मूळ गाव पंढरपूर. आजोबा वैदिक मुकुटमणि आहिताग्नि त्र्यंबकराज मंजूळ. वडील कीर्तनाचार्य ज्योतिर्विद बाबुराव तथा लक्ष्मण मंजूळ. श्री विठ्ठल मंदिरात पुराण सांगण्याची वतनदारी. लोकमान्य विद्यालय पंढरपूर येथे शालेय शिक्षण. महाराष्ट्र संगीत विद्यालय येथे गाण्याचे शिक्षण. स.प. महाविद्यालय, पुणे विद्यापीठ येथून पुढचे शिक्षण

- डॉ. रा.ना. दांडेकर यांच्या आग्रहावरून भांडारकर संस्थेत चाळीस वर्षे (१९५९-९९) ग्रंथपाल या नात्याने सेवा. या निमित्ताने अनेक देशी-विदेशी संशोधकांना साहाय्य. महाराष्ट्र, गुजरात, मध्य प्रदेश, कर्नाटक या प्रांतांतून बारा हजार हस्तलिखिते संकलित व संस्थेकडे सुपूर्द

- अखिल भारतीय प्राच्य विद्या परिषदेची अधिवेशने, हिस्ट्री काँग्रेस, बृहन्महाराष्ट्र परिषद येथे सन्माननीय उपस्थिती

- महाराष्ट्र कल्चर अँड सोसायटी परिषदेत मॉस्को, अमेरिका, जपान, मॉरिशस इथे उपस्थिती, शोधनिबंध वाचन

- महाराष्ट्र एज्युकेशन सोसायटीच्या 'विश्वभारत' केंद्राचे मानद संचालक (१९९९-२००३)

- मराठी हस्तलिखित केंद्राचे मानद संचालक. २००५पासून आजतागायत १२०० हस्तलिखितांचे संकलन. पाच हजार हस्तलिखितांच्या नोंदींवर आधारित दोन खंड प्रकाशित

- पुणे विद्यापीठ, टिळक महाराष्ट्र विद्यापीठ, वै. संशोधन मंडळ येथे हस्तलिखितशास्त्राचे मानद अध्यापक
- अखिल भारतीय कीर्तनकुल, फलज्योतिष अभ्यास मंडळ संस्थांमध्ये अध्यक्षपद
- शिवाजी विद्यापीठ, कोल्हापूर संस्कृत अध्यापक समितीचे सदस्य (१९९०-९९). १४ पाठपुस्तके संपादित
- आस्थेवाईक ग्रंथपाल (ग्रंथाली, मुंबई), आदर्श ग्रंथपाल (पुणे मराठी ग्रंथालय), कोशकार केतकर (नगर वाचन मंदिर), ऋग्वेद अभ्यासक, याज्ञवल्क्यभूषण, कण्वभूषण, पुण्यपुरुष (संस्कृत प्रगताध्ययन केंद्र) विधिलिखित ब्रह्मभूषण, ज्योतिषाचार्य, फलज्योतिष अभ्यास मंडळ जीवन गौरव, भांडारकर संस्था आदर्श कर्मचारी, ज्येष्ठता साहित्यिक (मसाप) असे अनेक मानाचे पुरस्कार
- तब्बल २६ पुस्तके प्रकाशित. अनेक पुस्तकांना पुरस्कार प्राप्त